கோபுர கலசங்கள்

முதற்பதிப்பு: 2023

First Edition: 2023

Gopura Kalasangal

கோபுர கலசங்கள்

Vidya Subramaniam

வித்யா சுப்ரமணியம்

ISBN: 978-93-94505-07-0

Pustaka

EBooks | Audiobooks | Paperback

Pustaka Digital Media Pvt. Ltd.
#7-002, Mantri Residency,
Bannerghatta Main Road, Bengaluru - 560 076
Karnataka, India
+91 7418555884

கோபுர கலசங்கள்

வித்யா சுப்ரமணியம்

Pustaka
EBooks | Audiobooks | Paperback

அத்தியாயம் 1

எட்டு மணி பாசஞ்சர் நின்ற வேகத்தில் புறப்பட்டுப் போய்விட்டது. அரவிந்தனைத் தேடி அலைந்த சூர்யாவின் கண்கள் ஏமாற்றத்தோடு வாடியது. அரவிந்தன் எந்த பெட்டியிலிருந்தும் இறங்கவில்லை. நேற்றே வந்துவிடுவதாக கூறியிருந்தவன் இன்று இரவு வரை வரவில்லையென்றால் என்ன காரணம்? அத்தனை பேரும் அவன் வரவுக்காகக் காத்திருக்கிறார்கள். அத்தனை உறவுகளும் வந்தாகிவிட்டது முக்கியமாக வரவேண்டியவனை இன்னும் காணவில்லை.

நேற்று காலை முதல் ரயிலடிக்கு வருவதும் போவதுமாக இருக்கிறான் சூர்யா. ஒவ்வொரு முறையும் என்ன சூர்யா இன்னும் மாப்பிள்ளை வரவில்லையா என்று கேட்டுக் குடைகிறார்கள். வேலை அதிகமோ என்னவோ அடுத்த வண்டிக்கு வந்துவிடுவான் கண்டிப்பாக என்று சொல்லிச் சொல்லி அலுத்துவிட்டது சூர்யாவுக்கு. விடிந்தால் கல்யாணம். மாப்பிள்ளையை இன்னும் காணவில்லை.

அரவிந்தனுக்கு எதிலும் விளையாட்டுதான் பள்ளிப் பருவத்திலிருந்தே இப்படித்தான். கடைசி நேரம்தான் எல்லாம். பரீட்சை வரை புத்தகத்தை பிரிக்கக்கூட மாட்டான். முதல் நாள் அலட்சியமாக புரட்டிப் பார்ப்பான். நீ உருப்படறாப்பல தெரியல என்ற அம்மாவின் ஆசீர்வாதத்தோடு பரீட்சைக்குப் புறப்படுவான். ஆனால் மாயாஜாலமோ என்று நினைக்கும்படியாக

அவன் மதிப்பெண்கள் இருக்கும். படிக்காமயே எப்படிடா இவ்ளோ மார்க் வாங்கின? என்று அனைவரும் வியப்பார்கள். காப்பி அடிச்சயா என்று ரகசியமாகக் கேட்பான் சூர்யா.

"ரங்காச்சாரி மாஸ்டர் இருக்கற இடத்துல காப்பி அடிக்க முடியுமா சூர்யா?"

உண்மைதான் எல்லோருக்கும் இரண்டு கண்கள் என்றால் ரங்காச்சாரி சாருக்கு ஆயிரம் கண்கள். ஒரு சிங்கம் மாதிரி சுற்றி சுற்றி வந்து மேற்பார்வை பார்க்கும் ஹாலில் கேள்வித்தாள்கூட காற்றில் சலசலக்க அஞ்சும்.

"அப்புறம் எப்டிடா...? நீ படிக்கறாப்பலயே தெரியறதில்லை. நான் விழுந்து விழுந்து படிச்சும் அறுபதைத் தாண்ட முடியல."

"கிளாஸ்ல கவனி. காதால் கேட்டு புத்தில பதிஞ்சு வெச்சுக்க. விழுந்து விழுந்து படிச்சா மார்க்கு பேப்பர்ல வராது நெத்திலதான் வரும்" அரவிந்தன் நமுட்டு சிரிப்போடு சொல்வான்.

படிப்பு என்றில்லை. ஒரு சினிமா போனால்கூட மூன்றாவது மணி அடித்து பேர் போடும் போதுதான் உள்ளே நுழைந்து இருட்டில் சூர்யா குரல் கொடுக்க நிதானமாக வந்து அமர்வான்.

பிக்னிக் செல்வதாக இருந்தாலும் கடைசி வினாடியில்தான் நகர ஆரம்பிக்கும் ரயிலில் ஓடி வந்து ஏறுவான்.

"ஏண்டா இப்டியெல்லாம் இருக்க ஒரு அஞ்சு நிமிஷம் முன்னால் வந்து ஏறினா உன் கௌரவம் குறைந்துவிடுமா?" சூர்யா எரிந்து விழுவான்.

"வர வழில ஒரு அக்ஸிடென்ட் சூர்யா சின்ன பையன். யாரும் கிட்ட நெருங்கல உயிர் இருந்துச்சு. அப்டியே விட்டா போய்டும்னு பயந்து ஆஸ்பத்திரில சேர்த்து போலீஸ்க்கு பதில் சொல்லிட்டு வரேன்." அரவிந்தனின் குரலில் கவலை இருக்கும். ஓடும் வண்டியில் பாட்டும் கூத்தும் அலறிய

சத்தத்திலும் சம்மணமிட்டு அமர்ந்து கண்மூடி அந்த பையன் பிழைக்க வேண்டும் என்று பிரார்த்திப்பவன்,

தன் கல்யாணத்திற்கு வரும் விஷயத்தில்கூட தாமதப்படுத்தி அனைவரையும் கவலைகொள்ளச் செய்கிறான் போலும்.

ரயிலடியிலிருந்து சூர்யா புறப்பட்டான். இனி அடுத்த வண்டி நள்ளிரவு ஒரு மணிக்குதான் அரவிந்தன் வந்து சேரும் வரை ஒவ்வொரு வண்டி வரும்போதும் ரயிலடிக்கு வந்தே ஆக வேண்டும்.

சூர்யா பிளாட்பாரத்தில் நடந்து தண்டவாளம் கடந்து ஸ்டேஷனுக்கு வெளியில் வந்து ஊரை நோக்கி மண் பாதையில் நடந்தான்.

நினைவு தெரிந்த நாள் முதல் அரவிந்தனும் அவனும் கால்தேய நடந்த பாதை இது; ஓடிய, விளையாடிய மண் இது.

'மழலைப் பருவமும், பள்ளிப்பருவமும் போய்விட்டாலும் அந்த நினைவுகள்...! லேசில் மறந்துவிடக் கூடியவையா...?' எத்தனை எத்தனை கூத்துகள். எவ்வளவு பேசியிருப்பார்கள்!

சூர்யாவின் குடும்பம் மிகுந்த ஆச்சாரமிக்க தீட்சதர் குடும்பம். அக்ரஹாரத்தில் காலம் காலமாக வசித்து வரும் குடும்பம். அரவிந்தனின் குடும்பம் அக்ரஹாரத்திற்கு குடி வரும்போது அரவிந்தன் அவள் தாயின் வயிற்றில் மூன்று மாத கருவாக இருந்தான். சூர்யா வீட்டிற்கு அடுத்த வீடு. சூர்யாவும் தன் தாயின் கர்ப்பத்தில் ஐந்து மாத சிசுவாகத்தான் இருந்தான்.

அடுத்த வீட்டுக்கு குடி வந்திருப்பதும் கர்ப்பிணிப் பெண் என்ற பரிவு சூர்யாவின் பாட்டிக்கு ஏற்பட்டது. அரவிந்தனின் அம்மா கற்பகத்தின் அழகும் அமைதியும், இனிமையான குணமும் எளிதில் அவள்மீது அனைவருக்கும் பிடிப்பு ஏற்படச் செய்தது.

"எங்காத்து மீனாட்சிக்குன்னு காரசாரமா அடை தட்டினேன். நீயும் அவளாட்டம்தானே இந்தா சாப்டு" என்றபடி சுடச்சுட அடையும் அவியலும் கற்பகத்தின் முன் நீட்டப்படும்.

அடுத்த நாள் அரவிந்தனின் பாட்டி மீனாட்சிக்கு ஏதேனும் கொடுத்தனுப்புவாள்.

"இந்த முறையானும் பிள்ளை பிறக்கணும். ஏற்கனவே ரெண்டு பெண் பிறந்தாச்சு." மீனாட்சியின் மாமியார் கவலைப்படுவாள். கொள்ளியிட பிள்ளைக்கு ஒரு பிள்ளை வேண்டுமே என்ற கவலை.

எங்க கற்பகத்துக்கு ஏற்கனவே ரெண்டு பிள்ளை இருக்கு. இது பொண்ணா பொறந்தா பொட்டிட்டு மையிட்டு ஃபிராக் போட்டு பூ வெச்சு கொலுசு போட்டு அழகு பார்க்கலாம். ஆசைக்கு ஒரு பொண் வேணுமே."

"அப்பொ எங்காத்துல பொண்ணும் உங்காத்துல பிள்ளையும் பிறந்தா பேசாம மாத்திண்டுடுவோம் என்ன சொல்றேள்...?"

மத்தியான வேளைகளில் பூத்தொடுத்தபடியே அரட்டை நீளும். பேச்சு முழுக்க உள்ளிருக்கும் குழந்தை பற்றிதான். அவரவர் விருப்பப்படியேதான் குழந்தை பிறக்க வேண்டும் என்பது மனித ஆசை. சிலர் ஆசை ஈடேறும். சிலருடையது நிராசையாகும். மீனாட்சிக்கு அவர்கள் விருப்பப்படியே அழகான ஆண் குழந்தை பிறக்க "கோடி சூர்ய பிரகாசம்டி குழந்தைக்கு. சூர்யான்னு பேர் வைச்சுடுவோம்." பாட்டி குழந்தையை கண்கொள்ளா மகிழ்ச்சியோடு பார்த்தாள்.

அதற்கு இரண்டு மாதத்திற்குப் பிறகு கற்பகத்திற்கு அரவிந்தன் பிறந்தான்.

இதுவும் பிள்ளையா...? என்று சலித்துக் கொண்டாள் கற்பகத்தின் மாமியார். ஆனாலும் குழந்தையை வெறுக்க முடியுமா? செக்கச்செவேலென்று தலை நிறைய கருகருவென்று

முடியோடு லட்டு மாதிரி கொள்ளை அழகோடு இருந்தான் அரவிந்தன்.

வீட்டுக்கு கடைசி என்பதால் இருவருமே மிகச் செல்லமாகவே வளர்ந்தார்கள்.

ஓரே பள்ளியில் சேர்க்கப்பட்டார்கள் தாமிரவருணியில் மீன் குஞ்சு மாதிரி நீந்திப் பழகினார்கள். தெருப்புழுதியெல்லாம் இவர்கள்மேல்தானா என்று பெற்றவர்கள் திட்டும் வரைக்கும் தெருவில் அத்தனை விளையாட்டும் விளையாடினார்கள்.

ஆரம்பத்தில் அடுத்த வீட்டுக்காரர்கள் என்றிருந்த நிலை மாறி மீனாட்சியின் ஒன்றுவிட்ட அண்ணாவுக்கு கற்பகத்தின் நாத்தனாரை கல்யாணம் பண்ணிக் கொடுத்த பிறகு ஒன்றுக்குள் ஒன்று உறவாகிவிட நெருக்கம் கூடியது. ஆயினும் உறவு மீறிய நட்பே மேலோங்கி இருந்தது. உறவுக்கு பாலமாய் அமைந்த அந்த கல்யாணத்தில் ஐந்து வயது சூரியாவும் அரவிந்தனும்தான் வாசலில் பன்னீர் தெளித்து சந்தனம் கொடுத்து அனைவரையும் வரவேற்றது.

“ஏண்டா ஆளுக்கொரு பாவாடை சொக்கா போட்டுண்டு நிக்கறதுதானே'' ஏதோ ஒரு தூரத்து உறவு கேலி செய்துவிட்டுச் சென்றது.

சூர்யாவின் அக்காக்கள் பன்னீர் சொம்பை பிடுங்க வந்தார்கள்.

பன்னீர் சொம்பைத் தர முடியாது என்று அரவிந்தன் அவர்களோடு ஒற்றைக்கு நின்றான். பெரியவர்கள் வந்து சமாதானப்படுத்தி பெண்களை உள்ளே அழைத்துச் செல்ல வெற்றி பெற்றுவிட்ட மகிழ்ச்சியில் பன்னீரை இன்னும் வேகமாக தெளித்தார்கள்.

அந்த கல்யாணம் முடிந்த ஒரு வருடம் கழித்து கற்பகத்தின் நாத்தனார் பிரசவத்திற்காக பிறந்த வீடு வந்தாள். கை நிறைய கண்ணாடி வளையல்கள் குலுங்க மருதாணியிட்டு சிவந்த

பாதங்களோடு லேசான பெருமூச்சுசோடு கர்ப்பச் சுமையோடு வளைய வந்த அத்தையை வியப்போடு பார்ப்பான் அரவிந்தன். அந்த நிலையில் அத்தை மிக அழகாக இருப்பதாகத் தோன்றியது அவனுக்கு.

"அம்மா அத்தை ரொம்ப அழகாய்ட்டாளே எப்படி...?"

அம்மா மட்டுமல்ல எல்லோருமே சிரிப்பார்கள். தாய்மை தரும் அழகு அது என்று சொன்னால் அவனுக்கு புரியுமா...?

வெற்றிலைச் சிவப்பு படிந்த உதடுகளோடு அத்தை அவனை அணைத்துக்கொள்வாள். அவன் உடம்பு அவள் மேடிட்ட வயிற்றில் படும்போது அவனுக்கு ஏதோ செய்யும். ஏதோ ஒரு அசைவை அவன் மேனி உணரும்.

"உள்ள என்ன அத்தை அசையுது...?"

"பாப்பா... குட்டிப் பாப்பா..."

"பாப்பாவா... எப்படி... உள்ள போச்சு?"

"இப்டித்தான்." அத்தை அடுத்த வெற்றிலையை மடித்துப் போட்டு மென்று விழுங்க அரவிந்தன் முகம் பயத்தில் நடுங்கும்.

"அப்டின்னா பாப்பாக்கு ரத்தம் வராதா...?"

"வராது..."

"பாப்பா செத்துடாதா?"

"ம்ஹீம்..."

"பாப்பா எப்டி வெளில வரும்?"

"வரும் பாரேன்."

"எப்பொ?"

"இன்னும் ரெண்டு மாசத்துல."

அரவிந்தன் அந்த ரெண்டு மாசமும் நாட்களை எண்ணிக் கொண்டிருந்தான். அத்தையின் வயிற்றிலிருந்து வரப்போகும் குழந்தையைக் காண துடியாய்த்துடித்துக் கொண்டிருந்தான்.

தீபாவளிக்கு பதினைந்து நாளிருக்கையில் அத்தைக்கு ஒரு நாள் மாலையில் வலி கண்டது. மருத்துவச்சியை அழைத்து வர அப்பா ஓடினார். உள்ளறையில் அத்தை படுக்க வைக்கப்பட பாட்டி வெந்நீர் போட்டாள். அம்மா அத்தையின் அருகிலேயே இருந்தாள். அத்தை விட்டுவிட்டு அலறின அலறல் அரவிந்தனை என்னவோ செய்தது.

உள்ளே ஒரு போராட்டமே நடப்பது போலிருந்தது. அத்தையின் கூக்குரல் அம்மாவின் ஆறுதல் குரல் பாட்டியின் "இப்ப ஆய்டும் கொஞ்சம் பொறுத்துக்கோடி பெண்ணே" என்ற குரல் மருத்துவச்சியின் சத்தம் என்று கலவையாய் வெளிப்பட ஆண்கள் அனைவரும் அறைக்கு வெளியே கவலையும் ஆவலுமாய் நடந்து கொண்டிருந்தார்கள்.

இரவு எட்டரை மணிக்கு அந்த புதுக்குரல் மிக சன்னமாய் ஒலிக்க அனைவர் முகமும் மலர்ந்தது.

பாட்டி வெளியில் ஓடி வந்தாள், "கிட்டு சரஸ்வதிக்கு பொண் குழந்தை" என்றாள். அப்பாவின் முகம் மலர்ந்தது.

அரவிந்தன் உள்ளே ஓடப் போனான். "இருடா இப்ப போகப்படாது" பாட்டி அவனை இழுத்து அப்பாவிடம் ஒப்படைத்துவிட்டு வெந்நீரோடு மறுபடியும் உள்ளே போனாள்.

சற்று நேரத்தில் வெள்ளைத் துணி ஒன்றில் குளித்து சிவந்த உடம்போடு. அந்த சின்னஞ்சிறு சிசுவை ஏந்தி வந்தாள் கற்பகம்.

குழந்தையை அனைவருக்கும் காட்டினாள். அவள் கையில் ரோஜாப்பூ மாதிரி மலர்ந்து நெளிந்த அந்த பெண் குழந்தையை விழி விரியப் பார்த்தான் அரவிந்தன். பார்த்துக்கொண்டே இருந்தான். அந்த க்ஷணம். அந்த குழந்தைமேல் அவன்

கொண்ட பாசம் பின்னால் மிக அழுத்தமான காதலாக மாறப் போகிறதென்று அவனே அறியாத மழலைப் பருவத்தில் இருந்தான் அவன்.

"பாப்பா அழகார்க்கு அத்தை."

"அப்டியா உனக்குத்தான் அந்த பாப்பா."

அத்தை நமுட்டு சிரிப்போடு சொல்ல அந்தச் சிரிப்பு மற்றவர்க்கும் பரவ அதன் அர்த்தம் புரியாமலே அரவிந்தனும் சிரித்தான்.

❋❋❋

அத்தியாயம் 2

"என்னடா சூர்யா தனியா வர...? இன்னுமா வரல அரவிந்தன்...?" கிட்டு மாமாவின் குரலில் கவலை இருந்தது.

"வந்துடுவான் மாமா புறப்படற நேரத்துல என்ன அசௌகர்யமோ...?"

"ஒரு போன் வேணா போட்டு கேட்டுடேன் புறப்பட்டாச்சான்னு."

"வந்துடுவான். கவலைப்படாதீங்கோ."

"ம். என்ன பிள்ளையோ. கொஞ்சமானம் பொறுப்பு வேண்டாமோ...?"

"அவனுக்குத் தெரியாதா மாமா? வந்துடுவான்."

"நீ எதுக்கும் போன் போட்டு விசாரி."

"ஆகட்டும்" சூர்யா யோசனையோடு உள்ளே போனான். சத்திரத்தில்தான் கல்யாணம் என்றாலும் வீட்டு வாசலிலும் வாழை மரம் கட்டி பெரியதாய் கோலம் போட்டிருந்தது. சில உறவுகள் வீட்டிலும் படுத்திருந்தனர். நெருங்கின உறவுகளின் முகத்தில் கவலை. தூரத்து உறவுகளுக்கோ ஜானவாசத்துக்கு வந்து சேராத மாப்பிள்ளை விஷயம் வெறும் வாய்க்கு அவலாக மாறியிருந்தது. குசுகுசுவென்று பேசிக் கொண்டிருந்தார்கள்.

கிணற்றடிக்கு வந்து வாளியை இறக்கி நீர் இழுத்து குளித்தான் சூர்யா. சில்லென்ற நீர் மேனியெங்கும் வழிந்து இறங்கியது.

"ஏண்டா சூரி வரயா கிணத்துக்குள்ள இறங்கி குளிக்கலாம்." அரவிந்தன் மிகச் சாதாரணமாக கேட்க சூர்யா அயர்ந்து போனான்.

"உள்ள முனிஸ்வரன் இருக்குடா பாவி. இறங்கப்படாதுன்னு பாட்டி சொல்லியிருக்கா!"

"இறங்கினா...?"

"பிடிச்சுண்டுடுமாம்."

"அப்டியா... அப்பொ நா அந்த முனிஸ்வரனைப் பிடிச்சுண்டு வரேன் பார்!" அரவிந்தன் கிணற்றுக்குள் லாவகமாக இறங்க மேலேயிருந்து சூர்யா அலறினான்.

"டேய் வேணாம்டா... அய்யோ பாட்டி அரவிந்தன் கிணத்துல இறங்கிட்டான்!"

"டேய் தத்தி சூரி! கத்தித் தொலைக்காதே! நீயும் இறங்கி வா. முனியும் இல்ல கினியும் இல்ல."

"நா மாட்டேன்."

உள்ளே அரவிந்தன் சுகமாய் நீச்சலடித்து குளிக்க மேலிருந்து சூர்யா பயத்தோடு பார்த்துக் கொண்டிருந்தான்.

"தாமிரவருணில் நீந்திக் குளிக்கல...? அந்த மாதிரிதான் வாடா!".

"அது சரி தாமிரவருணி இவ்ளோ ஆழத்துலயா இருக்கு...? இது கிணறுடா...!"

"பயந்தாங் கொள்ளி...!"

"ஏண்டா சூர்யா யாரோட பேசிண்டிருக்க கிணத்தடில?"

பாட்டியின் குரல் பின்னால் கேட்க சூர்யா திரும்பினான். பாட்டியையும், உள்ளே குளிக்கும் அரவிந்தனையும் பார்த்தான்.

"ஒண்ணுல்ல பாட்டி குனிஞ்சு கத்தினா எதிரொலிக்கறது. அதான் கத்திப் பேசினேன்."

"சரி சரி குளிச்சது போதும் உள்ள வா அந்தி சாயறது. முனிஸ்வரன் பிடிச்சுக்கும்."

உள்ளே அரவிந்தன் ஹாஹாவென்று ஒரு மாதிரி சிரிக்க பாட்டியே பயந்து போனாள்.

"நா சொல்லல...? முனி வரும்னு. உள்ள வாடா கடங்காரா" பேரனை இழுத்துக் கொண்டு உள்ளே ஓடினாள். சூர்யாவுக்கு சிரிப்பு வந்தது. அடக்கிக் கொண்டான்.

சற்று கழித்து அவன் கிணற்றடிக்குச் சென்றபோது, தலை துவட்டிக் கொண்டிருந்த அரவிந்தனுக்கருகில் மற்றொரு உருவம் நின்றிருந்தது.

ஆனந்தி!

பட்டுப் பாவாடை புரள ரெட்டைப் பின்னலோடு நின்றிருந்தாள். சூர்யாவைப் பார்த்ததும் அழகு காட்டினாள். பன்னிரண்டு வயதுக்கு படு அழகுப் பெண்.

"நீ எப்போடி வந்த...?"

"ஆங் வந்தேன்...! இப்படித்தான் உன் சிநேகிதனை கிணத்துல புடிச்சு தள்றதா.....? பாட்டிட்ட சொல்லவா?"

"என்னடி சொல்ற...?"

"பார்த்தயா அம்மாஞ்சி! உன்னைப் பிடிச்சு தள்றதையும் தள்ளிட்டு ஒண்ணுந்தெரியாத மாதிரி பேசறதை."

அரவிந்தன் நமுட்டு சிரிப்பு சிரித்தான். "போனாப் போகட்டும் ஆனந்தி விட்டுடு விளையாட்டா தள்ளிட்டான். இல்லடா...?"

"ஓஹோ... எல்லாம் உன் புருடாவா? மகா பொல்லாதவன்டா நீ..."

"இன்னோரு முறை எங்க அம்மாஞ்சிய ஏதாவது பண்ணின... அப்பறம் பார்... நீ வா அம்மாஞ்சி" ஆனந்தி கொலுசு சப்திக்க பட்டுப்பாவாடை மின்ன அரவிந்தனை இழுத்துக் கொண்டு சென்றாள்.

எஸ் எஸ் எல் சி முடிந்த பிறகு இருவரையும் பட்டணத்துக்கு அனுப்ப வேண்டும் என்று முடிவெடுத்தபோது அதே ஆனந்தி அழுத அழுகை ஏற்கனவே சிவந்த முகம் அழுது இன்னும் ரத்தமாய்ச் சிவந்திருந்தது.

"அம்மாஞ்சி நீ போக வேண்டாம்."

"போகாட்டா அவன் எப்டி படிச்சு முன்னுக்கு வருவான்?"

"எதுக்கு முன்னுக்கு வரணும். பின்னாடியே இருந்துட்டு போறது."

"நன்னார்க்கு...! பின்னாடியே இருந்தா பின்னாடி உனக்கு ஒரு பின்னுகூட வாங்கித் தர முடியாது."

ஆனந்தி முகத்தை தூக்கி வைத்துக் கொண்டு போனாள்.

ராவு காலம் எமகண்டம் பார்த்து சூர்யாவும் அரவிந்தனும் சென்னைக்குப் புறப்பட்டார்கள். அவர்களைக் கொண்டுவிட கிட்டு மாமாவும் உடன் புறப்பட்டார்.

பட்டணத்தில் இருந்த கற்பகத்தின் அண்ணா வீட்டில் தங்குவதற்கு முன் கூட்டியே கடிதம் சென்றுவிட்டது.

புது ஊர், புது வீடு, கல்லூரி எல்லாமே சூர்யாவைக் கொஞ்சம் தடுமாற வைத்தது. ஆனால் அரவிந்தன் எப்போதும்போல இருந்தான். மொட்டை மாடியில் அவர்களுக்கென்று ஒரு அறை கட்டப்பட்டிருந்தது. நல்ல வெளிச்சம். காற்று. ஜன்னல் வழியாகப் பார்த்தாலே பார்த்தசாரதி கோயில் கோபுரம் பளிச்சென்று தெரிந்தது. மாடியிலேயே சகல வசதிகளும் இருந்தது. சாப்பிட மட்டும் கீழே வந்தால் போதும்.

"எந்த டிஸ்டர்பன்ஸும் இல்லாம நீங்க படிக்கணும்னு தான்" மாமா சிநேகமாக சிரித்தார். சிரிப்பில் மட்டுமில்ல அவர் அழைப்பிலும் சிநேகமிருந்தது. வாங்க பிரண்ட்ஸ் சாப்டலாமா, என்றுதான் அழைப்பார்.

அரவிந்தனின் அப்பா அவர்களை விட்டுவிட்டு, ஒருவேளை சாப்பிட்டுவிட்டு அடுத்த வண்டியிலேயே ஊருக்குப் போய் விட்டார்.

"என்ன பிரண்ட்ஸ்...? ரூம் சௌகர்யமார்க்கா?" மாமா ரூமை அவர்களுக்கு காட்டிவிட்டு கேட்டார்.

அறை சுத்தமாக இருந்தது. இரண்டு கட்டில் மெத்தை, மேஜை நாற்காலி, டேபிள் லாம்ப், எல்லாம் இருவருக்கும் தனித்தனியாக இருந்தது.

புது இடத்தில் முதல் நாள் இரவு தூக்கம் வரவில்லை சூர்யாவுக்கு, அறையிலிருந்து எழுந்து வந்து திறந்த வெளியில் நின்றான். வளர்பிறையின் பத்தாம் நாள் நிலா பளிச்சென்று ஒளிர்ந்து கொண்டிருக்க பால்கனிச் சுவரை ஒட்டிவழிந்த தென்னங்கீற்றுகளில் நிலவொளிபட்டு அவையும் வெள்ளிபோல் மின்னிக் கொண்டிருந்தது.

"என்னடா தூக்கம் வரலையா?"

"நிலாவும், அந்த ஒளியில் மின்னும் இந்த தென்னங்கீற்றும் எவ்ளோ அழகார்க்கு பாரேன் அரவிந்தா."

"கவிதை எழுதலாமா?"

"கிண்டலா...?"

"ஏய்... நிஜம்மாடா...!"

"கவிதை...? எங்கே சொல்லு பார்க்கலாம்...!"

அரவிந்தன் தொண்டை செருமியபடி புருவத்தில் விரல் வைத்து ஒரு வினாடி கண் மூடினான்.

பௌர்ணமி இரவில்
பூமியே தங்கம்
தென்னங்கீற்றுகளுக்கும்
வெள்ளி முலாம்!
இல்லாதோர்க்கு இறைவன்
தரும் பொற்குவியல்!
இயற்கையை ரசிப்பவன்
பெரும் பணக்காரன்.

"வாவ்...! என்ன ஆச்சர்யம்...? எப்படா நீ கவிதை பாட ஆரம்பிச்ச...?"

"இதான் என் முதல் கவிதை."

"பொய்."

"பொய்யில்லடா. நீ முடியாதுன்ன! நா முடியும்னு முயற்சி பண்ணினேன். எனக்கே ஆச்சர்யம்தான்."

சூர்யா பிரம்மித்தான்.

"கவிதை உணர்வு: ஐ திங்க் எல்லாருக்குள்ளயும் இருக்கும்னு நினைக்கறேன். நம்ம பேச்சுலயே சில நேரம் அது ஒரு ரிதத்தோட வெளிப்படறதுண்டு. இன்னும் கொஞ்சம் நகாஸ் வேலை பண்ணினா அதுதான் கவிதை."

"அப்ப நானும்கூட எழுதலாங்கறயா?"

"கண்டிப்பா! முயற்சி பண்ணினா முடியாதது எதுவும்மில்ல."

"நா நம்ப மாட்டேன். அது ஒரு வரம்! இதுன்னு இல்ல! எந்த கலையுமே வரம்தான்."

"தன்னம்பிக்கையில்லாதவன் பேசற வேதாந்தம் இது."

அதற்குப் பிறகு சூர்யாவும் எல்லாவற்றையும் உற்று உற்றுப் பார்த்தான். கவிதையாவது! கட்டுரைகூட வரவில்லை.

அதே நேரம் அரவிந்தன் ஒரு டைரி முழுக்க குட்டி குட்டி கவிதையாய் எழுதித் தள்ளினான்.

"உனக்கு தாண்டா சூர்யா நான் நன்றி சொல்லணும். எனக்குள்ள இப்டி ஒரு கவிஞன் இருக்கறது எனக்கே தெரியாம இல்ல இருந்தது. என் முதல் கவிதை உன்னாலதானே பிறந்தது?"

அரவிந்தன் நன்றி சொல்ல, சூர்யா தனக்குள் என்ன திறமை இருக்கிறது என்று தேடினான்.

படிப்பு மோசமில்லை. பாட்டு கேட்க பிடிக்கும். ஓவியம் ரசிக்கப் பிடிக்கும். விளையாட்டுதான் சின்ன வயதிலிருந்து அவனுக்கு மிகவும் பிடித்த விஷயம். அரவிந்தனுக்கு விளையாட்டில் பெரிதாக ஆர்வமில்லை. வீம்புக்காக விளையாடுவானே தவிர ஈடுபாட்டோடு விளையாடமாட்டான். ஆனால் சூர்யா அப்படியல்ல. தன்னையே மறக்கும் அளவுக்கு தீவிரமாக விளையாடுவான். புட்பாலும், கிரிக்கெட்டும் மிகப் பிடித்தமான விஷயம். பள்ளியில் படித்த காலத்தில் கிரிக்கெட் அணியின் கேப்டன் அவன்தான். இரண்டு மூன்று இன்டர். ஸ்கூல் மாட்சுகளில் வெற்றிவாகை சூடியிருக்கிறான். மற்றபடி ஒரு சராசரி மனிதன் தான்.

சூர்யாவுக்கு தன்னைப்பற்றி கவலை ஏற்பட்டது. தான் இப்படி இருப்பது போதாது என்று தோன்றியது.

"வாங்கோ ப்ரண்ட்ஸ்! ராத்திரி நன்னா தூங்கினேளா...?" மாமா ஹிண்டு பேப்பரோடு வரவேற்றார். அரவிந்தன் அவரருகில் சென்று பேப்பரில் கண்களை மேய விட்டான்.

"இந்தா நிதானமாவே படி." மாமா பேப்பரை அவனிடம் கொடுத்து விட்டார்.

மாமி இருவருக்கும் காப்பியும், பிஸ்கட்டும் கொண்டு வந்தாள். சூர்யா பவ்யமாக வாங்கிக் கொண்டான்.

"ஏன் மாமி உங்க பசங்க எங்க?" சூர்யா கேட்டான்.

"எனக்கு ஒரே பொண்ணுதானேடா. அவளும் இங்க இல்ல."

"எங்க...?"

"பெங்களூர்ல இருக்கா."

"ஏன் இங்க வெச்சுக்கல?"

"ஆமா... இவருக்கு ஊர் ஊரா டேரா போடற உத்யோகம், இதோட இந்தியா முழுக்க இருந்தாச்சு. இப்பதான் ஸ்திரமா மெட்ராஸ்னு வந்திருக்கோம். இப்ப போய் வாடின்னா எம் பொண்ணு தாத்தா பாட்டிய விட்டு வர மாட்டேங்கறா. குழந்தைலேர்ந்து விட்டுட்டு இப்ப கூப்ட்டா வருவாளா...? இந்த வெதரும் அவளுக்கு ஒத்துக்கல. பெங்களூர் மாதிரி வராதுன்னு சொல்றா."

"என்ன படிக்கறா...?"

"பத்தாங்கிளாஸ் தான். ஆனா படுவக்கணையா பாட்டி மாதிரி பேசும்."

சூர்யாவுக்கு அவளைப் பார்க்க வேண்டும் போலிருந்தது.

முதல் நாள் கல்லூரி ஒரே வண்ண மயமாயிருந்தது. திருவிழாவில் தொலைந்து போனது போலிருந்தது அரவிந்தன் எல்லாரோடும் சட்சட்டென்று பழகினான் சூர்யாவால் முடியவில்லை.

அறிமுகத்திலேயே நாள் முழுக்க சென்றது. ஒரு வகுப்பும் ஒழுங்காக நடக்கவில்லை. மாலை வீடு திரும்புவதற்குள் அரவிந்தன் பல பேருக்கு நண்பனாகி இருந்தான்.

"சின்ன வயதிலிருந்தே ஒன்றாக பழகி வளர்ந்தும் இருவருக்கும் இடையில் எத்தனை வித்யாசங்கள் ஏன் அவனைப் போல் தன்னாலோ, தன்னைப் போல் அவனாலோ இருக்க முடியவில்லை? அவரவர்க்கென்று தனிக்குணங்கள் இருந்துதான் தீருமோ?"

"என்னடா யோசனை...?"

"அதெப்படி அரவிந்தா உன்னை மட்டும் எல்லார்க்கும் பிடிச்சு போயிடறது...?"

"என்னை எல்லார்க்கும் பிடிக்கறதோ என்னவோ எனக்குத் தெரியாது. ஆனா எனக்கு ஒரே ஒருத்தனைத்தான் பிடிக்கும். அவன்தான் என் ஆத்மார்த்த சிநேகிதனா இருக்க முடியும்."

"யாரது...?"

"இந்த கேள்வி கேட்டதுக்கு உன்னை வெட்டலாம் தப்பில்ல. ஆனா அது தற்கொலையாய்டுமே."

சூர்யா விழி விரியப் பார்த்தான். கண்கள் பளபளக்க, நண்பனை அணைத்துக் கொண்டான்.

❋❋❋

அத்தியாயம் 3

நள்ளிரவு பாஸஞ்சரிலும் அரவிந்தன் வரவில்லை. அதுவரை இருந்த தைரியமும் நம்பிக்கையும் ஒரேயடியாகக் குறைய சூர்யாவின் இரத்த அழுத்தம் கூடியது. தளர்ந்த நடையோடு வீடு திரும்பினான். மண்பாதையில் தவளைகள் சுதந்திரமாய் குறுக்கும் நெடுக்கும் குதித்துச் சென்றன. சத்திரத்து வாசலிலேயே கற்பகமும், கிட்டு மாமாவும் மீனாட்சியும் காத்திருந்தார்கள்.

"என்னடா...?" மீனாட்சி மெல்ல கேட்க, சூர்யா அவளை வெற்றுப் பார்வை பார்த்தான். கற்பகத்தின் கண்கள் குபுக்கென்று பொங்கியது.

"போன் பண்ணினயா?" கிட்டு மாமா கேட்டார்.

"பண்ணினேன். ரிங் போயிண்டே இருக்கு ரெஸ்பான்ஸ் இல்ல."

"கடவுளே நா இப்போ என்ன செய்வேன். விடிஞ்சா முகூர்த்தம். ஊரெல்லாம் விசாரிக்குமே!"

"என்னாச்சு... வந்தானா இல்லையா?" பின்னால் ஜானகி புருஷனின் குரல் கேட்டது.

"என்னாச்சு தெரியலயே... இன்னும் காணும்."

"எனக்கு தெரியும். அவன் வர மாட்டான். எல்லாரும் சேர்ந்து என் பொண்ணு வாழ்க்கைக்கு உலை வெச்சுட்டேள்... நா விடமாட்டேன்" ராகவன் உறுமினார்.

"மாமா ப்ளீஸ்...!" சூர்யா அவரை சமாதானப்படுத்தினான்.

"சின்ன வயசுலேர்ந்து அரவிந்தனைப் பற்றி உங்களுக்குத் தெரியாதா? இவா எல்லாரும் புதுசா... ஏன் இப்டியெல்லாம் பேசறேள்...?"

அவன் பழைய அரவிந்தன் இல்லடா! பெரிய உத்யோகம். வெளிநாட்டுக்கு போய் படிச்சுட்டு வந்தவன். அவனுக்கு பொண்ணு கொடுக்க கோடீஸ்வராள்ளாம் கியூல நிக்கும்போது எங்கேர்ந்து எம்பொண்ணை கட்டிப்பான்?"

"மாமா...!" சூர்யா அதட்டினான். 'அவனைக் கேட்டுதான் தேதியே குறிச்சிருக்கு சும்மாருங்கோ.'

"அவன் உங்க எல்லோரையும் கூடத்தான் ஏமாத்தியிருக்கான்."

"ராகவா சித்த பொறுமையா இரேன். அரவிந்தனைப்பத்தி தெரிஞ்சும் நீ இப்டி பேசப்படாது."

மீனாட்சி தன் தமையனை கடிந்து கொண்டாள்.

"அது சரி உம் பொண்ணுக்கா கல்யாணம் நிக்கப் போறது? உனக்கா தலைகுனிவு ஏற்படப் போறது! பேச மாட்ட...?"

இந்த சொல் கேட்டு மீனாட்சியின் முகம் வாடிப் போயிற்று. சூர்யா கோபத்தை அடக்கிக் கொண்டு பேசினான்.

"ஒரு வேளை நாலு மணி வண்டில வரானோ என்னமோ? அவனுக்கு அங்க என்ன பிரச்சனைன்னு தெரியாம எதுக்கு ஒருத்தரை ஒருத்தர் காயப்படுத்திண்டு...? போய் சித்த நாழி எல்லாரும் படுங்கோ. முகூர்த்தம் ஒன்பது மணிக்கு மேலதானே? கண்டிப்பா அரவிந்தன் வந்துடுவான்."

"அப்டி வரலன்னா...?" ராகவன் எரிச்சலோடு கேட்க சூர்யா அவரை அமைதியாகப் பார்த்தான்.

''வருவான் மாமா! ஆனந்தி அரவிந்தனுக்காக பொறந்தவ. இதுக்குமேல் எதுவும் இப்பொ கேட்க வேண்டாம்.'' சூர்யா வேகமாக நகர்ந்தான்.

மாப்பிள்ளை இன்னும் வந்து சேராத செய்தி அதற்குள் சத்திரம் முழுக்க பரவ பாதி தூக்கத்தில் அவரவர்கள் எழுந்து உட்கார்ந்து கூடிக் கூடி பேசிக் கொண்டிருந்தனர்.

''இப்போ என்ன செய்வான் ராகவன்?''

''ஏன் இப்டி பண்ணித்து அந்த பிள்ளை...?''

''இஷ்டமில்லாட்டி இல்லன்னு சொல்றதை விட்டுட்டு எதுக்கு இவ்ளோ ஏற்பாடும் ஆன பிறகு கழுத்தறுக்கணும்?''

''வேணும் அந்த ஆனந்திக்கு! என்னமோ ஊர்ல உலகத்துல இல்லாத ராஜகுமாரன்னு தன் அம்மாஞ்சியத் தூக்கி தலமேல வெச்சுண்டு கூத்தாடினதென்ன...? இனிமே அந்த கொட்டம் அடங்கிடும்.''

''சின்ன வயசுல இவா முடிச்சுப்போட்டா ஆச்சா...? பகவான்போட வேண்டாமா? எம்பிள்ளைக்கு பண்ணிக்கறேன். சீர் சினத்திகூட வேண்டான்னேன் ராகவன்கிட்ட அவனுக்குகூட சம்மதம்தான்... ஆனா அவன் பொண்டாட்டிதானே அவன் மனசைக் கலைச்சா...!''

''அதானே! உங்க பிள்ளை எந்தவிதத்துல அந்த அரவிந்தனைவிட குறைஞ்சு போய்ட்டானாம்?''

''அது ஜானகிக்கு தெரியலையே எனக்கில்லாத சொத்து பத்தா? ஏதோ படிப்பு கொஞ்சம் எம்பிள்ளைக்கு கம்மி. ஆனா அவன் எதுக்கு உத்யோகத்துக்கு போணும்னேன்: உக்காந்து தின்னாலே இன்னும் எட்டு தலைமுறைக்கு பணமிருக்கே பத்தாதா? கற்பகத்துக்கு என்ன இருக்கு. அக்ரஹாரத்துல இந்த வீட்டை விட்டா?''

''இதெல்லாம் புரியறவாளுக்கு புரியணும். எல்லாரும் சேர்ந்து அரவிந்தனை தலமேல வெச்சுண்டு கூத்தாடினா.

இன்னிக்கு அவன் நன்னா காலை வாரி விட்டுட்டான். அவதிப்படட்டும்.''

"அவதியாவது சகுந்தலா நீ வேணா பார். ராகவன் கடசில உன் கால்ல வந்து விழுவான். உம்பிள்ளைக்கு என் பொண்ணைக் கட்டிக்கோன்னு கெஞ்சுவான். வேணாம்னா சொல்லிடுவ?''

"வரட்டும் பார்ப்போம்.''

"வந்தா என்ன செய்வ...?''

"இதான் சமயம்னு என பெருந்தன்மையை காட்டறாப்பல காட்டி கல்யாணத்தை நடத்துவேன். ராகவனுக்கு சம்பந்தியாவேன். அதுக்கப்பறம் பார் இந்த சகுந்தலா யாருன்னு. கற்பகம் குடும்பத்தை, இவாளைவிட்டு கொஞ்சம் கொஞ்சமா பிரிக்கல...? எம்பேரை மாத்திப்பேன்!''

"அப்டி சொல்லு! சக்குவா கொக்கா?''

உக்கிராண அறையிலிருந்து இரண்டு வாழைப்பழம் எடுத்து சாப்பிடலாம் என்று வந்த சூர்யாவின் காதில் ஜன்னலுக்கு வெளியே கூடத்தில் அடிக்குரலில் பேசிக் கொண்டிருந்தவர்களின் சம்பாஷணை முழுக்க கேட்க

சூர்யா திகைத்துப் போனான்.

மனிதர்கள் எவ்வளவு மோசமாகி விட்டார்கள். கூனிகளும் சகுனிகளும் யுகத்துக்கு யுகம் பிறந்து கொண்டேதான் இருப்பார்களா? அரவிந்தன் வரமாட்டான் என்றே முடிவு கட்டிவிட்டார்களா! இவர்கள்!

சூர்யா எடுத்த பழத்தை தின்னப் பிடிக்காமல் வைத்துவிட்டு சத்திரத்தைவிட்டு வெளியில் வந்து திறந்த வெளியில் ஒரு ஓரமாக கயிற்றுக் கட்டிலில் மல்லாந்து படுத்து தலைக்கடியில் கைகளை வைத்துக் கொண்டான்.

கோடை விடுமுறைக்கு மட்டும்தான் ஊருக்குச் செல்வதென்று ஆரம்பத்திலேயே முடிவு செய்துவிட்டதால் சின்னச் சின்ன விடுமுறைகள் எல்லாம் படிப்பிலும், பொழுது போக்கிலும் கழிந்தது. அரவிந்தனின் மாமா ஒரு நல்ல சிநேகிதனாகவும் இருந்ததால் பொழுது போக்குக்கோ சிரிப்புக்கோ அரட்டைக்கோ பஞ்சமேயில்லாமல் போனது.

கோடை விடுமுறைக்கு முன்பு பரிட்சை சமயத்தில் அந்த கடிதம் வந்தது ஊரிலிருந்து.

''ஹலோ பிரண்ட்ஸ்'' என்றபடி மாடிக்கே கடிதத்தை எடுத்துக்கொண்டு வந்தார் மாமா.

''ஊர்லேந்து லெட்டர் வந்திருக்கு என்ன சேதி சொல்லுங்கோ பார்க்கலாம்.''

''லெட்டர் யாருக்கு வந்திருக்கு? எங்களுக்கா உங்களுக்கா?'' அரவிந்தன் கேட்டான்.

''எனக்குதான்.''

அரவிந்தன் ஒரு வினாடி கண் மூடி யோசிக்க சூர்யா இருவரையும் மாறி மாறிப் பார்த்தான். அவனுக்கு ஒன்றும் தோன்றவில்லை.

ஒரு வினாடிக்குப் பிறகு சடக்கென்று கை சொடுக்கியபடி மாமாவைப் பார்த்தான் அரவிந்தன்.

''ஆனந்திக்கு ஏதோ விசேஷம் சரியா...?'' என்றான் சிரித்தபடி. மாமா வியப்போடு அவனைப் பார்த்தார். ''அதெப்டி ப்ரண்ட் அவ்ளோ கரெக்டா சொல்லிட்டேள்?''

''ஆனந்திக்கு என்ன மாமா விசேஷம்'' சூர்யா இன்னும் புரியாமல் கேட்டான்

''பதிமூணு பதினாலு வயசுல ஒரு பொண்ணுக்கு என்ன விசேஷம் வரும் நினைக்கற தோழா?''

மாமா புன்சிரிப்போடு சொல்ல சூர்யாவுக்கு சட்டென்று விளங்கியது.

"ஓ... ஓ..."

"அதே... அதேதான்."

"அதெப்டிடா அவளோ கரெக்டா சொன்ன?" மாமா போனதும் அரவிந்தனிடம் கேட்டான்.

அரவிந்தன் பதில் சொல்லாமல் சிரித்தவன் தன் புஸ்தகம் ஒன்றிலிருந்து வேறொரு கடிதம் ஒன்றை எடுத்துக் காட்டினான்.

"ஆனந்தியே எனக்கு எழுதியாச்சே."

"எப்படா வந்துது?"

"மாமாவுக்கு வரும்போதுதான்! நேத்தே வந்தாச்சு! கேட் பாக்ஸ்லேர்ந்து என்னுதை மட்டும் எடுத்துண்டு மாமாவோடதை உள்ள கொண்டு வச்சதே நான்தான்."

"கேடிடா நீ!" சூர்யா சிரித்தான். அன்றிரவு அரவிந்தனுக்கு தூக்கம் வரவில்லை. மொட்டை மாடியில் உலாத்தினான்.

"என்னடா ஆச்சர்யமார்க்கு. படுத்ததும் தூங்கிடுவ என்னாச்சு?" சூர்யாவின் குரல் கேட்க திரும்பினான்.

"ப்ஸ்... ஒண்ணுல்ல."

"எனக்குத் தெரியும் என்னன்னு."

"என்ன...?"

"ஆனந்தியப் பார்க்கணும் போல துடிக்கறது இல்ல."

அரவிந்தன் அவனருகில் வந்து அவனை உற்றுப் பார்த்தான்...

"தப்பாடா...?"

"நா அப்டி சொன்னேனா...?"

"கஷ்டமார்க்குடா சூர்யா. இங்க எல்லா வசதியும் இருக்கு. மாமாவை மாதிரி அற்புதமான மனுஷனைப் பார்க்கவே முடியாது. ஆனாலும் மனசு அவளையே சுத்தி சுத்தி வரது. எப்படா படிப்பு முடியும்னு இருக்கு...?"

"வேணாம் அரவிந்தா கட்டுப்பாடு முக்கியம். ஆனந்தி உன்னோடவ. உனக்காகவே பிறந்தவ! அவ பிறந்தவனேயே நிச்சயம் பண்ணின விஷயமிது. நேசத்தை வெளிப்படுத்த இது வயசும் இல்ல; காலமும் இல்ல. முதல்ல நம்ம, வாழ்க்கையை நிர்ணயம் பண்ணிக்கணும். வீடு கட்டாம காலி மனைல குடிபோக முடியுமா...?"

"ச்சேச்சே நா அப்டியெல்லாம் என்னை மறந்துடல. சூரி. இதனால் என் படிப்போ லட்சியமோ பாதிக்கல. ஆனா அவ கூட இருந்தா இன்னும் அழுத்தமா என் திறமைகளை வெளிப்படுத்த முடியும்னு தோண்றது."

"புரியறது அரவிந்தா ஆனா அதுக்கான சூழ்நிலைகள் எதுவும் இல்லாதப்பொ அதைப்பத்தி யோசிச்சு குழப்பிப்பானேன்?"

அரவிந்தன் எதுவும் பேசவில்லை.

மறுநாள் காலை டிபன் சாப்பிடும்போது மாமா தன் எதிரில் அமர்ந்திருந்த இருவரையும் பார்த்து பேசினார்.

"இன்னிக்கு மத்தியான வண்டில நா உங்க ஊருக்கு போறேன். அம்மாஞ்சி சீர்னு ஆனந்திக்கு ஏதாவது வாங்கி வெச்சிருக்கேளா... கொடுக்கணும்னா உங்க பேர் சொல்லி கொடுத்துடுவேன்."

மாமா பளிச்சென்று கேட்கவும் ஒரு வினாடி தடுமாறிப் போனான் அரவிந்தன். மாமா அவன் தடுமாற்றத்தைக் கண்டு சிரித்தார்.

"என்ன தோழா? எங்கிட்ட எதுக்கு அனாவசிய கூச்சம்?"

"அது...மாமா..."

"நேத்து சாயங்காலம் உன்னை பனகல் பார்க்கிட்ட பார்த்தேனே! கையில நல்லிக்கடை பை, உள்ள பட்டுப் புடவை பெட்டி!"

"அடேய்...!" சூர்யா பிரம்மிப்போடு அரவிந்தனைப் பார்க்க அரவிந்தனின் முகம் சிவந்து குனிந்தது.

"தப்பில்ல தோஸ்த்!" மாமா எழுந்து அவனருகில் வந்து உற்சாகத்தோடு அவன் முதுகில் தட்டினார்.

"எனக்கும் ஓரளவுக்கு விவரம் தெரியும் உங்க வயசு கடந்து வந்தவன்தான். இதுல என்ன வெக்கம்? நமக்கு பிரியமானவாளுக்கு நாம் செய்யறோம்! இஷ்ட தெய்வத்துக்கு இஷ்டப்பட்டதை செய்யறதில்லையா? அதே மாதிரி! தான். இஷ்டப்படறவாளுக்கு நம்ப பிரியத்தை காட்டறோம். ஆயிரம் பேர் ஆயிரம் செஞ்சாலும் நீ எடுத்த பட்டுப்புடவை தரப் போற சந்தோஷத்தை மத்ததெல்லாம் குடுத்துடுமா அந்த பொண்ணுக்கு...?"

மாமா பேச, அரவிந்தன் பிரம்மித்தான்.

அன்று மதிய வண்டியில் மாமாவோடு அரவிந்தன் ஆனந்திக்கு வாங்கிய பட்டுப்புடவையும் பயணித்தது.

"சூர்யா என்னடா தூங்கிட்டயா...?" அம்மாவின் குரல் காதில் விழ சூர்யா பதறி எழுந்தான்.

"என்னம்மா..."

"மணி மூணறைடா. நீ ரயிலடிக்கு கிளம்பு."

சூர்யா எழுந்தான். வாய் கொப்புளித்துவிட்டு அவசரமாய் அம்மா கலந்து கொடுத்த காப்பியை விழுங்கிவிட்டு கிளம்பினான்.

"பிள்ளையாரை மூணு சுத்து சுத்திட்டு போடா சூர்யா அரவிந்தன் இந்த வண்டிலயாவது வந்திறங்கட்டும்."

அம்மாவின் குரலில் கவலையிருந்தது அரவிந்தன் நம்பிக்கையோடு புறப்பட்டான் ஏதேதோ யோசனையில் அரச மரத்தடி பிள்ளையாரை அனிச்சையாய் கடந்து சென்றான்.

நாலு மணி பாஸஞ்சர் பதினைந்து நிமிடம் லேட்டாக வந்தது. அரவிந்தன் அதிலும் வரவில்லை.

❋❋❋

அத்தியாயம் 4

பொழுது பொலபொலவென்று விடிந்துவிடும் போலிருந்தது. அரவிந்தனின்றி தனித்து வந்த சூர்யாவின் நடை சுத்தமாய் தளர்ந்திருந்தது. பிள்ளையாரைச் சுற்றாமல் போனதாலா...? உள்ளே சின்னதாய் உறுத்தியது. இல்லை சுற்றிவிட்டு போயிருந்தாலும்கூட அரவிந்தன் வந்திருக்கமாட்டான். சென்னையிலிருந்து அவன் ரயிலேறியிருந்தால் தானே வந்திருப்பான். என்னவாயிற்று அவனுக்கு...? ரயில் பத்திரமாகத்தான் வந்திருக்கிறது.

அவன் ரயிலில் ஏறியிருந்தால் கண்டிப்பாக பத்திரமாக வந்து சேர்ந்திருப்பான். ஒருவேளை வீட்டிலிருந்து ரயிலடிக்கு வரும் வழியில் ஏதாவது... ச்சேச்சே இருக்காது. அப்படியிருந்தால் இந்நேரம் ஒரு தந்தி வந்திருக்குமே. இப்போது என்ன சொல்ல...? எப்படி அனைவரையும் எதிர்நோக்குவது...? முக்கியமாய் ஆனந்தியை...!

கிட்டுமாமா தெருமுனைக்கே வந்துவிட்டார். "என்னடா சூரி...?"

"காணலை மாமா" சூர்யாவின் கண்கள் கலங்க, மாமா அப்படியே தலையில் கை வைத்துக் கொண்டு தெருவோரக் கல்லில் அமர்ந்து விட்டார்.

"நா எந்த முகத்தோட ராகவனைப் பார்ப்பேண்டா சூரி. எம் பிள்ளைக்கு என்னாச்சு......? ஏன் வரல...?"

"ஒண்ணும் புரியலையே மாமா..."

"எனக்கு பயம்மார்க்குடா சூரி! ராகவன் நேத்துலர்ந்தே கத்த ஆரம்பிச்சுட்டான். நா அவனை சமாளிப்பேனா? என் பிள்ளையைப்பத்திக் கவலைப்படுவேனா...?"

மாமாவின் துக்கம் அழுகையாய் மாற, சூர்யா பதறிப்போனான்.

"என்ன மாமா இது குழந்தையாட்டம்...? அரவிந்தனுக்கு ஒண்ணும் ஆகியிருக்காது. அவனோட ஆபீஸ் பத்திதான் தெரியுமே எப்பவும் ஏதாவது அவசரம்தான். அமெரிக்காவும் லண்டனும் ஏதோ கொல்லைப்பக்கம் இருக்காப்பல நினைச்சுண்டு அரவிந்தனை அவா அடிக்கடி அனுப்பறது தெரியாதா? அந்த மாதிரி ஏதாவது அவசர காரியமா எங்கயாவது வெளியூர்க்கு அனுப்பியிருப்பா."

"அவனுக்கு கல்யாணம்னு தெரிஞ்சுமா அப்படி செய்வா...?"

"முக்கிய வேலையா இருக்கும் மாமா. கிணத்துத் தண்ணியை எந்த ஆத்து வெள்ளம் கொண்டு போய்டப் போறதுன்னு இவனும் அவசரமா புறப்பட்டு போயிருப்பான்."

"அது சரி அப்பொ நமக்கு ஒரு தகவலாவது வந்திருக்கணுமே. அவ்ளோ பொறுப்பில்லாமயா அரவிந்தன் நடந்துப்பான்ற!"

"நா ஒரு நடை சென்னைக்கு போய்ட்டு வந்துடறேன் மாமா."

"அது அப்பறத்து கவலைடா சூரி. இப்பொ கல்யாணம் நிக்கப்போறதே! ராகவனை நா எப்டி சமாளிப்பேன்...?"

"நா ஏதாவது சொல்லி சமாளிக்கறேன் வாங்கோ."

சூர்யா அவரை சமாதானப்படுத்தி அழைத்துக் கொண்டு நடந்தான். கூனிக்குறுகி நடந்தார் அவர்...

"ராகவா ஒரு நிமிஷம் வாயேன் உங்கிட்ட கொஞ்சம் பேசணுமே."

கொல்லைப் பக்கம் வாய் கொப்புளித்துக் கொண்டிருந்த ராகவன் குரல் கேட்டு திரும்பினார். பின்னால் நின்றிருந்த சகுந்தலாவைக் கண்டதும் முகம் மாறினார். சகுந்தலா அவருக்கு தூரத்து உறவு. ஏற்கனவே அவள் பிள்ளைக்கு ஆனந்தியைப் பெண் கேட்டாள். அவருக்கு நப்பாசைதான். நஞ்சையும் புஞ்சையும் தோட்டமும் துரவுமாய் சகுந்தலாவுக்கு சொத்துக்கள் அதிகம். காய்கறியிலிருந்து தானியங்கள் வரை அவள் எதுவும் விலை கொடுத்து வாங்குவதில்லை. அறுவடை முடிந்ததும் குத்தகைக்காரர்கள் மூட்டை மூட்டையாய் தானியங்களும் கூடை கூடையாய் காய்கறியும் பழங்களும் இறக்கிவிட்டுப் போய்விடுவார்கள்.

அவைகளை சுத்தப்படுத்தி பத்திரப்படுத்தி வைப்பதற்கே இரண்டு மூன்று வேலையாட்கள் வீட்டில் உண்டு. புருஷனும் பொண்டாட்டியும் பர்மா தேக்கினால் இழைக்கப்பட்டு பளபளக்கும். ஊஞ்சலில் கம்பீரமாய் உட்கார்ந்து காலாட்டியபடியே அனைவரையும் கை சுடக்கில் ஆட்டிப்படைப்பார்கள். சகுந்தலா தினசரிக்கு அணியும் நகைகளே ஐம்பது பவுனுக்குத் தேறும். கோடை காலத்தில்கூட வீட்டில் கட்டுவது பட்டுப்புடவைதான். இத்தனை சொத்துக்கும் ஒரே வாரிசு அவள் பிள்ளை ரங்குதான்.

அரவிந்தன் அளவுக்கு ரங்குவுக்கு அழகோ படிப்போ சமத்தோ இல்லை என்பதாலும் ஆனந்தி பிறந்ததுமே அரவிந்தனுக்குத்தான் என்று பெண்கள் எல்லாம் தீர்மானம் செய்துவிட்டதாலும் சகுந்தலா ஆனந்தியை பெண் கேட்டு வந்தபோது பெண் தர மறுத்துவிட்டனர். "ஏண்டா ராகவா உங்காத்து பொம்மனாட்டிகளுக்குதான் புத்தியில்ல! உனக்குமா கண் அவிஞ்சுப்பிடுத்து...? என் பணமும் அந்தஸ்தும் மறந்து, இறங்கி வந்து பெண்ணைக் கொடுங்கறதுனால

இளப்பமா நினைச்சுட்டயா... இன்னும் எட்டு தலைமுறைக்கு உடம்பசைக்காம உக்காந்து உண்ணலாம்டா உம் பொண்ணு!''

சகுந்தலா தன் வைர பேசரி டாலடிக்க கோபமாய் பேச, ராகவன் ஒரு வினாடி தடுமாறினார்.

''நா என்ன செய்யட்டும் சக்கு... எனக்கும் மேல பெரியவா எடுத்த முடிவு இது! அதுவுமில்லாம ஆனந்தியும் அரவிந்தனும் ஒருத்தரை ஒருத்தர் விரும்பறா. குழந்தைல நிச்சயம் பண்ணின விஷயம் இது. உனக்கென்ன... உம் பிள்ளைக்கு பொண்ணா கிடைக்கமாட்டா...? எம்பொண்ணுக்கு அந்த அதிர்ஷ்டமில்ல என்ன செய்ய...?''

அப்போதைக்கு ராகவன் சொன்ன பதில் இது. சகுந்தலா முகம் சிவக்கப் போய்விட்டாள். அதற்குப் பிறகு அவரோடு முகம் கொடுத்துக்கூட பேசவில்லை. ஆனால் உறவாயிற்றே என்று ராகவன் கல்யாண பத்திரிகை அனுப்பியிருந்தார். என்ன பவிஷால கல்யாணம் நடக்கறதுன்னுதான் பார்த்துட்டு வந்துடறேனே என்கிற பொருமலோடுதான் சகுந்தலாவும் வந்திருக்கிறாள். பச்சோந்தி உறவுகள் அவள் கழுத்து நகைகளையும் கை வளையல்களையும் பார்த்து மொய்த்துக் கொண்டு குசலம் விசாரித்தன. கொண்டாடின...

''உன்னாட்டம் வருமா'' என்று புகழ்ந்தன.

சகுந்தலாவின் பார்வையில் ஒரு மதர்ப்பு திமிர்!

போறாத காலம் மாப்பிள்ளை வரவில்லை.

ஜானவாசம் நின்ற போதே சகுந்தலாவுக்கு உள்ளூர மகிழ்ச்சி. நன்றாய் வேண்டும் உனக்கு என்பதுபோல் ராகவனை இளக்காரமாய்ப் பார்த்தாள்.

அவரால் அவள் பார்வையைத் தாள முடியவில்லை. அவளைக் கண்டாலே மிரண்டு போய் ஒதுங்கினார். இப்போது அவளே பின்னால் வந்து நின்று ராகவா என்றழைக்கிறாள். ஏதோ பேச வேண்டும் என்கிறாள் என்ன பேசப் போகிறாள்?

என்னை அவமானப்படுத்தினாயே அதற்கு உனக்கு பகவான் கை மேல் கொடுத்துவிட்டார் பார் என்று குத்திக்காட்டுவாளா...?

கிணற்றடியில் தன் கையிலிருந்த புடவை ரவிக்கையை வைத்த சகுந்தலா அவரை கம்பீரமாய் ஏறிட்டுப் பார்த்தாள்.

"பொண்ணுக்கு கல்யாணமா?" என்றாள் ஏகத்தாளமாய். ராகவனின் முகம் சிவந்தது.

"எனக்கு எல்லாம் தெரியறது. உன் நிலைமை புரியறது! ஆனா உனக்கு இந்த நிலை தேவையா சொல்லு..."

"கம்பீரமா நிமிர்ந்து நிக்க வேண்டியவன் எதுக்கு இப்டி நிலம் பாய்ந்து நிக்கற...? படிப்பு உசத்திதான் நா இல்லன்னு சொல்லல. ஆனா படிச்ச படிப்பு அவனுக்கு பொறுப்பையும் விவேகத்தையும் கொடுத்திருக்கா...? இல்லையே! கொடுத்திருந்தா...? இப்டி வராம இருப்பானா...? எவ்ளோ ஏற்பாடுகள்...! எல்லாம் வீணாப் போகவிடுவானா...? கடசில அவன் புத்தியை அவன் காட்டிட்டான் பார்த்தயா...?"

அவள் பேசப்பேச ராகவனின் முகம் அவமானத்தில் சிறுத்தது. அவள் எதிரில் நிற்பதே கடினம் என்பதுபோல் தவித்தார். அப்படியே காணாமல் போய் விட்டால் தேவலை போலிருந்தது.

"இப்பவும் ஒண்ணும் கெட்டுப் போய்டல ராகவா. நீ 'ம்' னு ஒரு வார்த்தை சொல்லு. உனக்கு எந்த அவமானமும் வராம, இத்தனாம் ஏற்பாடுகளும் வீணாகாம இந்த கல்யாணத்தை நடத்திடுவோம். ஆனந்தி ரங்குக்குதான்னு பகவான் போட்ட முடிச்சை - மனுஷனால் மாத்திட முடியுமோ? இந்த க்ஷணம் என் உடம்புல இருக்கற அத்தனை நகையும் கழட்டி போட்டு உன் பொண்ணை ஜொலிக்க வெக்கறேன் பார்."

ராகவன் அதிர்ந்தார். அவள் பேசுவதெல்லாம் உண்மைதான் என்று அவருக்குத் தோன்றியது.

தாமிரபரணியோரம் நஞ்சையும் புஞ்சையுமாய் கண்ணுக் கெட்டிய தூரம் வரை பச்சைப்பசேல் என்ற நிலமும் நீச்சும், கோட்டை போல் வீடும், குதிர்குதிராய் தானியங்களும் வேளைக்கொரு பட்டுப் புடவையும், ஆபரணங்களும். ஆனந்திக்கு கிடைக்கப் போகிறதெனில் எதற்கு தடுக்க வேண்டும்? என்ன இருந்தாலும் பணம்தானே மனிதர்களுக்கு தைரியம் கொடுக்கிறது! பணம்தானே மனிதனுக்கு பளபளப்பும் கம்பீரமும் கொடுக்கிறது. படித்தவன் என்று நம்பி அரவிந்தனிடம் மோசம் போனது போதும். ஏதோ ஆனந்தியின் நல்ல காலம் என்றுதான் சொல்ல வேண்டும்.

தான்பட்ட அவமானத்தையும் மறந்து சகுந்தலா இந்த அளவுக்கு கேட்கிறாள். இன்னொருவராக இருந்தால் ராசியற்ற பெண் என்று முத்திரை குத்தி ஒதுக்கி விடுவார்கள். அந்த வரையில் சகுந்தலா நல்லவள்தான். இம்முறையும் இவளை உதாசீனப்படுத்தினால் அதைவிட முட்டாள்தனம் எதுவுமில்லை. அதிர்ஷ்டம் ஒருமுறைதான் கதவு தட்டும் என்பார்கள். ஆனந்தியின் விஷயத்தில் அது இரண்டாவது முறை தட்டுகிறது. அதை விட்டுவிடக் கூடாது. கப்பென்று அணைத்துக் கொண்டுவிட வேண்டும்.

ராகவன் ஒரு தீர்மானத்தோடு சகுந்தலாவைப் பார்த்தார்.

"நீ சொல்றதெல்லாம் சரிதான், சக்கு. இத்தனை நாள் பொம்மனாட்டிகள் பேச்சைக் கேட்டு நானும் உன்னை உதாசீனப்படுத்திட்டேன். இன்னிக்கு காட்டறேன் பார் நா யாருன்னு அரவிந்தன் வராட்டா ரங்குதான் என் மாப்பிள்ளை போதுமா."

சகுந்தலாவின் முகம் மலர்ந்தது. "ஏதோ இப்பவானும் உனக்கு சமத்து வந்துதே" என்றாள். ராகவன் முன் வாசலுக்கு விரைந்தார். அதே நேரம் கிட்டு மாமாவும் சூர்யாவும் கவலை அப்பிய முகத்தோடு உள்ளே வர ராகவன் அவர்களை கூர்ந்து

பார்த்தார். அதற்குள் மற்றவர்களும் பரபரவென வாசலுக்கு வர.

“என்னடா... மாப்பிள்ளை எங்கே...?'' ராகவன் சூர்யாவைப் பார்த்து அதிகாரமாகக் கேட்டார்.

“கடவுளே இந்த வண்டிலயும் வரலையா...?'' கற்பகம் சரிந்து உட்கார்ந்துவிட்டாள்.

“இப்பொ என்னடா சூரி செய்யறது...?'' மீனாட்சி கைகளைப் பிசைந்தாள்.

“என்ன செய்யணும்னு எங்கிட்ட கேளுங்கோ நா சொல்றேன்.'' ராகவன் அனைவரையும் ஒரு பார்வை பார்த்துவிட்டு தொடர்ந்தார்.

“உங்க எல்லாரையும் நம்பி நா பட்ட அவமானம் போதும். இப்பவே மாப்பிள்ளை வராத சேதி ஊர் முழுக்க பரவியாச்சு. எல்லாரும் என்னாச்சு ஏதாச்சுன்னு துக்கம், விசாரிக்க ஆரம்பிச்சாச்சு. என்னால் பதில் சொல்லி மாளல. எம்பொண்ணு கல்யாணம் குறிச்ச முகூர்த்தத்துல நடக்கும். மாப்பிள்ளை ரங்கு! சகுந்தலாவோட சீமந்த புத்திரன் ரங்கு!''

“ராகவா... என்ன இது...?'' மீனாட்சி பதற்றத்தோடு ஏதோ பேச முற்பட மற்றவர்கள் இன்னமும் அதிர்ந்துபோய் நின்றிருந்தார்கள்.

“இனிமே இது விஷயமா யாராவது ஏதானம் வாய் திறந்தா கொலை விழும்!'' ராகவன் மிக ரௌத்ரமாக கத்தினார். அதே வேகத்தோடு சகுந்தலாவை அழைத்தார்.

“உம்பிள்ளை விரதத்துக்கு தயாராகட்டும் சகுந்தலா'' என்றார் உறுதியான குரலில்.

❋❋❋

அத்தியாயம் 5

அனைவரும் இடிந்து போயிருந்தார்கள். அரவிந்தனைக் காணாத அதிர்ச்சியோடு ராகவன் எடுத்த திடீர் முடிவு தந்த அதிர்ச்சியும் சேர்ந்துகொள்ள, இனி என்ன செய்வது என்று யோசிக்கும் திறனைக்கூட சுத்தமாக இழந்து போயிருந்தனர். ராகவனை சமாதானப்படுத்துவதென்பது இனி துர்லபம். ஆரம்பத்திலிருந்தே அவருக்கு இதில். ரெண்டாம்பட்ச விருப்பம்தான். சக்குவின் சொத்துக்கள் அவர் மனசை அலைபாய வைத்திருந்தன. ஆனந்தியிடம்கூட நைச்சியமாகப் பேசிப் பார்த்தார்.

"தலைகீழா நின்னாலும் இவ்ளோ பணத்தை நாம் சம்பாதிச்சுட முடியாது ஆனந்தி. ஏதோ உன் அதிர்ஷ்டம் சக்குவுக்கு உன்னைப் பிடிச்சிருக்கு. செலவில்லாம உன்னை அவ பிள்ளைக்கு கட்டிக்கறேன்னு சொல்றா. ரங்குவும் நல்ல பிள்ளைதான். உன் அம்மாஞ்சி அளவுக்கு படிப்பில்லாட்டா என்ன? பணம் கொட்டிக்கிடக்கே அஷ்டலட்சுமியும் சக்குவோட வீட்டுக்குள்ளதான் குடியிருக்கோன்னு சந்தேகம் வராப்ல அப்டி ஒரு வீடு அது! அங்க. மாட்டுப் பொண்ணா போகறதுக்கு பாக்யம் பண்ணியிருக்கணும் என்ன சொல்ற?"

சாதுர்யமாகப் பேசிய தகப்பனாரை ஆனந்தி அமைதியாகப் பார்த்தாள்.

"எனக்கு அஷ்டலட்சுமி வேண்டாம்ப்பா. அம்மாஞ்சி ஒருத்தர் போதும்" என்றாள் உறுதியான குரலில்.

ராகவனின் முகம் சுருங்கியது. "எல்லாருமா சேர்ந்து உன் புத்தியை கெடுத்து வெச்சிருக்கா. இதுக்கெல்லாம் சேர்த்து வெச்சு உன் அம்மாஞ்சி உன் மூஞ்சில கரியைப் பூசுவான் பார்!"

எந்த நேரத்தில் அப்படி சொன்னாரோ அப்படியே ஆகிவிட்டது. அரவிந்தன் ஏன் வரவில்லை என்ற காரணம் தெரியவில்லை. வந்து விடுவான் என்கிற நம்பிக்கையும் நாலு மணி பாஸஞ்சரோடு போயிற்று. ரங்குதான் மாப்பிள்ளை என்று ராகவன் எடுத்த திடீர் முடிவு தீயாய் பரவியது. அங்கங்கே கூட்டம் கூட்டமாய் நின்று இதுபற்றி ஆச்சரியமாய் பேசிக்கொள்ள ஆரம்பித்தனர்.

அரவிந்தன் வந்து சேராத கவலையோடு இரவு முழுக்க கவலையும் பயமும் கண்ணீருமாய் தவித்து விடியல் வேளையில் தன்னை மறந்து உட்கார்ந்த நிலையிலேயே தூங்கிப் போயிருந்த ஆனந்தியை உலுக்கி எழுப்பி விஷயம் சொன்னாள் ஒரு தோழி. ஆனந்தியால் நம்ப முடியவில்லை. அப்பாவா இப்படி ஒரு முடிவெடுத்திருக்கிறார்! அவளை ஒரு வார்த்தைகூடக் கேட்காமல் அரவிந்தன் வராததற்கு ஏதேனும் காரணம் இருக்கலாம். முகூர்த்தத்தை இன்று நிறுத்திவிட்டு பின்னொரு தேதியில் வைத்துக்கொள்வதை விட்டுவிட்டு ஏன் இப்படி எல்லாம்...? இந்த முகூர்த்தத்தில் யாரோ ஒருவன் அவள் கழுத்தில் தாலி கட்டியே ஆக வேண்டும் என்று எதற்காக முட்டாள்தனமாக பிடிவாதம் பிடிக்கிறார்? இந்த ஊருக்கே தெரியும். அவள் அரவிந்தனுக்காகவே பிறந்தவள் என்பதும், அவர்கள் ஒருவரை ஒருவர் நேசிப்பதும். அப்படியிருக்க, அரவிந்தனுக்கு ஏதோ காரணத்தால் வர இயலாததால் முகூர்த்தத்தை தள்ளி வைக்கிறோம் என்று சொன்னால் ஊர் புரிந்துகொள்ளாதா...?

அப்படியே ஊரார் புரிந்து கொள்ளாவிட்டால்தான் என்ன...? குடியா மூழ்கி விடும்! அரவிந்தன் ஏன் வரவில்லை.

அவனுக்கு என்ன ஆயிற்றென்று அறிய முயற்சிக்காமல் அவசர அவசரமாய் ரங்குவோடு அவள் திருமணத்தை நடத்த நினைப்பது எந்தவிதத்தில் நியாயம்...?

ஆனந்தி பொருமினாள். அப்பாவிடம் தன் விருப்பமின்மையைத் தெரிவிக்க ஆவேசமாக எழுந்தாள்.

"எங்கடி ஆவேசமா போற...?" உள்ளே வந்த அம்மா அவளைப் பற்றி நிறுத்தினாள்.

"உங்கப்பா இப்பொ ராமாவதாரமில்ல! நரசிம்மாவதாரம் எடுத்திருக்கார். அவர் எதிர்க்க போக இப்பொயாருக்கும் திராணியில்ல. உன் கொடுப்பனை அவ்ளோதான்னு நினைச்சு மனசைத் தேற்றிக்கோ! வெந்நீர் ரெடியார்க்கு குளிச்சுட்டு விரதத்துக்கு ரெடியாரு. இது உங்கப்பாவோட கட்டளை." அம்மா தளர்ந்த குரலில் சொல்ல சர்வ நாடியும் நடுங்கிப் போனாள் ஆனந்தி.

"என்னம்மா... நீயும் இப்டி பேசற" என்றவள் குரல் நடுங்கியது.

"அப்பா முடிவு பண்ணினா சரின்னுடறதா? எனக்காக அவர்கிட்ட யாருமே பேசலையா?"

"யாராலயும் பேச முடியலடி! சூர்யா ஏதோ பேச வந்தான். அவர் கேட்டாத்தானே? இத்தனை நாள் உங்க பேச்சுக்கெல்லாம் நா மரியாதை கொடுத்துவிட்டது போதும். இனிமேயாவது என்னை மதிக்கப் பாருங்கோ எல்லாரும்னு தீர்மானமா சொல்லிட்டார்."

"என்னால முடியாதுமா... கல்யாணங்கறது கண்ணா மூச்சி விளையாட்டில்ல. ஒருத்தர் காணாப்போய்ட்டா கண்ல அகப்படறவாளை 'பிடிச்சு அவுட்டு'ன்னு சொல்ல.

அப்பாவைக் கூப்டு நா பேசறேன்."

"சொன்னா கேளு ஆனந்தி. அவர் இப்பொ மனுஷனாவே இல்லங்கறேன். புரியாம பேசறயே."

“அவர் கோபத்துக்கு என் வாழ்க்கையை பலியாக்க என்னால முடியாது. வேணும்னா என் உசிரை பலி கொடுக்கறேன்னு சொல்லு.”

ஆனந்தியின் இந்த வார்த்தையைக் கேட்டபடியே ராகவன் வர, அவர் முகம் இன்னும் ரௌத்ரமாயிற்று.

“என்னடி சொன்ன” என்றபடி எதிரில் வந்து நின்றவரைப் பார்த்ததும் இருந்த தைரியமெல்லாம் வற்றிவிட்டாற் போலிருந்தது. நாக்கு மேலண்ணத்தில் ஒட்டிக் கொண்டது. இப்படி ஒரு அப்பாவை இதுவரை அவள் கண்டதேயில்லை. கண்கள் இரண்டும் நெருப்புத் துண்டங்களாய் ஜொலிக்க, மூச்சுக் காற்றில் அனல் பறக்க, பற்கள் நெறிபட, உதடுகள் துடிக்க, இரத்தமாய் சிவந்த முகத்துடன் அக்னிமலையாய் நின்றிருந்தவரை எதிர்த்து என்ன பேச்சு எழும்பும்...? அப்படியும் ஏதோ சொல்ல வாயெடுத்தவள் கன்னத்தில் பளாரென்று அவர் கரம் இறங்க கன்னம் பழுத்து எரிந்தது. கண்ணில் மின்னல் தெரிந்தது. உடல் பலமிழந்து பின்னால் சாய்ந்தது.

“மரியாதையா குளிச்சுட்டு வந்து விரதத்துக்கு உட்காரு.”

ராகவன் வெளியேறினார்.

அடுத்த அரை மணியில் கூடத்தின் ஒரு மூலையில் அப்பாவின் அருகில் விரதத்திற்கு அவள் உட்கார வைக்கப்பட்டாள். மற்றொருபுறம் அம்மா அப்பாவோடு மாப்பிள்ளை ரங்கு விரதத்திற்கு அமர்ந்திருந்தான்.

கற்பகம் மற்றும் மீனாட்சியின் குடும்பங்கள் செய்வதறியாது அனைத்தையும் பார்த்துக் கொண்டிருக்க சூர்யா மட்டும், எப்படியாவது ஆனந்தியை இந்த சுருக்குக் கயிற்றில்லிருந்து காப்பாற்ற வேண்டும், எப்படி...? என்று தீவிரமாக யோசித்துக் கொண்டிருந்தான். அதற்குள் விரதம் முடிந்து கல்யாணம் ஆரம்பமாயிற்று. காசி யாத்திரை, மாலை மாற்றல், கன்னூஞ்சல் என்று ஒவ்வொன்றாய் நிகழ்ந்தேறியது. கண்ணீர் பொங்கி

வழிய ரங்குவின் அருகில் அமர்ந்து கன்னூஞ்சல் ஆடிக் கொண்டிருந்தாள் ஆனந்தி. சுமங்கலிப்பெண்கள் பச்சைப்பிடி சுற்றி வீச கன்னூஞ்சல் பாட்டை ஒரு முதியவள் நடுங்கும் குரலில் பாடினாள். கடவுளே நான் என்ன செய்ய வேண்டும்...? எப்படி இவளை காப்பாற்றுவேன்... சூர்யா துடிதுடித்தபடி யோசித்தான்.

கன்னூஞ்சல் முடிந்து காரியங்கள் மளமளவென்று நடந்தது. மடிசார் புடவை கொடுக்கப்பட, புடவை மாற்ற ஆனந்தியை சக்குவின் உறவு பெண்கள் உள்ளே அழைத்துப் போனார்கள். பதினைந்து நிமிடத்தில் அரக்கு நிற மடிசாரில் அம்மன் சிலை மாதிரி அவளை நடத்தி அழைத்து வந்தார்கள்.

“அட பட்டுப்புடவை நன்னார்க்கே. பரவால்லயே அரவிந்தன் நன்னாதான் வாங்கியிருக்கான்!”

“எத்தனை ஆசை பார்த்தயா அவனுக்கு இவமேல”

“என்ன இருந்தாலும் கட்டிக்கப் போறவளாச்சே! இப்பவே நிச்சயம் பண்ணிக்கறான், பட்டுப்புடவை கொடுத்து.”

மாமா மூலம் அரவிந்தன் கொடுத்தனுப்பிய புடவையைப் பார்த்து அத்தனை பேரும் வியந்து மகிழ்ந்தார்கள். நாலாம் நாள் மனையில் உட்கார வைக்கப்பட்டபோது, அந்த புடவையைத்தான் ஆனந்தி கட்டிக் கொண்டாள். குங்குமப்பூ நிறத்தில் மரகதப்பச்சையில் ஜரிகையிழைத்த புடவை அவள் உடம்புக்கு பாந்தமாய் பொருந்தியிருந்தது. அந்த புடவையோடு மாமா அவளை போட்டோ எடுத்துக் கொண்டு வந்து அரவிந்தனிடம் போட்டோவைக் கொடுத்தார்.

அவர் எதிரில் போட்டோவைப் பார்க்க கூச்சப்பட்டவனைப் பார்த்து மாமா சிரித்தார். “வெட்கப்படாம பாரு தோழா. நா வேணும்னா தள்ளிப் போயிடறேன்” என்றபடி நகர்ந்து விட்டார். அரவிந்தன் அறைக்கதவை தாளிட்டுக் கொண்டு ஒருமணி நேரம் போட்டோவை ஆசை தீரப் பார்த்தான். பார்த்த கையோடு ஆனந்திக்கு கடிதம் எழுதினான்.

"சாதாரணப் புடவையிலேயே இத்தனை அழகாயிருக்கும் உன்னை மடிசார் புடவையிலும் கற்பனை செய்து பார்த்தேன். யம்மா! எவ்வளவு அழகு நீ"

அந்த வரிகளை மீண்டும் மீண்டும் படித்து புளகாங்கிதப் பட்டுப்போன ஆனந்தி அன்று மாலையே அம்மாவை நச்சரித்து தனக்கு மடிசார் புடவை கட்டிவிடச் சொன்னாள்.

"அசடே அதுக்கென்ன இப்பொ அவசரம்...?" அம்மா சிரித்தாள். ஆனந்தி விடுவதாயில்லை. கடைசியில் அம்மா தன் கூறைப் புடவையை எடுத்து அவளுக்கு மடிசார் கட்டி விட்டாள். கண்ணாடி முன் நின்று தன்னை பார்த்துக் கொண்ட ஆனந்தி வியந்து போனாள். அம்மாஞ்சி சொல்வது போல் அழகாகத்தான் இருக்கிறேன் என்று நினைத்தவளுக்கு குஷி பொங்கியது. புடவையோடு கற்பகம், மீனாட்சி அனைவர் வீட்டுக்கும் துள்ளித் துள்ளி நடந்து சென்றவளைப் பார்த்து தெருவே மூக்கில் விரல் வைத்தது.

"சரிதான் கல்யாண ஆசை வந்துடுத்தா உனக்கும்...?"

"அம்மாஞ்சிக்கு உடனே எழுதிப் போடறதுதானே. படிப்பாவது கிடிப்பாவது! கல்யாணத்தைவிட மத்ததெல்லாம் எதுக்குடி இப்பொ...?"

கேலிகள் பிடித்திருந்தது. கற்பகமும் மீனாட்சியும் கன்னத்தில் வழித்து திருஷ்டி கழித்தார்கள். விரல்கள் படபடவென்று நொறுங்கியது.

"அடி பெண்ணே அந்தி சாயறது. உங்கப்பா கோச்சுக்கப் போறார் புறப்படு" கற்பகம் அவளை வீட்டுக்கு விரட்டினாள்.

"ப்ஸூ..." அலுத்துக் கொண்டே ஆனந்தி எழுந்தாள். கற்பகத்தையும் ஸ்வாமியையும் ஒரு சேர நமஸ்கரித்துக்கொண்டாள். கற்பகம் நீட்டிய குங்குமத்தை வாங்கி நெற்றிப் பொட்டுக்கு கீழே இட்டுக் கொண்டு கிளம்பினாள். ஏதோ பாட்டை முணுமுணுத்துக் கொண்டே ஒரு கையால்

நீண்ட ஜடையை சுழற்றியபடி நடந்தவள் வாசலில் மெத்தென எதன் மீதோ மோதிக்கொள்ள திடுக்கிட்டு நிமிர்ந்தாள்.

"என்னடி ஆச்சு யாரது...?" கற்பகம் வராண்டா விளக்கைப் போட அரவிந்தன் அந்த ஒளியில் அவளை அள்ளி விழுங்குவது போல் பார்த்தான். ஆனந்தி ஒரு கணம் இது கனவா நனவா என்று திகைத்துப் போய் சிலையானாள்.

மடிசார் புடவையில் அவளைக் கண்ட அரவிந்தனும் லேசான வியப்போடு அவளை ஏற இறங்கப் பார்த்து ரசிக்க, அதுவரை இல்லாத கூச்சமும் பரவசமும் எங்கிருந்தோ குப்பென சூழ்ந்துகொள்ள ஆனந்தி அவனைத் தாண்டிக் கொண்டு தெருவிலிறங்கி ஓடினாள்.

"ஏய்... ஏய்..." அரவிந்தன் குரல் அவளைத் தொடர்ந்தது.

"அட நீ எப்படா வந்த...?" கற்பகம் அவனைக் கண்டு வியந்தாள்.

"நாலு நாள் லீவு கிடைச்சுதுமா, போரடிச்சுது. உன்னை பார்க்க ஓடி வந்துட்டேன்."

"என்னை...? பார்க்க...! இதை நான் நம்பணுமாக்கும்?" கற்பகம் சிரிக்க அரவிந்தன் பெட்டியை வைத்துவிட்டு ஆனந்தியைத் தேடிக்கொண்டு ஓடினான்.

தெரு முனையிலேயே அவளைப் பிடித்து விட்டான். "விடு அம்மாஞ்சி... என்னை விடு..."

அரவிந்தன் அவளை இழுத்துக்கொண்டு ஓரத்திலிருந்த அரசமர பிள்ளையாரிடம் சென்றான்.

"இப்பவே உன்னை கட்டிக்கப் போறேன்."

"உதைப்பா எல்லாரும் உன்னை."

"உன்னை மடிசார்ல பார்த்தப்பறம் என்ன செய்யறதாம்...? பிள்ளையார்தான் இப்பொ அப்பா மாதிரி. அவர் மடில உட்காந்துக்கோ தாலிகட்டிர்றேன்."

“அய்யோ... என்னை விடு விளையாடாதே...” ஆனந்தி அவனிடமிருந்து விடுபட்ட வேகத்தில் கண்ணாடி வளையல் நொறுங்கி கீழே விழ கையில் இரத்தக்கோடு ஒன்று பளிச்சிட்டது.

“அய்யோ பாவமே...” அரவிந்தன் அந்தக் கையைப் பற்றி இழுத்து அந்த இரத்தக் கோட்டின் மீது தன் இதழ் பதிக்க காலோடு தலை இரத்தம் சூடேற ஆனந்திக்கு மயக்கமே வந்தது.

அப்பாவின் மடியில் உடல் நடுங்க அமர்ந்தாள். அன்று கண்ணாடி வளையல் கீறிய கையை வெறித்துப் பார்த்தாள்.

“ஏமாத்திட்டயே அம்மாஞ்சி! பேசாம அன்னிக்கே பிள்ளையார் மடில உட்கார்ந்து தாலி கட்டிண்ருந்தா இன்னிக்கு இதெல்லாம் நடக்குமா!”

அழுகை வந்தது. இனி விடிவே இல்லை. இன்னும் சில நிமிடங்களில் அவள் கழுத்தில் ரங்கு தாலிகட்டப் போகிறான். அதோடு அவளுக்கும் அம்மாஞ்சிக்கும் உள்ள சொந்தபந்தமெல்லாம் அறுந்துவிடும். அதன் பின் அவனை நினைப்பது மகாபாபம் என்று அவளுக்கு போதிக்கப்படும். கற்புக்கரசிகளின் கதைகள் அவளுக்குக் கூறப்படும்.

திருமாங்கல்யம் பெரியோர்களின் ஆசிக்காக சபைக்கு சென்று திரும்பியது. நுகத்தடியில் மாங்கல்யத்தை சேர்த்து பிடித்து அதை அவள் தலைமீது வைத்து சாஸ்திரிகள் ஏதோமந்திரம் சொல்ல ஆரம்பித்தபோது சூர்யா மணமேடையில் நிதானமாக ஏறினான். சூழ்ந்திருந்த கூட்டத்தை விலக்கிக் கொண்டு முன்னேறி மாப்பிள்ளையின் அருகில் நின்றான் சாஸ்திரிகள் மேளக்காரனுக்கு ஒற்றை விரல் தூக்கி கொட்டு மேள சங்கேதம் காட்டியபடி மாங்கல்யத்தை எடுத்து ரங்குவிடம் நீட்டிய போது சூர்யாவின் கரங்கள் குறுக்கே நீண்டு மாங்கல்யத்தை வாங்கியது. என்ன ஏது என்று மற்றவர்கள்

புரிந்துகொள்வதற்குள் அவன் கரங்கள் மின்னல் வேகத்தில் ஆனந்தியின் கழுத்தில் மூன்று முடிச்சிட்டது.

கூட்டம் ஸ்தம்பித்தது. ராகவனின் விழிகள் நிலைக்குத்தியது. ஆனந்தியின் விழிகள் சூர்யாவையும் தன் கழுத்தில் கிடந்த தாலியையும் மாறி மாறிப் பார்த்தன கல்யாண மண்டபமே ஒரு வினாடி சிலையாய் மாறியது.

❋❋❋

அத்தியாயம் 6

"அட சண்டாளா... இது உனக்கு அடுக்குமா...? இந்த கல்யாணம் செல்லுபடியாகுமா...?" சக்கு பெருங்குரலெடுத்து கத்தினாள். இன்னும் எவராலும் அந்த அதிர்ச்சியிலிருந்து மீள முடியவில்லை.

"சூர்யாவா... சூரியாவா இப்படி செய்தான்...? அரவிந்தனின் உயிர் நண்பனாக இருந்து கொண்டு சூர்யா இப்படி செய்யலாமா? எதற்கு இப்படி செய்தான்."

ஆயிரம் கேள்விகளோடு அனைவரும் ஆங்காங்கே நிற்க சூர்யா தன் கடமை முடிந்து விட்டாற்போல் நிதானமாக மேடையைவிட்டு இறங்கிச் சென்றான்.

தன் மடியில் அமர்ந்திருந்த பெண்ணை எழுப்பிவிட்டு அவசரமாக ராகவன் கத்தினார்.

"நில்லுடா...!"

சூர்யா நிற்கவில்லை திரும்பவுமில்லை ராகவன் கொதித்துப் போனார்.

"இப்பொ என்ன செய்யறது...?" சாஸ்திரிகள் அருகில் வந்து மெல்ல கேட்டார். "இன்னும் அக்னி வலம் வரணும், அம்மி மிதிக்கணும் அருந்ததி பார்க்கணும்."

''ஒண்ணு செய்யும் சாஸ்திரிகளே! அவா அக்னியை வலம் வர வேண்டாம். ஒரு பந்தத்துல் அக்னியை கொளுத்தி என்னை வலம் வந்து என் தலைல வெச்சுடச் சொல்லுங்கோ.''

''அபசாரம் அபசாரம் கல்யாண வீட்ல பேசற பேச்சா இது?''

''இது கல்யாணமா ஓய்...? இது கல்யாணமா? ரவுடி மாதிரி அவன் குறுக்கு வந்து தாலிய பிடுங்கி கட்டிட்டு போறான் எல்லாரும் பார்த்துண்டு பேசாம இருக்கேள்!''

''ஆத்திரப்படாதீர் ராகவன். உம்மாத்துல இவளுக்கு அரவிந்தனை நிச்சயம் பண்ணினா, நீர் ரங்குவை திடுதிப்புனு மாப்பிள்ளையாக்கினீர். ஆனா பகவான் இவளுக்கு சூர்யாவைன்னா முடி போட்டு வெச்சிருக்கார். ஒருத்தன் பெண்டாட்டிய ஒருத்தன் கட்டிண்டுட முடியுமோ...? நிதானமா உட்கார்ந்து யோசிச்சு பாரும். எதுவும் நம்ம கை இல்லன்னு புரியும். ஆனது ஆய்டுத்து, சூரியாவை கூப்பிடுங்க. மிச்ச மந்திரத்தை சொல்லிட்டு நா கிளம்பறேன்.''

''மந்திரமும் வேண்டாம் ஒரு இழவும் வேண்டாம். பேசின பணத்தை வாங்கிண்டு நீர் புறப்படும்.''

ராகவன் சுள்ளென்று எரிந்து விழ சாஸ்திரிகள் தமக்கேன் வம்பு என்பதுபோல் நகர்ந்து விட்டார்.

வந்தவர்கள் எல்லாம் சாப்பிடப் போவதா அல்லது அப்படியே புறப்படுவதா? பணத்தை எப்படி ஓதியிடுவது என்ற எண்ணத்தோடு ஒரு கணம் தவித்தார்கள்.

''இதுவும் கல்யாணம்தான். தயவுசெய்து எல்லாரும் இருந்து வயிறு நிறைய சாப்ட்டுட்டு அவாளை வாழ்த்திட்டு போகணும்.''

கற்பகமும் கிட்டு மாமாவும் கொஞ்சம் சுதாரித்துக் கொண்டு எல்லாரிடமும் தனித்தனியே போய் சொன்னார்கள்.

“என்ன கிட்டு உம் பிள்ளை என்ன ஆனான். இதென்ன கலாட்டா கல்யாணம்...?”

“எம் பிள்ளை ஏன் வரலன்னு சத்தியமா எனக்குத் தெரியல. இனிமேதான் போய் அவனை பார்க்கணும். ஆனா சூரியும் என் பிள்ளையாட்டம்தான். இந்த கல்யாணத்துல எங்களுக்கு சந்தோஷம்தான்.”

கிட்டு மாமா மனம் நெகிழ்ந்து சொன்னார். கூட்டம் சாப்பாட்டு ஹால் நோக்கி நகர்ந்தது. ஒரு கும்பல் ஆனந்தியின் கையில் பரிசுப் பொருட்களையும் ரூபாய் வைத்த கவர்களையும் திணித்துக் கொண்டிருந்தது.

“மனசைத் தேற்றிக்கோ ஆனந்தி. ரங்குவுக்கு சூர்யா எவ்வளவோ மேல்.”

“நல்ல காலம் ஒரு நரகத்துலேர்ந்து அவன் உன்னைக் காப்பாத்திட்டான்னு நினைச்சுக்கோ.”

“இனிமே அவன்தான் உனக்கு எல்லாம். இது பகவான் போட்ருக்கற முடிச்சு. பழசை எல்லாம் மறந்துட்டு அவனோட சந்தோஷமா இருக்கப் பார்.”

பரிசுப் பொருட்களோடு அறிவுரைகளும் உபரியாய் தரப்பட்டது. ஆனந்தி அனைத்தையும் வாங்கி வேண்டா வெறுப்பாக வைத்துவிட்டு விறுவிறுவென்று தன் அறையை நோக்கி ஓடினாள். குப்புறப் படுத்துக்கொண்டு உடம்பு குலுங்க அழுதாள்.

“சூர்யா எங்கே...?”

“இங்கேதானே இருந்தான்.”

“காணுமே.”

“இப்பொ பார்த்தேனே.”

“இல்லையே அப்டி எங்கயோ போனானே.”

மீனாட்சி பிள்ளையை சத்திரம் முழுக்க தேடினாள். சூர்யா எங்கே போனான் என்று தெரியவில்லை. "யார் முகத்திலும் விழிக்கும் காரியமா செய்திருக்கிறான்? அதனால்தான் எங்கேயோ ஓடி ஒளிந்து கொண்டு விட்டான்."

மீனாட்சி பல்லை கடித்து கோபத்தை அடக்கிக் கொண்டாள்.

சூர்யா ரயிலடிப் பக்கமாய்ச் சென்றதாக யாரோ தெரிவித்தார்கள்.

"என்ன மீனாட்சி, மாட்டுப் பொண் வந்தாளா...?" கற்பகம் மீனாட்சியின் கைபிடித்து தன் சந்தோஷத்தை பகிர்ந்து கொண்டபோது மீனாட்சி அவள் தோளில் சரிந்து அழுதாள்.

"எம் பிள்ளை இப்டி பண்ணிட்டானே கற்பகம். உங்க முகத்துல என்னால விழிக்க முடியாம பண்ணிட்டானே!"

"என்ன பேசற மீனாட்சி நீ...? சூரியும் எனக்கு பிள்ளையாட்டம்தானே! அவன் நல்ல காரியம்தான் செஞ்சிருக்கான்."

"நாளைக்கு அரவிந்தன் வந்து என்னடா இப்டி பண்ணிட்டயேன்னு கேட்டா இவன் எங்க கொண்டு முஞ்சியவெச்சுப்பான் கற்பகம்?"

"அப்டி கேக்கற யோக்கியதை அரவிந்தனுக்கு இன்னும் இருக்குன்னா நினைக்கற? கடசி நிமிடம் வரை எல்லாரையும் பரிதவிக்கவிட்டு, ஏமாத்திட்டவனுக்கு சூரி செய்தது சரியான்னு கேக்கறதுக்கு ஏது வாய்...?"

"அரவிந்தன் ஏமாத்தற பிள்ளையில்லை கற்பகம்! எதுக்காக ஏமாத்தணும் சொல்லு? அவனுக்கு என்ன ஆச்சு? ஏன் வரலைன்னு புரியாம அவனைப்பத்தி எதுவும் கீழ்த்தரமா பேசாத தயவுசெய்து."

கற்பகம் பெருமூச்சு விட்டாள்.

கூட்டம் குறைந்து சத்திரம் காலியாகி இருந்தது. சமையற்காரர்கள் முகூர்த்த சமையலோடு கணக்கு தீர்த்து அனுப்பப்பட்டனர்.

சக்கு மண்ணை வாரி தூற்றியிறைத்துவிட்டு பிள்ளையோடும் புருஷனோடும் கத்திக்கொண்டே போனாள். மறக்காமல் அவள் போட்ட நகைகளையும் கேட்டு வாங்கிக் கொண்டு போனாள்.

நேரம் மெல்ல மெல்ல நகர்ந்து இருள் படர ஆரம்பித்தது.

கற்பகத்தின் மேற்பார்வையில் மாடியறை ஒன்று பூக்களால் அலங்கரிக்கப்பட்டது.

எட்டு மணிக்கு சூர்யா வீட்டில் இருப்பதாக வீட்டில்லிருந்து மீனாட்சிக்கு தகவல் வர, மீனாட்சி வீட்டுக்கு விரைந்தாள். விளக்குகூட போட்டுக்கொள்ளாமல் இருட்டில் கட்டிலில் சாய்ந்திருந்தான் சூர்யா. மீனாட்சி சுவரில் தடவி விளக்கு ஸ்விட்சை தட்ட திடுக்கிட்டு எழுந்தமர்ந்தான்.

மீனாட்சி அவனையே பார்த்தாள். "என்னம்மா இப்டி பார்க்கற...?"

"என்ன மாதிரி ஒரு பிள்ளையைப் பெத்திருக்கேன் நான்னு பார்க்கறேன்."

"நீ என்ன சொல்றம்மா?"

"உயிர் காப்பான் தோழன்னு கேள்விப்பட்டிருக்கேன். ஆனா நீ தோழனைக் காப்பாத்தாட்டாலும் தோழமையை ரொம்ப கச்சிதமா கொன்னுட்டடா சூரி. பெருமையார்க்கு!"

"அம்மா ப்ளீஸ்... வார்த்தைகளை அவசரப்பட்டு கொட்டிடாதே."

"கொட்டமாட்டேண்டாப்பா! இனிமே என்ன இருக்கு கொட்ட...? எல்லாம் முடிஞ்சாச்சே! போட்ட முடிச்சை அவுக்கவா முடியும்? போ, உனக்காக கற்பகம் விழுந்து

விழுந்து சாந்தி முகூர்த்த அறையை ஜோடனை பண்ணி வெச்சிருக்கா. போய்க் கொண்டாடு போ!''

சூர்யா கண்களை இறுக மூடிக் கொண்டான். எச்சில் கூட்டி விழுங்கினான். பிறகு அம்மாவைக் கெஞ்சலோடு பார்த்தான்.

''எனக்கு ஆனந்தியோட பேசணும்மா ஏற்பாடு பண்ணு.''

''அதான் ஏற்பாடு பண்ணி வெச்சிருக்கே போய் விடிய விடியப் பேசேன் யார் வேண்டாம்னா...?''

''அய்யோ அம்மா என்னைக் கொல்லாதயேன். நா அவளோட பேசணும். ஆனா நீ சொல்ற அந்த அறைல இல்ல. இங்க...! நம்ம வீட்டுல... உன் முன்னாடி பேசணும். போய் கூட்டிண்டு வா அவளை.''

மீனாட்சி ஒரு வினாடி திகைத்தாள். பிள்ளையின் போக்கு புரியாமல் குழம்பினாள்.

''இப்பொ போய்க் கூப்ட்டா எப்டிடா அனுப்புவா? நேரம் காலம் வேண்டாமா...?''

''எப்டியிருந்தாலும் நாளைக்கு அவ இங்கதானே வந்தாகணும்? இப்பவே கூட்டிண்டு வா. அனுப்பமாட்டேன்னு சொல்ற உரிமை அங்க யாருக்கும் கிடையாது.''

''நீ செய்யறது, பேசறது எதுவும் புரியலடா'' மீனாட்சி அலுத்துக் கொண்டே சத்திரத்துக்குப் போனாள்.

சூரி எங்க மீனாட்சி...? நல்ல நேரம் போறதுக்குள்ள...''

கற்பகம் முடிப்பதற்குள் மீனாட்சி குறுக்கிட்டாள்.

''ஆனந்தியை ஆத்துக்கு அழச்சுண்டு வரச் சொல்றான்.''

''ஏன் இங்க வேண்டாமா?''

''அதென்னமோ தெரியல.''

''ராகவன் அனுப்பணுமே.''

“எனக்கு தலைய சுத்தறது. எப்படியாவது அவளை அழச்சுண்டு போ. நா பின்னாடியே வரேன்.”

“ம்... கஷ்டப்பட்டு அலங்காரம் பண்ணி வெச்சிருக்கு. இந்தப் பிள்ளைக்கு என்ன வந்தது...?” கற்பகம் ஆனந்தியைத் தேடிப் போனாள். நாலைந்து பேர் அவளுக்கு அலங்காரம் செய்து கொண்டிருக்க நடுவில் மரக்கட்டையாய் அமர்ந்திருந்தாள் ஆனந்தி.

கற்பகம் மற்ற பெண்களை அனுப்பிவிட்டு ஆனந்தியிடம் வந்தாள்.

“உன்னோட ஏதோ பேசணுமாம் சூரி. உன்னை ஆத்துக்கு அழச்சுண்டு போக மீனாட்சி வந்திருக்கா வரயா?”

“எல்லாரும் சேர்ந்து என்னை பொம்மையாக்கிட்டேளே... என்ன பாவம் செய்தேன் மாமி?”

“அப்டி பேசாத கண்ணம்மா. எல்லாம் நல்லதுக்குன்னு நினைச்சுக்கோ. சூரி நல்லவன். அவன் மனசு கோணாம நடந்துக்கோ புறப்படு.”

கற்பகம் அவளை அழைத்துக் கொண்டு கிளம்பினாள்.

“எங்க கூட்டிண்டு போற?” ராகவன் வழிமறித்து கேட்டார்.

“அவ போக வேண்டிய இடத்துக்குதான்.”

“தாலிய பிடுங்கி கட்டிட்டா அவன் மாப்பிள்ளையாய்டுவானா? நா என் பெண்ணை அங்க அனுப்பத் தயாரால்ல.”

“அப்புறம்...?”

“அவனோட வாழறதைவிட அவ வாழாவெட்டியாவே இருந்துட்டு போகட்டும்.”

“எப்டி கட்டினாலும் தாலி தாலிதான் இனிமே இவ அவன் மனைவி அதைத் தடுக்க உரிமை நம்ம யாருக்கும் கிடையாது.

அவன் ஒண்ணும் திருட்டுத் தாலி கட்டலயே ஊரறியத்தானே கட்டினான்?''

''இந்த கல்யாணத்தை நா ஒத்துக்க மாட்டேன்.''

''ஊர் ஒத்துண்டாச்சு. அரவிந்தனைப்போல இவனும் அவளுக்கு முறை மாப்பிள்ளைதான். இவனுக்கும் உரிமையிருக்கு. செய்யக்கூடாத தப்பை ஒண்ணும் அவன் செய்துடல. பெண்ணை அனுப்பி வெக்கறது தான் உங்களுக்கு அழகு.''

''அப்டியா...? அப்ப ஒண்ணு செய்ங்கோ இவளை அனுப்பி வெக்கறேன். கூடவே இவம்மாவையும் அனுப்பி வெக்கறேன். ரெண்டு பேரையும் கூட்டிண்டு போய்டுங்கோ இவ வாழட்டும் அவ வாழா வெட்டியா உங்காத்துல இருக்கட்டும்.''

கற்பகம் இந்த பேச்சில் அதிர்ந்து போனாள்.

***

அத்தியாயம் 7

"நீங்க பேசறது துளியும் நன்னால்ல" கற்பகத்தின் குரல் நடுங்கியது.

அப்பாவின் இந்த பேச்சில் ஆனந்திகூட அதிர்ந்துதான் போனாள். அவரை வெறுப்போடு பார்த்தாள். அவர் எதையும் சட்டை செய்ததாகத் தெரியவில்லை. இதுதான் என் முடிவு என்பதுபோல நின்றார்.

சற்று தள்ளி நின்றிருந்த ஜானகி விடுவிடுவென்று புருஷனின் எதிரில் வந்து நின்றாள்.

"ரொம்ப சந்தோஷம்! உங்க தீர்ப்புக்கு நா தலை வணங்கறேன். இப்பவே எங்க மன்னியோட நா போயிடறேன். இருபது வயசுல இவ வாழாவெட்டியா இருக்கறதைவிட நாப்பத்திரண்டு வயசுக்கு நா இருக்கலாம் தப்பில்ல. இனிமே எனக்கென்ன வேண்டியிருக்கு?"

"ஜானகி என்னடி இது..."

"நீங்க சும்மாருங்கோ மன்னி. அவர் முடிவை அவர் சொன்னாப்பல என் முடிவை நானும் சொன்னேன். நீங்க ஆனந்தியை அழச்சுண்டு போங்கோ. நா என் பொட்டியை ரெடி பண்ணிக்கறேன்."

ராகவன் அவளை வெறித்துப் பார்த்தார். இனி யாரும் தனக்குக் கட்டுப்படமாட்டார்கள் என்று தோன்றியது அந்த

வெறுப்போடு வார்த்தைகளை உமிழ்ந்தார். "எப்டியோ தொலைங்கோ. என் பேச்சை என்னிக்கு நீ மதிச்சிருக்க? பொட்டி ரெடி பண்றாளாம் பொட்டி! போடி உள்ள...!"

மனைவியை அவர் உள்ளே விரட்ட கற்பகம் புன்சிரிப்போடு ஆனந்தியைத் தள்ளிக் கொண்டு நடந்தாள்.

ஆரத்தி தட்டோடு தயாராக காத்திருந்தாள். மீனாட்சி.

ஆனந்தி உள்ளே வந்ததும் உட்கார வைத்து பாலும் பழமும் கொடுத்தாள்.

"உன்னோட சூர்யா ஏதோ பேசணும்னான் ஆனந்தி. அந்த ரூம்ல அவன் இருக்கான்."

அதற்குள் சூர்யா வெளியில் வந்து விட்டான். "ரூம்ல வெச்சு பேசற அளவுக்கு ரகசியம் எதுவும்மில்லம்மா. நீயும் கற்பகம் மாமியும் சாட்சியா வெச்சு இப்பொ நா சில விஷயங்களைச் சொல்லப் போறேன். இன்னிக்கு நடந்த கல்யாணம்பத்தி உங்க எல்லார் கண்ணுலயும் கேள்வி தெரியறது! ஏண்டா சூர்யா இப்டி பண்ணினன்னு. உயிருக்குயிரா பழகின உன் சிநேகிதனுக்கு இப்டி ஒரு துரோகம் பண்ணிட்டயேன்னு வாய்விட்டு கேட்காட்டாலும் உள்ள நினைக்கறது புரியறது. அரவிந்தன் ஏன் வரலன்னு புரியல. வராட்டி என்ன? மாமா கல்யாணத்தை நிறுத்திட்டு முகூர்த்த நாளை தள்ளிபோட்ருக்கலாம். யார் என்ன சொல்லிடப் போறா? ஆனா அப்படி செய்யாம ரங்குவுக்கு இவளைப் பண்ணிக் கொடுக்கணும்னு தீர்மானம் பண்ணினது தப்பு. அதுவும் இவளுக்கு விருப்பமில்லாம கட்டாயக் கல்யாணம் பண்றது அதைவிட தப்பு. நாளைக்கு அரவிந்தன் வந்தான்னா அவனால் இதைத் தாங்க முடியாது. அவன் உங்க யாரையும் கேக்க மாட்டான். என்னைத்தான் கேப்பான். நீயுமாடா கைகட்டி வேடிக்கை பார்த்துண்டிருந்தன்னு! அவளை ஏண்டா காப்பாத்தலன்னு அவன் என்னைத்தான் கேட்பான். ஆனந்தியை கடத்திண்டு போய் கண் காணாம எங்கயானம் ஒளிச்சு வெக்க எனக்கு ரெண்டு நிமிஷம் ஆகாது."

“ஆனா அது எல்லார்க்கும் அவமானம். நா அவளை இழுத்துண்டு போய்ட்டேங்கற பழிதான். மிஞ்சும் மறுபடியும் இந்த ஊர்ல நுழையற யோக்யதை எனக்கு போய்டும். ஊர்ல உங்களாலயும் தலை நிமிர்ந்து நடக்க முடியாது. அதைவிட இது தேவலைன்னு தோணித்து. ஒரு தாலியைக் கட்டி தற்காலிகமா இவளைக் காப்பாத்தறதைத் தவிர எனக்கப்பொ வேற வழி தெரியல. உங்க ரெண்டு பேர் மேல சத்தியமா சொல்றேன். தாலி கட்டறப்பொ என் கை விரல்கூட இவள் கழுத்துல படாம ஜாக்ரதையாதான் கட்டினேன். தாலிகட்டினது இவளை அந்த கல்யாணத்துலேர்ந்து காப்பாத்தத்தானே தவிர வேறெதுக்கும் இல்ல. இவளுக்கும் எனக்கும் வேறெந்த உறவும் இல்ல. அரவிந்தன் திரும்பி வந்ததும் இவளை பத்திரமா அவன்கிட்ட ஒப்படைச்சுடுவேன்.”

“இந்த கல்யாணம் ஒரு நாடகம்னு மத்தவா புரிஞ்சுக்கறாளோ இல்லையோ நீங்க மூணு பேரும் புரிஞ்சுண்டா போதும். இது சினிமா தாலி மாதிரிதான். இதுக்கு பெரிய மரியாதை கொடுக்க வேண்டாம் அரவிந்தன் வந்ததும் ஆனந்தி இதைக் கழட்டி எறிஞ்சுடலாம். ஊரறிய இவளை அவனுக்கு கல்யாணம் பண்ணிக் கொடுக்க வேண்டியது உங்க பொறுப்பு அதுவரை இவளுக்கு நான் கார்டியனா இருப்பேன். கணவனா இல்ல. நா நாளைக்கு காலம்பற சென்னைக்கு போறேன் அரவிந்தன் என்ன ஆனான் ஏன் வரலைன்னு பார்த்துட்டு முடிஞ்சா அவனைக் கையோட கூட்டிண்டு வந்துடறேன்.”

சூர்யா நிறுத்தினான். ஒரு நிமிடம் அங்கே பயங்கர அமைதி நிலவியது. ஒரு பக்கம் பிரம்மிப்பு! ஒரு பக்கம் இது நடக்கக்கூடிய விஷயமா என்கிற கவலை. ஆனந்தி மட்டும் எதுவும் சொல்லாமல் அழுதுகொண்டே உள்ளே ஓடினாள். மற்றவர்கள் திகைத்துப் போனார்கள்.

சூர்யா அம்மாவைக் கவலையோடு பார்த்தான்.

"நீ ஆயிரம் சமாதானம் சொன்னாலும் கல்யாணம்கறது விளையாட்டு விஷயமில்லடா சூரி. உன் எண்ணமும் நோக்கமும் நேர்மையும் எனக்குப் புரியறது. ஆனாலும் பொம்மனாட்டி பொம்மையில்லடா! நீ சொல்ற அளவுக்கு நடந்துக்க இன்னமும் இங்க யாரும் முன்னேறல. ஆனந்தியை அதுக்கு தயார்படுத்த முடியுமான்னு எனக்கு சந்தேகமா இருக்கு."

"முடியும்மா. முடியணும். அதுக்குதான் உங்க ரெண்டு பேர் உதவியும் எனக்கு வேணும்."

"ஓடிப்போனா பழி வரும்னு இந்த ஊரைப்பத்திக் கவலைப்படறயே, சூர்யா! இதுல மட்டும் பழி வராதா? அப்பொ மட்டும் ஊரைப்பத்திக் கவலைப்படாம இருக்க முடியுமா...?" கற்பகம் வேதனையோடு கேட்டாள்.

"நிச்சயமா ஊர்க்காரா இளக்காரமாதான் பேசுவா. ஆனா என்னைப் பெத்தவங்கற முறையில் அம்மாவும், அரவிந்தனைப் பெத்தவாங்கற முறையில் நாளைக்கு இவளை மாட்டுப் பொண்ணா ஏத்துக்கப் போற நீங்களும் மட்டும் இந்த நிஜத்தை தெரிஞ்சுண்டா போதும்னு நினைக்கிறேன். என் நோக்கத்துல இருக்கற நியாயத்தை நீங்க தெளிவா புரிஞ்சுண்டா போதும். ஊர்ப்பேச்சு காலப்போக்கும் திசை மாறிடும். அதுக்குள்ள அதுக்கு ஆயிரம் விஷயம் பேசக் கிடைச்சுடும். சம்பந்தப்பட்ட நாம் தெளிவா இருக்கறது தான் அதைவிட முக்கியம்னு நா நினைக்கிறேன்."

"எங்களைப்பத்தி விடு சூர்யா. ராகவனை எப்டி சமாளிப்ப...? அவர் அதை சாதாரண விஷயமாவா எடுத்துப்பார்ங்கற...? உன்னை வெட்டிப் போடக்கூட தயங்க மாட்டார் தெரிஞ்சுக்கோ! நா சொல்றதைக் கேளு. ஆனது ஆயாச்சு. இனிமே எதையும் போட்டு மனசைக் குழப்பிக்காதே. இது பகவான் போட்ட முடிச்சுன்னு மனசை தேற்றிண்டு அவளோட வாழற வழியப் பாரு. அரவிந்தன் வந்தாலும் எதுவும் கேக்கற யோக்யதை அவனுக்கு கிடையாது."

"நாம ஆசைப்பட்டதெல்லாம் நமக்கு கிடைச்சுடணும்னு கட்டாயமில்லை. கிடைச்சதை வெச்சுண்டு மகிழ்ச்சியா வாழறவன்தான் மனுஷன். அரவிந்தனைப்போல நீயும் அவளுக்கு உறவுதான். உன்னைப்பத்தியும் அவளுக்கு தெரியும். ரங்குவோட ஒப்பிட்டால், அவளுக்கு இப்பொ கிடைச்சிருக்கற வாழ்க்கை அவ செஞ்ச புண்ணியம். ஒரு நரகத்துலேர்ந்து நீ அவளைக் காப்பாத்தினதுக்கு அவ உனக்கு நன்றி சொல்லணும். பதிலுக்கு உன்னை சந்தோஷப்படுத்தணும். அரவிந்தனை இனிமே அவ நினைக்கப்படாது."

சூர்யா அதிர்ந்து போனான். "வேண்டாம் மாமி", என்றான் குரல் நடுங்க. "அரவிந்தன் சொத்தை ஒரு நாளும் நா அபகரிச்சுக்க மாட்டேன். அது வேற ஒருத்தன்கிட்ட பறிபோகாம காப்பாத்திட்டேன். கூடிய சீக்கிரமே சொந்தக்காரன்கிட்ட ஒப்படைக்கறதுதான் என் லட்சியம். இதுக்கு நடுல எத்தனை இடர் வந்தாலும் எதிர்ப்பு வந்தாலும் சமாளிப்பேன். பிரளயமே வந்தாகூட கலங்க மாட்டேன்."

சூர்யா உறுதியாகச் சொன்னான்.

மறுநாள் விடியற்கால பாஸஞ்சரில் புறப்பட்டு அவன் போன விஷயம் ஜானகிக்கும் ராகவனுக்கும்கூட தெரியாது.

சீர் பாத்திரங்களையும், பட்சண டப்பாக்களையும் ஆனந்தியின் புடவை பெட்டிகளும், சுருட்டின புது மெத்தையும் மறுநாள் ஒவ்வொன்றாக வந்து கூடத்தில் இறங்கியது. ஜானகி மீனாட்சியின் கையைப் பிடித்துக் கொண்டு கண் கலங்கினாள்.

"கடவுள் மாதிரி வந்து சூர்யா எம்பொண்ணை காப்பாத்திட்டான். இதுக்காக நா அவனுக்கு ஏழேழு ஜென்மத்துக்கும் நன்றி சொல்லணும். இனிமே அவ இந்தாத்து குழந்தை. அவளைப்பத்தி இனிமே கவலையில்லை. தெய்வ சந்நிதானத்துல விட்டுட்டு போறாப்பல நிம்மதியா போறேன். அவர் வராததை மனசுல வெச்சுக்க வேண்டாம் கொஞ்ச நாளானா அவரும் தன் தப்பை புரிஞ்சுக்குவார். தானா மனசு

மாறி பொண்ணைப் பார்க்க இங்க ஓடி வந்துடுவார். சூர்யா எங்கே? நா அவங்கிட்ட சொல்லிண்டு கிளம்பறேன்."

"சூர்யா பட்டணத்துக்கு போயிருக்கான்."

"எப்போ?" ஜானகி வியப்போடு கேட்டாள்.

"காலம்பற."

"எதுக்கு...?"

"அரவிந்தனைத் தேடி." ஜானகி பெருமூச்சு விட்டாள்.

"அவன் உடம்புக்கு ஏதுமில்லாம ஷேமமா இருக்கணும். யார் கண்பட்டுதோ நாம நினைக்காததெல்லாம் நடக்கறது. தெய்வம் நினைச்சாப்பல நடக்கறது. உள்ள போய் ஆனந்திக்கு ஆறுதல் சொல்லு ஜானகி. இதுவரை அவ யார்கிட்டயும் வாய் திறந்து பேசல. பிரமை பிடிச்சாப்பல இருக்கா. அவ மனசுல என்ன இருக்குன்னும் புரியல. இந்த எதிர் நீரோட்டத்துக்கு தன்னை தயார் படுத்திக்கற பக்குவம் அவளுக்கு இருக்கான்னு தெரியல. சிதைஞ்ச கனவுகள் மேல் புது மாளிகை கட்டற நிதானத்துக்கு நீதான் அவளை கொண்டு வரணும்."

ஜானகி ஆனந்தியைப் பார்க்க உள்ளே போனாள்.

ஆனந்தி குப்புறக் கவிழ்ந்து படுத்திருந்தாள். நடந்து முடிந்த நிகழ்ச்சிகளின் அதிர்விலிருந்து இன்னும் அவள் மீளவில்லை. குறித்த முகூர்த்தத்தில் எவ்வித விக்னமுமின்றி எத்தனையோ கல்யாணங்கள் நடக்கும்போது அவள் திருமணத்தில் மட்டும் ஏன் இத்தனை திருப்பங்கள்? ரங்கு என்னும் பாழுங்கிணற்றிலிருந்து திடுதிப்பென்று சூர்யா அவளை மீட்டபோது திகைத்துதான் போனாள் அவள்.

ஆனால் சூர்யா தாலி என்னும் பலமான வேலியை அவளைச் சுற்றி போட்டிருக்கிறான்.

இதிலிருந்து அவளை வெளிக்கொணர்ந்து அரவிந்தனிடம் ஒப்படைப்பது அவன் நினைப்பதுபோல் அத்தனை சுலபமல்ல

என்பது புரியாமல் அவசரத் திட்டம் போட்டிருக்கிறான். இனி அவனே நினைத்தாலும் அந்த வேலிக்குள்ளிருந்து அவளை வெளியில் இழுப்பது இயலாத காரியம் இதை அவன் போகப் போக உணர்வான். அவன் உணர்வது இருக்கட்டும். வேலிக்குள் அவளால் இருக்க முடியுமா? இதுதான் அவள் முன் நிற்கும் மிகப்பெரிய கேள்வி மனம் என்பது எந்த வேலிக்குள் அடைபட்டு நிற்கும்? நிச்சயம் அரவிந்தனைத் தவிர அவளால் எவரோடும் வாழ்ந்துவிட முடியாது என்ற நிலைதான். நேற்று வரை இருந்தது. இன்று ஊரறிய வேறொருவன் மனைவி என்ற தோற்றம் ஏற்பட்டுவிட்டது. இனி அவளை சூர்யாவின் மனைவி என்றுதான் உலகம் கூறும்.

அரவிந்தன் வந்ததும் இவளை ஒப்படைத்து விடுவேன், இது வெறும் நாடகத்தாலிதான் என்று சூர்யா கூறியிருப்பது அவன் தெளிவையும் நற்குணத்தையும் காட்டுகிறது. ஆனால் அது நடக்குமா...? அப்படி அரவிந்தன் வரும்போது இந்த வேலிக்குள்ளிருந்து விடுபட்டு அவனோடு செல்லும் பக்குவமும் துணிச்சலும் அவளுக்குண்டா? ஒரு பக்கம் உண்டு என்றும் மற்றொருபுறம் இல்லை என்றும் தோன்ற குழம்பிப் போனாள் அவள். தன் ஏமாற்றத்தையும் எரிச்சலையும் எவர்மீதும் காட்ட இயலாமல் கண்ணீர் விட்டாள். இங்கே எவரும் குற்றவாளியில்லை. அரவிந்தன் குற்றவாளியா என்றும் தெரியவில்லை இதெல்லாம் விதிப்படி என்று நினைப்பதைத்தவிர அப்போதைக்கு வேறெந்த வழியும் இல்லை அவளுக்கு.

"ஆனந்தி!" அம்மாவின் அழைப்புக் கேட்டதும் ஆனந்தி கண்ணீரைத் துடைத்துக் கொண்டு எழுந்து உட்கார்ந்தாள். பெண்ணின் அருகில் வந்து அமர்ந்த ஜானகி ஒரு நிமிடம் எதுவும் பேசாமல் அவளைப் பார்த்தாள். அவசரமாய் துடைத்துக் கொண்ட கண்ணீரும் கலங்கிய கண்களும் அவள் மனதை வெளிக்காட்டவே செய்தன.

"உனக்கு கிடைக்க வேண்டியவன் கிடைக்காம போனது துரதிருஷ்டம் தான் ஆனந்தி. ஆனா உனக்கு இப்பொ

கிடைச்சிருக்கறவன் நல்லவன் - உத்தமன். அவன் கிடைச்சது உன்னோட அதிர்ஷ்டம்... நழுவிப் போனது. வைரம்னா கிடைச்சிருக்கறது மாணிக்கம். இதை நீ புரிஞ்சுண்டா சந்தோஷமும் நிம்மதியும் உனக்கு தானா கிடைச்சுடும் பூமில் ஏற்படற பள்ளங்கள் காலப்போக்குல தானா தூர்ந்து போய்டும். அப்டி ஒரு வரம் பூமிக்குண்டு. மனுஷனுக்கு ஏற்படற மொத்த இழப்புகளும்கூட அப்படித்தான் காலப்போக்கு மறந்து போய்டும். அப்படி மறக்கற வரம் மனுஷனுக்கும் உண்டு. இல்லாட்டா ஒவ்வொரு சாவுக்கும் உலகம் ஸ்தம்பிச்சு நின்னிருக்கும். உலகம் முழுக்க துயரமாதான் அலைஞ்சுண்டிருக்கும். எந்த துக்கமும் மிஞ்சிப்போனா பத்துநாள்தான். அதுக்கப்பறம் இயல்புக்கு வந்துடணும். இல்லாட்டி வாழ்க்கை சூன்யமாய்டும். நாம் சந்தோஷமா இல்லாட்டாலும் மத்தவாளை சந்தோஷமா வெச்சுக்க முயற்சி பண்ணணும். அதுதான் மனுஷத்தன்மை. அப்டி சுத்தியிருக்கறவா சந்தோஷம் முக்கியம்னு நினைச்சுட்டோம்னா நமக்கும் அந்த சந்தோஷம் தொத்திண்டுடும். இதுக்கு மேல உனக்கு விளக்கமா சொல்ல எனக்கு தெரியல'' ஜானகி அவள் தலையைப் பரிவோடு தடவி கொடுத்துவிட்டு எழுந்தாள்.

அம்மா போனதும் அந்த இடமே இருட்டாகிவிட்டது போலிருந்தது. இனிதான் எப்படி நடந்துகொள்ள வேண்டும் என்று அம்மா சொல்லிவிட்டாலும் அவளால் இயல்புக்கு வர முடியுமா என்று தெரியவில்லை.

❋❋❋

அத்தியாயம் 8

ரயில் வேகமெடுத்த நேரம் சூர்யாவின் நினைவுகளும் பின்னோக்கி ஓடியது. பட்டுப்புடவை கொடுத்தனுப்பிய ஒரு வாரம் கழித்து, "நான் ஆனந்தியைப் பார்த்துட்டு வந்துடறேன் சூரி" திடுதிப்பென்று அரவிந்தன் கிளம்பியதும் சூர்யா சிரித்தான்.

"என்னடா பட்டுப்புடவை கொடுத்தனுப்பிட்டு இருப்பு கொள்ளலையாக்கும்?"

அரவிந்தன் ஒரு மாதிரி சிரித்துவிட்டுப் போனான். அவன் போனதும் சூர்யாவுக்கு திடீரென்று வெறுமை சூழ்ந்தாற்போல் ஆயிற்று. கல்லூரிக்கு சேர்ந்தாற்போல் நாலு நாள் விடுமுறை. சூர்யாவுக்கும் ஊருக்குப் போக வேண்டும் போல்தான் இருந்தது. ஆனால் படிக்க வேண்டியது நிறைய இருந்ததால் தன் எண்ணத்தை மாற்றிக் கொண்டான்.

அரவிந்தன் போனதும் கோயிலுக்கு போய் வர நினைத்து கிளம்பினான். வீட்டுக்கு சற்று தள்ளி ஒரு சிவன் கோயில் இருந்தது. சின்ன கோயில்தான். ஆனால் அமைதியாக இருக்கும். கர்ப்பக்கிரகத்து லிங்கத்தின் அருகில் சின்னதாய் விளக்கு. லிங்கத்தின் நெற்றியில் வெள்ளிக் கோடுகள். லிங்கத்தை சுற்றி ஒரு வெள்ளை துண்டு கட்டியிருக்க ஒரு ரோஜாப்பூ மாலை மட்டும் போட்டிருந்தது. சற்று நேரம் மூலஸ்தானத்தை வேண்டுதலின்றி பார்த்துக் கொண்டிருந்தான்.

அப்படி பார்ப்பது சுகமாயிருந்தது. எப்போதும் ஏதாவது வேண்டிக்கொண்டு இறையை எதற்கு துன்புறுத்த வேண்டும்? சற்று நாழி அதுவும் அக்கடா என்று ஆயுதங்களை அருகே போட்டுவிட்டு இளைப்பாற நேரம் கொடுக்க வேண்டாமா? சந்நிதியிலிருந்து நகர்ந்து பிரகாரம் சுற்றிவிட்டு புன்னை மரம் ஒன்றின் கீழ் அமர்ந்தான். லேசாய் இருட்டு பரவிய நேரம், நவக்கிரக சந்நிதியில் இரண்டே பேர் மட்டும் சுற்றிக் கொண்டிருக்க கொடி மரத்தின் அருகில் ஒரு பெண்மணி குழந்தையோடு அமர்ந்திருந்தாள்.

கோயிலில் மொத்தமே இவ்வளவு பேர்தான். அர்ச்சகர்கூட அருகிலிருந்த வீட்டுக்கு போயிருந்தார் போலும். காணவில்லை. ஆரவாரமான கோயிலைவிட அமைதியான சற்று பாழடைந்த கோயில்தான் சூர்யாவுக்கு பிடித்தது. தெய்வத்தை ஆத்மார்த்தமாய் நினைக்க இது போன்ற இடத்தில்தான் சுலபமாகிறது என்பது அவன் அனுபவம். கோயிலுக்கு வந்தாலும் அரவிந்தனுக்கு விளையாட்டுதான்.

''ஹாய் ஷிவா ஹவ் ஆர் யூ'' என்பான் லேசாக கையாட்டி, ''என்னாச்சு உன் புருஷன் டல்லார்க்கார். ஏதாச்சும் சண்டையா உங்களுக்குள்ள'' என்பான் அம்பாளிடம்.

''என்னடா இது... சாமின்னு மரியாதையில்லாம?'' சூர்யா கடிந்து கொள்வான்.

''நீயும் அதுவும் எனக்கு ஒண்ணுதான். உனக்கு மரியாதை, கொடுத்தா சந்தோஷப்படுவயா கூச்சப்படுவயா...?''

அரவிந்தன் திருப்பிக் கேட்க வாயடைத்துப் போகும் சூர்யாவுக்கு,

அரவிந்தனின் நினைவு வந்ததும் மனசு ஊருக்குச் சென்றது. இந்நேரம் ஆனந்தியிடம் வம்பு செய்து கொண்டிருப்பானோ...? பெண்ணின் அன்பைப் பெற்றுவிட்டால் பித்து தலைக்கேறிவிடுமா...? படிக்கவிடாமல் அலைக்கழிக்குமா...? சூர்யாவுக்கு அந்த அனுபவமில்லாததால் அதன் ரசாயன

மாற்றங்கள் பற்றி எதுவும் தெரியவில்லை. ஒருவேளை தானும் யாரையாவது காதலித்தால் இப்படித்தான் நிலைகொள்ளாது தவிப்போமோ...? இதுபோல் கோயிலில் விச்ராந்தியாய் அமர முடியாதோ...? அதென்ன காதல் அப்படிப்படுத்திவிடுமா என்ன...? காதலித்தாலும்கூட தான் இப்படியெல்லாம் இருக்கமாட்டோம் என்று நினைத்தான் சூர்யா. தன் சுயம் எங்கும் போய்விடாது என்று உறுதியாக நம்பினான்.

நினைப்புகளினூடே கோயிலின் முன் வாசலில் நுழைந்து உள்ளே வந்த உருவத்தைப் பார்த்ததும் சூர்யாவின் விழிகள் விரிந்தன. புன்னை மரத்தடியில் அமர்ந்திருந்த அவனை அந்த உருவமும் பார்த்துவிட்டது புன்முறுவலோடு சந்நிதிக்குள் நுழைந்தது. சற்றுப் பொறுத்து பிரகாரம் சுற்றிக் கொண்டு அவனருகில் வந்தது.

"என்ன ஃப்ரெண்ட் போரடிக்கறதா? இங்க வந்துட்டீங்க?"

"சும்மாதான்."

மாமா அவனருகில் அமர்ந்தார். எனக்கு "போரடிச்சுது அதான் வந்தேன்" என்று சிரித்தார். சூர்யாவும் சிரித்தான்.

"அரவிந்தன் இல்லாம நேரம் போகலையோ...?"

"அதெல்லாம் இல்ல. படிச்சப்பறம் சித்த நாழி அமைதியா இருக்கணும்னு தோணித்து."

"குட் நல்ல பழக்கம். நாளைலேர்ந்து நாலு நாளைக்கு உனக்கு படிக்கவே முடியாது. ஏன்னா பெங்களூர்லேர்ந்து என் பெண்ணரசி லீவுல வரா. சளசளன்னு பேசுவா. தெரிஞ்சவா தெரியாதுன்னு கிடையாது. சட்டுனு ஒட்டிக்குவா. வாய் வலிக்காம பேசுவா. பேசாம ஊருக்கே போயிருக்கலாம்னு உனக்கு தோணிடும் பார்." மாமா சொல்லிவிட்டு சிரித்தார். "நீ அவளை பார்த்ததில்ல இல்ல?"

"ம்ஹூம்."

"அவம்மாவாட்டம் அழகார்ப்பா. என்னாட்டம் புத்திசாலித்தனம் உண்டு. இதைச் சொன்னா மாமிக்கு மூக்கு நுனி சிவந்துடும். தோள்ள இடிச்சுண்டு போவா."

இந்த வயதில் மாமாவின் கலகலப்பைக் கண்டு பொறாமை வந்தது அவனுக்கு. அவரைப்போல் தன்னால் ஏன் எல்லோரிடமும் கலகலவென்று பேச முடிவதில்லை என்று வியந்தான். கூடவே நாளைக்கு வரப்போகும் அவர் பெண்ணைப் பற்றிய யோசனையும் வந்தது. எப்படியிருப்பாள்? அவள் கலகலவென்று பேசினால் தன்னால் பேசிவிட முடியுமா...? என்று யோசித்தான். பேசாமல் ஊருக்குப் போய்விட்டால் என்ன...? அது சரி எனக்கு பயமா கூச்சமா...? அவள் பெண் என்பதாலா...? கீழே போனால்தானே பேசுவாள்...? கீழே போக வேண்டாம்.

"என்ன யோசனை...?" மாமா கேட்க யோசனை கலைந்தது.

"ஒண்ணுல்ல" என்றான்.

"போவோமா...?" மாமா கை ஊன்றி எழுந்தார். வேட்டி மணலை தட்டி விட்டுக் கொண்டார்.

"என் பெண்ணைப்பத்திதானே யோசனை...?" மாமா கேட்க சூர்யா திடுக்கிட்டான்.

"என்ன? எப்டி கண்டுபிடிச்சேன்னா...? உன் வயசு தாண்டிதானே நானும் வந்தேன்."

என்ன பேசுவதென்று புரியாமல் சூர்யா மௌனமாக வந்தான்.

"நீ கூச்சப் பேர்வழின்னு எனக்குத் தெரியும். அதுக்குன்னு சாப்பாட்டுக்குகூட கீழ வர வேண்டாம்னு நினைச்சா எப்டி...?"

இம்முறை சூர்யா மிக பலமாகவே அதிர்ந்தான். மாமாவுக்கு அடுத்தவர் மனசைப் படிக்கும் வித்தை தெரியுமோ என்று வியந்தான். சற்று அசடு வழிய சிரித்தான்.

அதற்குள் வீடு வந்துவிட்டது.

“ரெண்டு பேரும் எங்க போய்ட்டேள்?” டிபன் ஆறிப் போறதே.”

“ஆறினா சூடு பண்ணி போடறது! உட்காரு சூரி. சாப்டுட்டே போ. ராத்திரி கண்முழிக்கறதானா பிளாஸ்க்குல டீயோ காப்பியோ எடுத்துண்டு போ. ஏன் கூச்சப்படற? ஃபீல் அட் ஹோம். சரியா?”

சப்பாத்தியும் பயத்தம்பருப்புடாலும் சூடாகவே இருந்தது. அவன் கேட்கக் கூச்சப்படுவான் என்பதால் மாமி அவன் கேட்காமலே ஏழெட்டு சப்பாத்தி போட்டாள். சாப்பிடத்தான் அவனால் முடியவில்லை. ஒன்பதாவது சப்பாத்தியை மாமி எடுத்தபோது தட்டின் மீது படுத்து விட்டான் சூரி.

“வயறு ரொம்பிடுத்து மாமி. நிஜம்மா” என்றான்.

“சாப்பிடற வயசுடா அம்பி. எட்டு சப்பாத்தி கம்மி பதினஞ்சு சாப்டணும் இந்த வயசுல! மெலிசாத்தானே இருக்கு! எங்க ஒண்ணுவிட்ட சித்தப்பா ஒருத்தர் நாப்பது வயசுலயும் இருபது சப்பாத்தி சாப்டுவார். ஆளு கர்லாக் கட்டை மாதிரி இருப்பார். இப்ப எழுபது வயசாறது. இப்பவும் பத்துக்கு குறையலையாம் சப்பாத்தி.”

“இவ சித்தப்பனுக்கு என்ன வேலை தெரியுமோ...?”

“ஆன்னா ஊன்னா கிண்டல், எங்காத்து மனுஷாள்னாலே இளப்பம்.”

“நா என்ன பொய்யா சொல்றேன்? சூர்யா இவ சித்தப்பா வெயிட் லிஃப்ட்டராக்கும். இருபது சாப்டாம எப்டி கரணை கரணையா சதை வருமாம்...? நாம்ப என்ன வெயிட்டா தூக்கப் போறோம் சொல்லு?” மாமா சிரிக்க சூர்யாவுக்கும் சிரிப்பு வந்தது. அடக்கிக் கொண்டான்.

மாமி பிளாஸ்க்கில் பாலோடு வந்தாள். “நிறைய இருக்கு. ரெண்டு தரம் குடி. நிறைய மார்க் வாங்கணும். அதான் எனக்கு

பதிலுபகாரம்'' என்று அவள் சொன்னபோது சூர்யாவுக்கு நெஞ்சு நெகிழ்ந்தது. எவ்வளவு நல்ல மனிதர்கள் என்று வியந்தான். இரவெல்லாம் அந்த வியப்பு நீடித்தது. இரண்டு மணி வரை படித்தான். அதனால் காலையில் தாமதமாகத்தான் விழிப்பு வந்தது. அந்த விழிப்பும் தானாக வரவில்லை. கதவு தட்டப்படும் ஓசையினால் வந்தது. எழுந்து சென்று தூக்கக் கலக்கம் மாறாமல் தாள் நீக்கினான்.

''குட் மார்னிங்! இன்னும் தூக்கம் போகலயா? சீக்கிரம் வந்தா சேர்ந்து சாப்டலாமே'' மாமா குளித்து விபூதி பட்டை பளிச்சிட நின்றிருந்தார்.

''இதோ வந்துட்டேன்'' சூர்யா அவசரமாக பல் தேய்த்து அவசரக் குளியல் முடித்து தலைவாரி சின்னதாய் விபூதி இட்டு கீழே வந்தான்.

டைனிங் டேபிளில் மாமாவோடு மற்றொரு உருவமும் அமர்ந்திருந்தது.

''வானவில்லின் துண்டொன்று மண்ணில் வந்து யாருக்கும் சொல்லாமல் பெண்ணானதே!''

சூர்யாவுக்குள் இந்த பாடல் வரிகள்தான் ஒலித்தன. அப்படி ஒரு மலர்ந்த முகத்தை இதுவரை அவன் ஆயுளில் எங்கும் கண்டதில்லை எனலாம். மாமாவின் பெண் ஆர்த்தியைப் பார்த்ததும் சூர்யாவின் கால்கள் கூச்சத்தில் தடுமாறியது.

''வாங்க பிரண்ட் மீட் மை டியர் குட்டிச்சாத்தான் மிஸ் ஆர்த்தி. ப்ளஸ் டூ வை முதல் முறையாக எழுதப்போறா. எனக்கு மார்க் போடாட்டி நீ ரத்தம் கக்கி செத்துடுவன்னு ஆன்ஸர் பேப்பர்ல பயமுறுத்துவா பேப்பர் திருத்தறவனை''

''உங்க பொண்ணாச்சே நான்...! வேறெப்டி செய்வேன்?''

''ஒருமுறை சையன்ஸ் பேப்பர்ல ஏதோ அன்ஸார் தெரியலன்னு என்ன செய்தா தெரியுமோ?''

மாமா கேட்க ஆர்த்தி குப்பென்று சிரித்தாள் என்ன என்பதுபோல் பார்த்தான் சூர்யா.

''எம் குலப் பெண்களுக்கு மஞ்சளரைத்துக் கொடுத்தாயான்னு வீரபாண்டிய கட்டபொம்மன் வசனத்தை சுத்த தமிழில் இங்கிலீஷ் ஸ்பெல்லிங்கோட எழுதி வெச்சுட்டு வந்திருக்கா. அது என்னன்னு கண்டுபிடிக்க முடியாம அத்தனை டீச்சரும் திணறித் தவிச்சிருக்கா. கன்னடக்காரளாச்சே. படிக்க முடிஞ்சாலும் அர்த்தம் புரியல.''

மாமா முடிக்க ஆர்த்தி வெள்ளி மணியை குலுக்கினாற்போல் சிரித்தாள், சூர்யா புன்சிரிப்போடு அவளைப் பார்த்தான். சிரிக்கும்போது இப்படி முகம் முழுக்க ஒவ்வொரு நரம்பும் சிரிக்குமா? கண்கள் காது மடல்கள் கன்னத்து சதை, எல்லாம் அவளோடு சேர்ந்து சிரித்தன. மூக்கு ஒளி வளைவுகள்கூட சற்று விரிந்து சிரிப்பதை இப்போதுதான் பார்க்கிறான் அவன். அவள் சும்மா இருக்கும்போதே அவள் கண்களிலும் உதட்டிலும் ஒரு சிரிப்பு படர்ந்திருப்பதை கவனித்தவனுக்கு இப்படியும் உண்டா என்ற வியப்பு எழும்பியது. அவள் கண்ணையும் உதட்டையும் தன்னை மறந்து பார்த்துக் கொண்டிருந்தான். துறுதுறுவென்ற வட்ட முகம். ஒரு வினாடியில் ஆயிரம் ஜாலங்கள் காட்டியபோது பிரம்மிப்பின் உச்சிக்குச் சென்றான்.

இது போன்ற முகத்தை அவன் இதுவரை பார்த்ததேயில்லை. மனிதர்கள் சிரித்தால் உதடு விரியும். கண்ணுக்கு கீழே கன்னம் லேசாய் உப்பிக் கொள்ளும். இப்படி முகம் முழுக்க உற்சாகமாய் சிரித்து இப்போதுதான் அவன் பார்க்கிறான். ஒரு காட்டருவி கொல்லென்று பூமியில் பாய்ந்து விழுவதைப்போல சிரிப்பு பொங்கி வழியும் முகம்! அன்று முழுக்க அந்த சிரிப்பு அவன், மனத்திரையில் திரும்பத் திரும்ப தோன்றிக் கொண்டிருந்தது. கூடப் படித்த, மற்றும் கல்லூரியின் மற்ற பெண்களையெல்லாம் உற்றுப் பார்த்து ஒப்பிடத் தோன்றியது. வேறு யார் சிரிப்பிலும் அந்த கவர்ச்சியும் ஈர்ப்பும் எதிரொளியையும் குப்பென சந்தோஷப்படுத்தும் திறனும் சத்தியமாக இல்லை.

கல்லூரி முடிந்து அன்று மாலை அவன் வீடு திரும்பியபோது ஆர்த்தி கூடத்திலே அமர்ந்திருந்தாள். அவள் முன்னால் செஸ் போர்டு இரு பக்கத்து காய்களையும் தானே நகர்த்திக் கொண்டு சிரியஸாய் ஆடிக் கொண்டிருந்தவள் இவனைப் பார்த்ததும் கண்கள் பளிச்சிட சிரித்தாள். "உங்களுக்கு செஸ் ஆடத் தெரியுமா...?"

"சுமாராதான் தெரியும்."

"ஆடலாமா...?" காது தொங்கட்டான் அசைந்தாட அவள் தலை சாய்த்து கேட்டபோது சூர்யாவுக்கு பரீட்சைகள் மறந்து போயிற்று.

"கை கால் அலம்பிண்டு வந்துடறேன்" என்று மாடிக்குப் போனான்.

சற்று நேரத்தில் வேட்டி சட்டைக்கு மாறி அலம்பித் துடைத்த முகத்தோடு கீழே வந்தான்.

"ஏய் முதல்ல அவன் டிபன் சாப்பிட்டும் அப்புறம் ஆடுங்கோ."

மாமி ஆனியன் பஜ்ஜியும் தேங்காய் சட்னியும் கொண்டு வந்தாள். அவன் தட்டிலிருந்தே ஆர்த்தி ஒரு பஜ்ஜி எடுக்க மாமி அவள் கையில் அடித்தாள். "அங்கே போய் எடுத்து தின்னேன்."

"பரவால்ல எடுத்துக்கட்டும்" சூர்யா இரண்டு பஜ்ஜியை எடுத்து அவளிடம் நீட்டினான்.

"ஒண்ணு போதும்."

"சூர்யா இவளோட ஆடி உன் படிப்பை கோட்டை விட்டுடாதே. சித்த நாழி விளையாடிட்டு படிக்கப் போ. என்ன? இது பிசாசு. விளையாட ஆள் கிடைச்சா விடாது."

"ச்சட்... இதாம்பா நான் இங்கே வரதேயில்ல. பாட்டி வீடுன்னா இன்னேரம் எவ்ளோ பேர் விளையாட வருவா

தெரியுமா...?'' ஆர்த்தி அலுத்துக் கொண்டே போர்டில் காய்களை வரிசைப்படுத்த சூர்யா கடைசி பஜ்ஜியை மென்று விழுங்கிவிட்டு கை கழுவிக் கொண்டு வந்தான்.

ஆர்த்தி திறமையாகவே ஆடினாள். எட்டாவது மூவிலேயே சூர்யாவின் ராணி வீழ்ந்தாள். ஆர்த்தி கைகொட்டி சிரித்தாள். சூர்யா நாசி விரிய சிரிக்கும் அவள் முகத்தையே பார்த்தான். இந்த சிரிப்பிற்காக எத்தனை ராணிகளை வேண்டுமானாலும் பறி கொடுக்கலாம் என்று தோன்றியது.

மூன்று நாள் போனதே தெரியவில்லை. மூலை முடுக்குகளும் ஜன்னல் கம்பிகளும்கூட சிரிப்பதுபோல் தோன்றியது. மூன்றாம் நாள் விடியற்காலை பிருந்தாவனில் மொத்த சிரிப்பும் பெங்களூருக்குச் சென்றபோது கும்மென்று வீட்டை இருள் சூழ்ந்தாற் போலிருந்தது. ஒரு பெண்ணின் பிரிவு இத்தனை ஏக்கம் தருமா என்று வியந்தான். இதற்குக் காரணம் என்ன என்று புரியவில்லை.

❋❋❋

அத்தியாயம் 9

ஊரிலிருந்து அரவிந்தன் வந்து விட்டான், ''என்னடா நாலு நாள் ரொம்ப போரோ?'' அரவிந்தன் மீனாட்சி மாமி கொடுத்தனுப்பிய முள்ளு முறுக்கும், மனோகர உருண்டையும் வைத்திருந்த பொட்டலத்தை எடுத்து சூர்யாவிடம் நீட்டினான்.

''என்னது.''

''உங்கம்மாவோட பாசம்! பாக் பண்ணி கொடுத்தனுப்பினா.''

சூர்யா ஆசையாக பொட்டலத்தை பிரித்தான். மனோகர, உருண்டை வெல்லத்தோடு வாயில் கரைந்தது. உப்பு தேன்குழலில் வெண்ணை மணத்தது. இரண்டிரண்டு சாப்பிட்டுவிட்டு மிகுதியை கீழே மாமியிடம் கொடுத்துவிட நினைத்து மறுபடியும் பொட்டலமாய் கட்டி வைத்துவிட்டு குளிக்கப் போனான்.

அரவிந்தன் அவனை வியப்போடு பார்த்தான்.

''என்னாச்சுடா உனக்கு? ஊர்லேர்ந்து வந்திருக்கேன். எங்கிட்ட எதுவும் பேசல...! யாரைப்பத்தியும் விசாரிக்கல...! கோவமா உனக்கு...?''

''யார் சொன்னா. அதெல்லாம் இல்லையே...''

''ஆனா ஏதோ வித்யாசமா இருக்கயே ஏண்டா...?''

''வித்யாசமாவா...? நானா... போடா. உனக்கு பிரமை...! சரி சொல்லு... ஊர்ல எல்லாரும் சௌக்யம்தானே...?''

"பார்த்தயா நா சொன்னதும் ஒப்புக்கு கேட்கற! நா பதில் சொல்ல மாட்டேன் போ. நா இல்லாத நாலு நாள்ள உனக்கு ஏதோ ஆய்டுத்து நிச்சயமா... கண்டிபிடிக்கறேன் பார்! என்னை யாருன்னு நினைச்ச...?"

சூர்யா சிரித்தபடி பாத்ரூமுக்குள் நுழைந்தான். ஒன்பது மணிக்கு இருவரும் டிபன் சாப்பிட கீழே வந்தபோது மாமி போனில் சத்தம் போட்டு பேசிக் கொண்டிருந்தாள்.

"பத்திரமா வந்து சேர்ந்தாளா...? சந்தோஷம்! நீ எப்டிமா இருக்க...? என்ன பேத்தியோட பேட்மிண்டன் ஆடிண்ருக்கயா? நன்னார்க்கு போ... நல்ல பாட்டி நல்லபேத்தி...!"

மாமி போனை வைத்துவிட்டு திரும்பினாள். "என்ன அரவிந்தா ஊர்ல எல்லாரும் சௌக்கியம்தானே? ஆனந்தியைப் பார்த்துட்டு வந்த சந்தோஷத்துல முகமெல்லாம் பூரிச்சி கிடக்கு... பட்டுப்புடவை உடுத்திண்டு காட்டினாளா?"

அரவிந்தன் சிரித்தான்.

"நீ இல்லாதப்பொ எம்பொண்ணு வந்தா தெரியுமோ நீ பார்த்ததில்ல இல்ல அவள? இன்னும் அந்த விளையாட்டும் குறும்பும் போகவேல்ல. சூர்யாதான் மாட்டிண்டான். அவனைப் படிக்க விடல போ! பத்திரமா போய்ச் சேர்ந்துட்டாளாம். இப்பதான் அங்கேர்ந்து எங்கம்மா போன் பண்ணினா."

அரவிந்தன் கண்கள் சிரிக்க சூர்யாவை உற்றுப் பார்க்க, சூர்யா அவசரமாய் வேறு பக்கம் பார்வையைத் திருப்பிக் கொண்டான்.

மாமி இருவருக்கும் சுடச்சுட அரிசிமா சேவையும் மோர்க்குழம்பும் கொண்டு வந்து வைத்தாள்.

"மாமா எங்கே...?"

"காலம்பறயே எங்கயோ போனார்."

"நீங்க எப்பொ ஊருக்கு வரப்போறேன்னு கேட்டா எங்கம்மா. நாத்தனாரை மறந்துட்டாளான்னு கேக்கச் சொன்னா."

“ஆமா மறந்துட்டேன்னு சொல்றதுதானே. படவா நீயா கேக்கற இல்ல...? உங்கம்மாவைப்பத்தி எனக்கு தெரியாதாக்கும்.....? அவளுக்கு அதிர்ந்துகூடப் பேசத் தெரியாது. உனக்கு எங்கேர்ந்தோ இவ்ளோ வாய்...!”

“அதிர்ந்து பேசத் தெரியாம இல்ல மாமி! அதிர்ந்து பேச பயம். பேசினா ஓடு உடைச்சி தலமேல விழுந்துடுமோன்னு பயம்!”

மாமி கண்ணை உருட்டி சிரித்தாள். “இவன் வாய்க்கு இவனோட எப்டி சூர்யா ஒத்துப் போறது உனக்கு?”

“ரெண்டு பேர்க்கும் வாயிருந்தா போரடிச்சுடும் மாமி... ஒத்த துருவம் ஒத்துப் போகாது தெரியுமோ...?”

“அப்டின்னா ஆனந்தி இவனாட்டமா சாதுவா...? அதான் ஒத்துப் போறதா...?”

“சாதுதான். அதுக்குன்னு அசடில்ல...?”

“அப்டின்னா இந்த சூர்யாவுக்கு வாயாடி. பெண்ணாதான் அமையுங்கறயா...?”

“யார் கண்டா அந்த மாதிரி பெண்ணைத்தான் இவனுக்கு பிடிச்சுப் போகும் பாருங்கோ.”

“அய்யோ பாவம்தான்...! எம்பொண்ணோட நாலு நாள் எனக்கு மன்னாட முடியல. அவளை மாதிரி ஒரு வாயாடி பொண்டாட்டியா வாய்ச்சா இந்த பிள்ளை கதி அதோ கதிதான் போ!”

சரட்டென்று சூர்யா இருவரையும் ஏறிட்டு பார்த்தான். அந்த வினாடி அவன் கண்களில் ஏற்பட்ட மாற்றத்தை அரவிந்தன் கவனிக்கத் தவறவில்லை.

அன்றிரவு மொட்டை மாடியின் திறந்த வெளியில் நாடாக் கட்டிலை போட்டு மல்லாந்து படுத்திருந்த சூர்யாவின் அருகில் வந்து அமர்ந்தான் அரவிந்தன். இன்னும் இரண்டு நாளில் பௌர்ணமி காணப்போகும் நிலவு பிரகாசமாகவே இருந்தது.

நட்சத்திரங்கள் கூட கூட்டம் கூட்டமாய் பளிச் பளிச்சென்று பேசி சிரித்துக் கொண்டிருந்தன.

"என்னடா சூரி. என்ன யோசனை...? ஏதாவது கவிதை யோசிக்கறயாக்கும்?"

"அது சரி. கவிதைக்கு நான் எங்கே போக? நா என்ன உன்னாட்டம் கவிஞனா?"

"நா ஒரு கவிதை எழுதினேன் படிக்கறயா?"

"எதைப்பத்தி?"

"என் தோழனைப்பத்தி."

"என்னைப்பத்தியா!"

"என் தோழனைப்பத்தி."

"அப்பொ என்னைத் தவிர தோழன் உண்டா உனக்கு?"

"முதல்ல கவிதையைப் படி. அப்பறம் சொல்லு அது உன்னைப் பத்தியா இல்ல வேறு யாரையாவது பத்தியான்னு" அரவிந்தன் உள்ளே போய் தன் நோட் புக்கை எடுத்து வந்து. கவிதைப் பக்கத்தைப் பிரித்து நீட்டினான்.

விஷ்ணுவுக்கு பத்து அவதாரம்
மனிதர்களுக்கு பல நூறு அவதாரம்
என் அடுத்த வீட்டு தோழனுக்கு இதுவரை
"இரண்டே அவதாரம்
ஒன்று தாய்க்கு பிள்ளையாய்
மற்றொன்று என் உற்ற தோழனாய்
நேற்று முதல் என் தோழனைக் காணவில்லை
இன்னுமோர் அவதாரம் எடுக்க எங்கோ சென்று விட்டான்
யாரை நினைத்து அவன் வெண்ணிலவை உற்றுப்
பார்க்கிறான்? நிலவே நீ சொல்லு
இவனை நினைத்து இன்னும் யார்
உன்னைப் பார்க்கிறார் என்று!"

“என்னடா இது?” சூர்யா தடுமாறினான். உள்ளுக்குள் பிரம்மித்தான். நண்பனைப் பார்க்க முடியாமல் கண்களை மூடிக் கொண்டான். மூடிய விழிகளுக்குள் நிலவின் ஒளியும் ஆர்த்தியின் சிரிப்பும் தெரிய நிலைகுலைந்தான். அரவிந்தன் அவன் அருகில் வந்து தோளில் இரு கைகளை ஊன்றியபடி அவனை உற்றுப் பார்த்தான்.

“நீ சொல்ல வேண்டாம். நா சொல்லட்டுமா யாருன்னு?”

“.....”

“ஆர்த்திதானே?”

சூர்யாவுக்கு தூக்கிவாரிப் போட்டது. அரவிந்தனை விழி விரியப் பார்த்தான். என்ன சொல்வதென்று புரியாமல் அவன் வாயடைத்துப் போயிற்று. ஆம் என்று ஒப்புக்கொள்ளவும் முடியவில்லை. இல்லை என்று மறுக்கவும் முடியாமல் திணறினான். நண்பனின் துல்லியமான கணிப்பைக் கண்டு திகைத்தான். உள்ளுக்குள் அவனை சிலாகித்தான்.

“என்னடா, ஆச்சர்யமார்க்கு இல்ல? இது ஒண்ணும் கஷ்டமில்ல. திருடனுக்கு திருடனை அடையாளம் தெரிஞ்சுடும். உன் கண்ணுதான் சொல்றதே! ஆர்த்தியும் வந்துட்டு போயிருக்கா. ஒண்ணும் ஒண்ணும் ரெண்டுன்னு சொல்ல பெரிய புத்திசாலித்தனம் தேவையில்லடா. இன்னும் என்ன மூடுமந்திரம்? மனசு விட்டுதான் பேசேன்.”

சூர்யா எதுவும் பேசவில்லை. ஆனாலும் ஒரு சிரிப்போடு நண்பனை அணைத்துக் கொண்டான்.

“நீ எப்டின்னு ஆச்சர்யமார்க்குடா சூர்யா...?”

“ஏன் நா மட்டும் என்ன சாமியா?”

“அதெப்டிடா...? கண்டதும் காதலா? அண்ணல் நோக்கினப்பொ அவள் நோக்கினாளோ?”

"தெரியாதுடா அரவிந்தா. அவ மனசுல என்ன இருக்குன்னு தெரியாது. சலனம் என் மனசுல ஏற்பட்டிருக்கு அவ்ளோதான். இது வளருமா தேய்ஞ்சு மறைஞ்சுடுமான்னு தெரியல."

"கவலைப்படாதடா. தேய்ஞ்சு மறைய நா விடமாட்டேன். நேசிக்கறதும், நேசிக்கப்படறதும் சுகமான அனுபவம். அந்த அருமையைப்பத்தி எனக்குத் தெரியும். எனக்கு ரொம்ப சந்தோஷம்டா சூர்யா. மாமா ரொம்ப நல்லவர். சிநேகமானவர். மாமி அதைவிட பல மடங்கு நல்லவ. குழந்தை மாதிரி மனசுள்ளவ, உங்க காதலுக்கு எந்த பிரச்சனையும் வராது. அடுத்த முறை ஆர்த்தி வந்தா மனசு விட்டுப் பேசு. உன்னைப் போலவே அவளுக்கும் ஏதாவது பாதிப்பிருந்தா நிச்சயம் அவ அடுத்த மாசமேகூட வருவா பார்."

"அப்டிங்கறயா...!"

"நிச்சயமா! அவளுக்கும் அங்க இருப்பு கொள்ளாதில்ல..."

"யப்பா! நல்ல அனுபவம்டா உனக்கு அப்டியே புட்டுப் புட்டு வெக்கற!"

அரவிந்தன் சிரித்தான். நிலவு நகர்ந்திருந்தது. "படுக்கலாம் வாடா. அலுப்பாயிருக்கு."

அரவிந்தன் அறைக்குள் செல்ல சூர்யா பின்னால் சென்றான்.

காதல் என்ற அனுபவம் நண்பனுக்கும் ஏற்பட்டுவிட்டதும் சதாசர்வ காலமும் பேச்சும் அதைப் பற்றியே சுற்றி வந்தது. நட்பு இன்னும் இறுகியது. பரஸ்பர கரிசனமும் அக்கறையும் இன்னும் கூடியது.

அரவிந்தன் சொன்னது போல் மறுமாதமே பெங்களூரிலிருந்து மூன்று நாள் லீவில் வந்தாள் ஆர்த்தி.

"என்னடி அதிசயம்! வருஷத்துக்கொருதரம் வரதுக்கே மூஞ்சி அறுந்து தொங்கும்! எப்டி ஒரு மாசத்துக்குள் வந்துட்ட! பாட்டிக்கும் பேத்திக்கும் சண்டையா...?"

மாமிகூட வியந்து கிண்டலடித்தாள். "அதெல்லாம் இல்ல என்னமோ உன்னைப் பார்க்கணும்னு தோணித்து வந்தேன்."

"ஆச்சர்யம்தான். என்னைக்கூட பார்க்கணும்னு தோணித்தே இரு கிள்ளிப் பார்த்துக்கறேன்."

"போம்மா!" ஆர்த்தி அவசரமாய் பிரயாணக் களைப்பு தீரக் குளித்து வேறு உடை மாற்றிக் கொண்டு அம்மாவிடம் வந்தாள்.

"ஆமா. மாடில ஒரு உம்மணாம்மூஞ்சி இருந்துதே. இருக்கா போய்டுத்தா...?"

யாரைச் சொல்ற சூர்யாவையா...? ரொம்ப கொழுப்புடி உனக்கு. உம்மணாம்மூஞ்சியா? பாவம் அந்த பிள்ளை பரமசாது! இன்னும் வரல காலேஜ்லேர்ந்து."

"வந்ததும் சொல்லு."

"ஏன்... என்ன வம்பு பண்ணப்போற அவங்கிட்ட?"

"பாடத்துல கொஞ்சம் சந்தேகம் கேக்கணும்மா."

மாமி மூக்கில் விரலை வைத்தாள்.

ஏழு மணிக்கு அரவிந்தன் தான் முதலில் வந்தான். சூர்யா ஒரு புத்தகத்தை தேடி ஏதோ லைப்ரரிக்கு சென்றிருந்தான்.

"என்ன மாமி... இன்னிக்கு என்ன டிபன்...?"

"வெஜிடபிள் போண்டா. கையக்காலை அலம்பிண்டு வா..."

"அடி சக்கை! இன்னிக்கு என்ன ஸ்பெஷல்?"

"எம்பொண்ணு வந்துர்க்கே! அந்த பிசாசுக்குதான் பண்ணினேன்."

"யாரு... ஆர்த்தியா...?"

அரவிந்தன் வியந்தபடி கண்களை சுழலவிட உள்ளறையிலிருந்து ஆர்த்தி சத்தம் கேட்டு வெளியில் வந்தாள்.

அரவிந்தன் அவளை ஏற இறங்கப் பார்த்தான். அவளும் அவனை விழியை சுருக்கி பார்த்தாள்.

"ஐ ஆம் அரவிந்தன். உன் அத்தான்! அதாவது முறை மாப்பிள்ளை! அப்படித்தானே மாமி...?" அரவிந்தன் விஷமத்தோடு தன்னை அறிமுகப்படுத்திக் கொண்டான். அவள் முறைப்பதைக் கண்டு சிரிப்பு வந்தது அவனுக்கு.

"என்ன மாமி உங்க பொண்ணு வாயாடிம்பேள். இவ்ளோ சாதுவா இருக்கா!"

"நா கண்டவா கிட்டல்லாம் பேசறதில்ல."

"ஏய்... யாருடி கண்டவன்?" மாமி அதட்டினாள்.

"மாமி இன்னோரு போண்டா..."

மாமி உள்ளே போக அரவிந்தன் எழுந்து அவளருகில் வந்தான். "அப்போ சூர்யாகிட்ட தான் பேசுவயாக்கும்?" என்றான். ஆர்த்தியின் முகத்தில் ஒருவித சிவப்பு படர்ந்தது. கண்களில் ஒரு மின்னல் மின்னியதையும் கவனிக்கத் தவறவில்லை அவன்.

"மூணு நாள் லீவாச்சேன்னு சூர்யா, ஊருக்கு போனான். இப்பதான் அவனை வண்டியேத்தி விட்டுட்டு வரேன். எனக்கும் செஸ் ஆடத் தெரியும். எங்கூட ஆடறயா...?"

ஆர்த்தி அவனை முறைத்துப் பார்த்துவிட்டு அலட்சியமாய் தலையாட்டினாள். "எனக்கு வேலையிருக்கு. உங்களோட விளையாட வேற ஆள் பார்த்துக்கலாம்!" சூர்யா இல்லாத ஏமாற்றம் அப்பட்டமாய் அவள் முகத்தில் படர்ந்தது. வேகமாய் திரும்பிச் சென்று படாலென்று தன் அறைக்கதவை அறைந்து சாத்தினாள்.

அரவிந்தன் புன்னகைத்துக் கொண்டான்.

***

அத்தியாயம் 10

எட்டு மணிக்கு சூர்யாவும் மாமாவும் ஒன்றாக வந்தார்கள். கார் சத்தம் கேட்டு வெளியில் வந்த ஆர்த்தியின் முகம் சூர்யாவைக் கண்டதும் பளிச்சென்று மலர்ந்தது. அதே நேரம் மாடியிலிருந்து இறங்கி வந்த அரவிந்தனைப் பார்த்து முறைத்தாள்.

"என்னடா பாதி வழில செயினை இழுத்து நிறுத்தி டிரெயின்லேர்ந்து இறங்கிட்டயா?"

அரவிந்தன் கேட்க சூர்யா திருதிருவென்று விழித்தான். மாமாவுக்கு அவன் கேள்வி புரியவில்லை. "நீ எப்படி பெண்ணே வந்த" என்று பெண்ணின் அருகில் சென்று தலை தடவி அணைத்துக் கொண்டார்.

"இனிமே அடிக்கடி வருவா உங்க பொண்ணு" அரவிந்தன் முணுமுணுப்பாய் சொல்லிவிட்டு சூர்யாவைப் பார்த்து கண்ணடித்தான். சூர்யா வேகமாய் மாடி ஏறிச் சென்றான்.

மாமா பின்பக்கம் செல்ல ஆர்த்தி இடுப்பில் கை வைத்து அவனை முறைத்தாள்.

"என்னன்னு தெரியல டிரெயின் ஏத்திதான் விட்டேன்... எப்டி வந்தான்...!"

"ஷட் அப்...!"

“அப்னா மாடியா...? சரி போயிடறேன். அரவிந்தன் மாடிக்கு விரைந்தான்.”

“நா சொல்லல வருவான்னு! வந்துட்டா பார். இப்ப என்ன சொல்ற...?”

“எனக்கு ஒண்ணும் புரியல போ...” சூர்யா அலுத்துக் கொண்டு சிரித்தான்.

“இதுலேர்ந்து என்ன புரியறது...? பெங்களூர்ல அவளுக்கு இருப்பு கொள்ளலைன்னு நீ ஊருக்கு போயிட்டன்னதும் அவ முகம் போன போக்கை பார்க்கலையே என்னை வில்லன் மாதிரி முறைக்கறா... பார்க்கலாம். என்னை தாண்டிண்டு உங்கிட்ட எப்டி வந்து பேசறான்னு பார்க்கறேன்! நந்தி மாதிரி கூடவே இருந்து படுத்தறேன் பார். ஷட் அப்னா சொல்றா? பார்த்துக்கறேன் ஒரு கை!”

சூர்யா சிரிப்பை அடக்கிக் கொண்டான். உண்மையிலேயே சந்தோஷமாக இருந்தது அவனுக்கு. இது ஒரு புது அனுபவம். அவனை நினைத்துக் கொண்டு அவள் அங்கு இருப்புக் கொள்ளாமல் இங்கு வந்திருக்கிறாள்! நினைக்கும் போதே அலை அலையாய் ஏதோ ஒரு உணர்வு உடல் முழுக்க பரவியது.

ஒன்பது மணிக்கு மாமி சாப்பிடக் கூப்பிட்டபோது எனக்கு பசியில்லை என்று கீழே வர மறுத்தான்.

“என்னடா ஆச்சு. பயம்மார்க்கா...?”

“ச்சேச்சே...”

“தயக்கமார்க்கா.....?”

“நிஜமாவே பசிக்கலடா...”

“ரொம்ப சந்தோஷம். நீ வரலன்னதும் அவ மூஞ்சி எப்டி போறதுன்னு பார்த்துட்டு வந்து சொல்றேன்!” அரவிந்தன் ஷர்ட்டை மாட்டிக் கொண்டு கீழே வந்தான்.

ஆர்த்தி மாடியையே பார்ப்பது தெரிந்தது.

''சூர்யா எங்கே...?'' மாமா கேட்க

''அவனுக்கு பசியில்லையாம்'' என்றான்.

''ஏன் உடம்பு கிடம்பு சரியில்லையான்ன?'' மாமியின் கேள்வியில் பதட்டமும் கவலையும் இருந்தது.

''அதெல்லாம் இல்ல உங்க பொண்ணு வந்துர்க்காளேன்னு கூச்சம் போல இருக்கு.''

''என்ன கூச்சம்...? போன மாசம் இவ வந்தப்போ சேர்ந்துதானே சாப்ட்டான்! அதெல்லாம் இருக்காது.''

''அப்பொ பயமோ என்னமோ...?''

''யாரு இவகிட்டயா...? நன்னார்க்கு போ...''

ஆர்த்தி அரவிந்தனை முறைத்தாள். பிறகு வெடுக்கென்று எழுந்தாள். பிளேட்டை தள்ளி விட்டாள்.

''எனக்கு பயந்துண்டு யாரும் பட்னி கிடக்க வேண்டாம். அவரைக் கூப்ட்டு சாதம் போடு. நா அப்பறமா வந்து கொட்டிக்கறேன்.''

''என்ன அரவிந்தா... எதுக்கு எம் பொண்ணு இப்டி கோச்சுக்கறா?'' மாமா பேப்பரிலிருந்து முகம் நிமிர்த்தி கேட்டார்.

''ஆமா... பேப்பர்ல தலையப் புதைச்சுண்டாச்சுன்னா லோகமே அஸ்தமிச்சாலும் உங்களுக்கு தெரியாது. உங்க பொண்ணுக்கு வாய் ஜாஸ்தியாறது. கண்டிச்சு வைங்கோ. சொல்லிட்டேன்.''

மாமா பெண்ணைப் பார்த்து சிரித்தார். ''வா தோழி இப்டி வந்து உட்கார்'' என்று அழைத்தார்.

''உன் தங்கை பிள்ளைகிட்ட சொல்லி வைப்பா என் வழிக்கு வர வேண்டாம்னு.''

“என்ன கோவம்மா உனக்கு. வா இப்டி வா. கோவம் முகத்தை விகாரமாக்கிடும். முதல்ல சாந்தமாக்கிக்கோ.”

“கோவத்தை எப்டி மாமா அடக்கணும்?” அரவிந்தன் நல்ல பிள்ளைபோல் கேட்க ஆர்த்தி இன்னும் ஆத்திரத்தோடு அவனை முறைத்தாள்.

“சொல்றேன் நீ போய் சூர்யாவை சாப்ட அழச்சுண்டு வா. நா சொன்னேன்னு சொல்லு. வருவான்.”

மாமா சொல்ல. அரவிந்தன் மாடிக்குப் போய் ஐந்து நிமிடத்தில் சூர்யாவோடு இறங்கி வந்தான். சூர்யா லஜ்ஜையோடு வந்து அமர்ந்தான்.

“உட்காரு தோழி...!” மாமா பெண்ணை தன் அருகில் அழுத்தி அமர வைத்தார். மாமி அனைவருக்கும் பரிமாறினாள்.

“நாளைக்கு கோவிலுக்குப் போ ஆர்த்தி. சந்நிதியைச் சுத்திண்டு நேரா போய் தஷிணாமூர்த்திகிட்ட போய் நில்லு. அவரையே கொஞ்ச நேரம் உற்றுப் பார். இப்படி தொட்டதுக்கெல்லாம் படபடக்கறது குறையும்.”

சூர்யா வியப்போடு அவரைப் பார்த்தான் “ஏன் குறிப்பா தஷிணாமூர்த்தின்னு சொல்றேள்? ஏதாவது காரணமிருக்கா அதுக்கு?”

“இருக்கு தோழா. தஷிணாமூர்த்தி குரு! யோக நிலைல இருப்பவன், சாந்தஸ்வரூபமாய் அமர்ந்திருப்பவன். சாந்தமான முகத்தை உற்றுப் பார்த்தா அந்த சாந்தம் நமக்கும் பரவும். மனசு அமைதிப்படும். கோபமா இருக்கறவாளை உத்துப் பார்த்தா நமக்கும் கோபம் வரும். கெட்ட எண்ணம் உள்ளவனோடு சகவாசம் வெச்சுண்டா நமக்கும் கெட்ட எண்ணம்தான் வரும். தஷிணாமூர்த்தி சாந்த மூர்த்தி. யோக மூர்த்தி, குருவடிவாயிருப்பவன். நா சொல்றது பொய்யில்ல. நீங்கள்ளாம் தஷிணாமூர்த்தியை உற்றுப் பார்க்கறதில்ல,

இனிமே பாருங்கோ. நிச்சயம் உங்களுக்குள்ள ஒரு மாற்றம் தெரியும். அப்பறம் சொல்லுங்கோ.''

''நீங்க சொல்றது நிஜம்தான் மாமா'' அரவிந்தன் ஒரு கப் ரசத்தை உறிஞ்சியபடி சொன்னான்.

''எப்டி சொல்ற, நீயும் உற்றுப் பார்ப்பாயா தஷிணாமூர்த்திய?''

''சத்தியமா இல்ல. அந்த நல்ல பழக்கம் இனிமேதான் வரணும். முதல்ல சொன்னேள் பாருங்கோ கோபமா இருக்கறவாளைப் பார்த்தா கோபம் வரும்னு. அது நிஜம்தான். உங்க பொண்ணு முகத்தை அஞ்சு நிமிஷம் உத்துப் பார்த்தேனா, எனக்கு இப்பொ கோபம் கோபமா வரது!''

அரவிந்தன் சிரிக்காமல் சொல்ல சூர்யா பக்கென்று வாய்விட்டு சிரிக்க புரைக்கேறியது அவனுக்கு. மாமாவும் பெண்ணை திரும்பி பார்த்துவிட்டு பெரிதாக சிரிக்க மாமியும் அடக்க முடியாமல் சிரித்து விட்டாள். ஆர்த்திக்கு அழுகை வந்தது. எரித்து விடுவதைப்போல் அரவிந்தனைப் பார்த்துவிட்டு, ஆத்திரம் அதிகமாகி, பாதி சாப்பாட்டில் விருட்டென்று எழுந்து சென்றாள்.

சூர்யா அவள் போவதைப் பார்த்ததும் லேசாய் பதறினான். அரவிந்தனை ஏண்டா என்பதுபோல் பார்த்தான்.

''போகட்டும் விடு! பொம்மனாட்டி ஜென்மத்துக்கு பொறுமை வேண்டாமோ...? தொட்டாச்சிணுங்கியா இருந்தா எப்டி போற இடத்துல குப்பை கொட்டும்...? எல்லாம் எங்கம்மா கொடுக்கற செல்லம்...! இந்த வயசுல இவ கூப்ட்டா எழுந்து போய் பேட்மிண்ட்டன் ஆடறாளாமே என்னத்த சொல்ல?'' மாமி தயிருக்கு சாதம் போட்ட படி சொன்னாள். மாமா ஏதோ சிந்தனையிலாழ்ந்தார்.

பத்து மணிக்கு அரவிந்தனும் சூர்யாவும் மொட்டை மாடியில் உட்கார்ந்து பேசிக் கொண்டிருந்தனர்.

“உனக்கு ரொம்ப திமிர்டா! எதுக்கு அவளை வம்புக்கு இழுக்கற? பேசாம சாப்ட வேண்டியதுதானே.”

“அது சரி வாய்ல போட்ட சாதம் எகிறிவிழற அளவுக்கு விழுந்து விழுந்து சிரிச்சு, பேசறயாக்கும்? நா சொன்னதைவிட நீ சிரிச்சதுலதான் அவளுக்கு பொத்துண்டு வந்துடுத்து தெரியுமா...?”

“இன்னும், தூங்கலையா?” என்று கேட்டபடி மாமாவின் குரல் மாடிப்படியில் கேட்க இருவரும் சட்டென்று பேச்சை நிறுத்தினார்கள்.

“என்ன மாமா பொண்ணு சாப்டலன்னு தூக்கம் வரலையா?”

“குசும்புடா உனக்கு... ஆனா ஒரு விதத்துல நீ சொல்றதும் சரிதான். என் கவலை அவ சாப்டலையேன்னு இல்லை.” மாமா சூர்யா எடுத்து போட்ட சாய்வு நாற்காலியில் அமர்ந்து கொண்டார். கொஞ்ச நேரம் எதுவும் பேசவில்லை.

“எனக்கு ரொம்ப ஆச்சர்யமார்க்கு.” என்றார் பிறகு. அரவிந்தனும் சூர்யாவும் அவர் முகத்தையே பார்த்தார்கள்.

“என்ன ஆச்சர்யம்னு கேக்கமாட்டேளாக்கும்?”

“என்ன மாமா...” அரவிந்தன் சட்டென்று கேட்டான்.

“என் பெண்ணை நா பெத்தேனே தவிர கிட்ட இருந்து நா வளர்க்கல. அவ தவழ்ந்ததைப் பார்க்கல. நடந்ததைப் பார்க்கல, மழலை பேசினதை கேட்கல. கால்ல சக்கரம் கட்டிண்டு சுத்திட்ருந்தேன். ஊர் ஊரா டேரா. நாடோடி வாழ்க்கை. அதனால பாசம் குறைஞ்சா போய்டுத்து? இதான் பகவத் லீலை. அன்பு, பாசம் எல்லாம் ஏற்படறது அவனோட அற்புதம். கிட்ட இல்லாவிட்டாலும் உயிர். துடிப்பு எப்பவும் உண்டு அவ மேல. வருஷத்துக்கொரு தரம் வரும். கடனேன்னு ரெண்டு நாள் இருந்துட்டு போகும். மத்தபடி வேணும்னா நாங்கதான் பெங்களூர் போய் அவளைப் பார்த்துட்டு வரணும்.”

"இங்க வந்துடறயாம்மான்னு கேட்டா வர மாட்டேன்னுவா. அங்க அவளுக்கு மனுஷா ஜாஸ்தி. சிநேகம் ஜாஸ்தி. அதோட வளர்த்த பாசம்னும் சொல்லலாம். அங்கதான் ஒட்டறது. கிட்ட இருந்து தடவித் தடவி வளர்க்காட்டாலும் அவ மனசைப் படிக்கற சக்தியை ஒரு அப்பான்ற முறையில் எனக்கு பகவான் கொடுத்திருக்கான்னா அது ஆச்சர்யம் தானே!"

அவர் என்ன சொல்ல வருகிறார் என்று புரியாமல் இருவரும் அவரையே பார்த்தார்கள்.

"போன முறை என் பொண்ணு வந்தப்போ நீ இல்லடா அரவிந்தா. சூர்யா இருந்தான். இதுவரை இல்லாத ஆச்சர்யமா என் பொண்ணு ரொம்ப சந்தோஷமா வளைய வந்தா. ரெண்டே நாள்ள ஊருக்குப் போணும்னு துடிக்கிறவ கூட ரெண்டு நாள் இருந்துட்டு நாலாம் நாள்தான் போனா. போனவ மறு மாசமே இதோ திரும்பி வந்து நிக்கறான்னா. அது எவ்ளோ பெரிய ஆச்சர்யம்ங்கற...! இதுக்கு என்ன காரணம்னு நீ நினைக்கற அரவிந்தா...?"

மாமா கடைசியாய் கேட்ட கேள்வியில் ஒரு வினாடி அரவிந்தன் தடுமாறினான். திரும்பி சூர்யாவை ஒருமுறை பார்த்தான். சூர்யா சட்டென்று தலையை குனிந்து கொண்டான். அவன் நெஞ்சு படபடவென அடித்துக் கொண்டது. மாமா இருவரையும் மாறி மாறி பார்த்தார்.

❋❋❋

அத்தியாயம் 11

"கிட்ட இருந்து வளர்க்கலன்னாலும் என் பொண்ணோட ஒவ்வொரு அசைவுக்கும் எனக்கு அர்த்தம் புரியும். அவ சுபாவம், குணம், எல்லாம் தெரியும். தூர இருந்துண்டே அது எங்க மேல வெச்சிருக்கற அன்பு அபரிமிதமானதுன்னு தெரியும். ரெண்டு நாள் படுத்துட்டா மூணாம் நாள் அது போன் பண்ணி உனக்கு உடம்பு நன்னால்லயாப்பான்னு கேக்கும் உனக்கு யாரும்மா சொன்னான்னு ஆச்சர்யமா கேப்பேன். ரெண்டு நாளா எனக்கு மனசு சரியால்லப்பா. உன் ஞாபகம் ரொம்ப வந்துது. ஏதோ இன்டியூஷன், அதான்னும். அதே மாதிரிதான் எனக்கும். அவ முகத்தை பார்த்தே அவ சுக துக்கமும் சந்தோஷமும் புரிஞ்சுக்க என்னால் முடியும்."

"இரத்த பந்தத்துக்குள்ள எவ்ளோ அற்புதங்கள் பார்த்தயா...? பகவான் படைச்ச உடம்புக்குள்ள எலும்பும், தசையும், தோலும் எவ்ளோ அழகான கட்டுமானம்னு பிரம்மிக்கறோம். ஹிருதயமும், லங்ஸும், இரைப்பையும், பித்தப்பையும், சிறுகுடலும், பெருங்குடலும் அத்து வேலையை எந்த உத்தரவுக்கு கீழ்ப்படிஞ்சு ஓய்வு ஒழிவு இல்லாம செய்யறதுன்னு வியக்கறோம். எல்லாத்துலயும் எவ்ளோ பர்ஃபக்ஷன்னு நம்ம உடம்பைபத்தி நாமே பிரமிச்சு போறோம். தனித்தனியா பிரிச்சு பார்த்தா எல்லாமே ஜடப்பொருளாட்டம்தான் தோணும். ஆனா ஒட்டு மொத்தமா அதெல்லாம் இயங்கினா உயிரோட்டம்!

மனுஷனுன்னு சொல்றோம். ஆனா இந்த எண்ணங்கள் எல்லாம் எங்கேர்ந்து உற்பத்தியாறது...? நினைவுகள் எல்லாம் எப்டி...? அதெல்லாம்தான் எனக்கு இன்னும் புரியாத அதிசயமா இருக்கு...

இப்டியெல்லாம் பேசுன்னு எது சொல்றது? எண்ணங்கள்தான் வார்த்தையா வெளிப்படறதுன்னா எண்ணங்கள் எங்கேர்ந்து வரது...? அதுலயும் இரத்த சம்பந்தங்கள்மேல ஏற்படற அன்பும் கரிசனமும் இருக்கே... பெத்தெடுத்த தாய்க்கு இணையா தகப்பனுக்கு எப்படி அந்த குழந்தை மேல பாசம் ஏற்படறது...?''

‘‘இங்கதான் எனக்கு பகவான் தரிசனமாறார். என் பெண்மேல எனக்கு அன்பு என்மேல அதுக்கும் அன்பு.

என் உயிர் என் இரத்தம் மூலமா உடல் கடந்து போனதாலயா இந்த பாசம்? அவ உணர்ச்சிகளை புரிஞ்சுக்கற சக்தி எப்டி எனக்கேற்பட்டுது.''

‘‘நான் தகப்பனா இருக்கறதாலதானே...? என்னடா எதுக்கு இவ்ளோ பெரிய முன்னுரைன்னு தோண்றதில்ல.....? என் பெண் சந்தோஷமார்ந்தா அது எனக்கும் சந்தோஷம்தானே. அவ என் வீட்டுக்கு வர விரும்பறான்னா! அது எனக்கு பெரிய சந்தோஷம்தானே?''

‘‘ஆனா அவ எனக்காகவோ அவம்மாக்காகவோ இங்க வரலன்னு எனக்கு தெரியும். அவ சந்தோஷத்துக்கு காரணம் நான் இல்லன்னும் தெரியும். அதே வீடுதான். அதே அப்பாதான். அதே அம்மாதான். அதே அன்புதான். அப்டியும் என் பெண் ஒரே மாசத்துல திரும்ப வந்திருக்கா. இது சாதாரண விஷயமில்ல அரவிந்தா. இதுக்கு காரணம் நானோ, மாமியோ நீயோ இல்ல.''

மாமா நிறுத்திவிட்டு மெல்ல சூர்யாவைப் பார்க்க அவனுக்கு மூச்சடைப்பது போலிருந்தது. அசங்காமல் அமர்ந்திருந்தான். அவரை ஏறிட்டுப் பார்க்கக்கூட துணிவின்றி, இருந்தான்.

மாமா எழுந்தார். சூர்யாவின் தோளில் கை வைத்தார்.

"என் பெண்ணை உனக்கு பிடிச்சிருக்கா சூர்யா...?"

மிக நேரடியாக தொடுக்கப்பட்ட இந்த கேள்வியில் அதிர்ந்து போனான் சூர்யா.

"என் பெண்ணுக்கு உன்னை பிடிச்சிருக்குப்பா. அவ வாய் திறந்து சொல்லாட்டாலும் அவளோட நடவடிக்கையில எனக்கு நன்னாவே அவ மனசு புரிஞ்சு போச்சு. என் பொண்ணு இப்ப எதுக்கு வந்திருக்கான்னும் எனக்கு புரியறது."

சூர்யா லேசான நடுக்கத்தோடு அவரை ஏறிட்டுப் பார்த்தான்.

தன் மனசை அவ நாளைக்கு உங்கிட்ட திறந்து காட்டலாம் சூர்யா. ஒருவேளை அவளுக்கு ஏமாற்றம்கூட கிடைக்கலாம். அல்லது சந்தோஷமும் கிடைக்கலாம். சந்தோஷம் கிடைச்சா சரி. ஆனா ஏமாற்றம் கிடைச்சா...? அந்த ஏமாற்றத்தை அவளால் தாங்கிக்க முடியுமா? அந்த அளவுக்கு அவளுக்கு பக்குவமிருக்கா? பதினாலு வயசு பெண்கிட்ட அவ்ளோ பக்குவம் இருக்கும்னு எனக்கு தோணல."

"இது காதலிக்கற வயசே இல்ல. ஆனாலும் ஒரு பூ மலரணும்னு துடிக்கறது இன்னும் உனக்கு வேளை வரலன்னு அந்த மொக்கை மலரவிடாம அழுத்தி பிடிச்சா என்ன ஆகும்? அது வெம்பி வாடி மொக்குலயே வதங்கியில்ல போகும். அதைவிட அது மலரவிட்டு அதே நேரம் ஜாக்கிரதையாவும் அதை பார்த்துக்கறதுதான் நல்லதுன்னு எனக்கு தோண்றது. சந்தோஷமோ ஏமாற்றமோ அவளுக்கு நேரடியா கிடைக்கறதை விட அதை முதல்ல நான் தெரிஞ்சுண்டு பக்குவமா. அவகிட அதை சொல்றது எல்லார்க்குமே நல்லதில்லையா? அதனாலதான் நாளைக்கு அவ வரதுக்குள்ள இன்னிக்கு நானே வந்துட்டேன். உன் மனசுல என்ன இருந்தாலும் பயப்படாம நீ சொல்லலாம் சூர்யா. நா என்ன நினைச்சுப் பேனோங்கற் பயமோ தயக்கமோ வேண்டாம். அதே நேரம்

உன்னை வற்புறுத்தற உரிமையும் எனக்கோ அவளுக்கோ கிடையாது. எதுவும் இயற்கையாக ஏற்படணும். இன்னோர்த் தருக்காக சாப்ட முடியாது.

வாழ்க்கையும் அப்டித்தான். என் பெண்ணால உமக்கு சங்கடம் வரும்னு உனக்குத் தோணினா தயவுசெய்து பளிச்சுனு சொல்லிடு. நா அவகிட்ட எப்டி பேசணுமோ பேசி பொங்கிண்டு வர அந்த உணர்ச்சியை ஒரு கட்டுப்பாட்டுக்கு கொண்டு வந்துடறேன். உன் படிப்பு முடியற வரை அவ இங்க வந்து உன்னை தொந்தரவு பண்ணாம பார்த்துக்கறேன்.''

மாமா பேசி முடிக்க சூர்யா பதறிப்போனான். அவனுக்கு அழுகை வந்தது... எப்பேர்ப்பட்ட மனிதர் இவர் என்கிற நெகிழ்ச்சி கண்களில் பளபளத்து உருண்டு திரண்டது. சட்டென்று அவர் கைகளைப் பிடித்து கண்ணில் ஒற்றிக் கொண்டான். அவனால் எதுவும் பேச முடியவில்லை.

மாமாவின் முழுப்பரிணாமும் அந்த வினாடியில் வெளிப்பட்டதைக் கண்ட அரவிந்தன் கூட அவரது மிக உயர்ந்த அந்த பேச்சின் முன் பிரம்மித்து வாயடைத்துப் போனான். எவ்வளவு பக்குவம், எவ்வளவு யோசனை எவ்வளவு நயமான பேச்சு! என்று வியந்து போனான். யார் மனதையும் புண்படுத்தாமல் பேச இவரால் மட்டும் எப்படி முடிகிறது! தக்ஷிணாமூர்த்தியை உற்று உற்றுப் பார்த்து இவரே தக்ஷிணாமூர்த்தியாய் ஆகிவிட்டாரா? எல்லோருக்கும் குருவாய் ஆகிவிட்டாரா? கற்றுக்கொள்ள இவரிடம் எவ்வளவு விஷயங்கள் இருக்கிறது! இப்படி தோழமையாக எவரால் இருக்க முடியும். பெண்ணுக்கு தூது வரும் தகப்பன் தகப்பனா? தோழனா...? வா தோழி என்று பெண்ணை விளித்து அன்பு செய்ய எவரால் இயலும்?

அரவிந்தன் சூர்யாவையும் அவரையும் மாறி மாறிப் பார்த்தான்.

''உங்க கேள்விக்கெல்லாம் நா பதில் சொல்றேன் மாமா'' என்றான்.

"நீயா...?"

"அவனால இப்பொ பேச முடியாது மாமா. ரொம்ப உணர்ச்சிவசப்பட்டிருக்கான். உங்க பொண்ணு மனசைப் புரிஞ்சுக்கற சக்தி உங்களுக்கு இரத்த பந்தத்தால் கிடைச்சுதுன்னு சொன்னேன். ஆனா இவன் எனக்கு இரத்த பந்தமே இல்ல. ஆனாலும் ஊர்லேர்ந்து திரும்பி வந்த அன்னிக்கே இவன் மாற்றத்தை நான் கண்டுபிடிச்சுட்டேன். மாற்றத்துக்கு காரணம் என்னங்கறதையும் இவன் சொல்லாமயே புரிஞ்சுண்டேன். அவ மனசு என்னன்னு புரியாம இவன் தவிச்சப்பொ சொன்னேன் அவளுக்கும் அப்டி ஒரு தவிப்பு இருக்கும்னா அவளுக்கு பெங்களூர்ல இருப்பு கொள்ளாது ஏதாவது காரணம் சொல்லிண்டு அடுத்த மாசமே இங்க வருவா பார்னு சொன்னேன். அதே மாதிரி வந்துட்டா. அது புரிஞ்சுதான் சாயங்காலம் அவளைச் சீண்டினேன். அவளுக்கு புசுக்குனு கோவம் வந்துடுத்து."

மாமா ஒருவித மலர்ச்சியோடு சூர்யாவைப் பார்த்தார். அவன் முதுகை வருடிக் கொடுத்தார். "அன்பைப் புரிஞ்சுக்கற சக்தி அன்புக்கு மட்டும்தான் உண்டு. இதுக்கு உறவிருக்கணும்னு அவசியமே கிடையாது. மனசுல நெருக்கம் ஏற்படறவாளுக்கு இரத்த பந்தம்கூட வேண்டாம்னு இப்பொ புரியறது. எனக்கு உங்க ரெண்டு பேரைப் பார்த்ததும் நல்லது ப்ரண்டஸ் ஹேவ் எ நைஸ் ஸ்லீப்."

"என் பெண்கிட்டயும் நா நிறைய பேசணும். துக்கமும் சரி சந்தோஷமும் சரி நேரடியா கிடைக்கறது ஹெல்த்துக்கு நல்லதில்ல, வடிகட்டிதான் குடுக்கணும். நீ சூரியன் அவ பூமி. நடுல நான் ஓசோன் படலம் மாதிரி புரிஞ்சுதா?" மாமா எழுந்து கொண்டார். காற்றில் மிதந்து வந்த நைட்குவின் மலரின் வாசத்தை இழுத்து நுகர்ந்தபடி இறங்கிப் போனார்.

அரவிந்தன் சூர்யாவைக் கட்டிக் கொண்டான். "கொடுத்து வெச்சவன்டா நீ. எப்பேர்ப்பட்ட மாமனார் பார்த்தயா? இத

மாதிரி அதிசயம் உலகத்துல நடக்குமங்கற? இன்னோர்த்தனா இருந்தா என் வீட்டு சோத்தை தின்னுட்டு எனக்கே உலை வைக்கறயா நாயேன்னு குலைச்சுட்டு போயிருப்பான்."

சற்று நேரம் சூரியா எதுவும் பேசவில்லை. "இப்பதான் எனக்கு நிஜமாவே பயம்மார்க்குடா அரவிந்தா. இப்பேர்ப்பட்ட மனுஷனுக்கு என்னால் எப்போதுமே ஒரு சின்ன சங்கடம்கூட ஏற்பட்டுடக் கூடாதுன்னு கவலையார்க்கு, இவர் கண்கலங்கினா நா நன்னார்க்க மாட்டேன். இவரோட நம்பிக்கையை சிதறடிக்கறா மாதிரியான சூழ்நிலைகள் எதுவும் ஏற்பட்டுடாம நா ஆர்த்தியைக் கல்யாணம் பண்ணிண்டு அவளை நன்னா வெச்சுண்டு இவருக்கு மன நிறைவையும் சந்தோஷத்தையும் கொடுக்கணும்!"

"எல்லாம் நல்லபடியா நடக்கும் கண்டதையும் நினைச்சு கவலைப்பட்டா பைத்தியம்தான் பிடிக்கும். காதல் ஒருபக்கம் இருந்தாலும் கடமைகளை மறந்துடக் கூடாதுன்னு நீதானே எனக்கு உபதேசம் பண்ணின? ஸோ... முதல்ல படிப்பு, அப்புறம் பொருளாதார அந்தஸ்து, அதுக்கப்பறம் தான் நீ சொல்ற கல்யாணம் எல்லாம் அதுவரை... மூச்!"

அரவிந்தன் மூக்கின் மேல் விரல் வைத்து எச்சரித்து விட்டு படுக்கப் போனான்.

மறுநாள் காலை டிபன் சாப்பிடும்போது மிக அமைதியாக அப்பாவின் அருகில் அமர்ந்திருந்தாள் ஆர்த்தி. எதிராளியின் மனசை அறிந்து கொள்ளும் தவிப்பு நீங்கி அவன் அன்பு புரிந்துவிட்டதால் அந்த அமைதி! நீ நேசிப்பவன் உன்னை நேசிக்கிறான் கவலைப்படாதே என்று எந்த தகப்பன் வந்து சொல்லுவான்? அவள் அப்பா சொல்லியிருக்கிறார். இப்படி சொல்ல அவர் எவ்வளவு உயர்ந்தவராக இருக்க வேண்டும் என்று புரிந்தது. மற்றவர்களின் நேசத்தை மதிக்கத் தெரிந்தவருக்குதான் இது சாத்தியப்படும்.

அந்த வகையில் அவருக்கு பெண்ணாய்ப் பிறக்க பல ஜென்மங்கள் அவள் தவமிருந்திருக்க வேண்டும்.

அருகில்லிருந்து வளர்த்தால்தானா...? எங்கிருந்தாலும் கரிசனப்படவும் கவலைப்படவும் அன்பு செலுத்தவும் முடியும்போது கிட்டே இருந்தால் என்ன தூர இருந்தால் என்ன? தூர இருப்பதால் என்ன அன்பு குறைந்துவிட்டது? இவளுக்கு குறைந்துவிட்டதா அல்லது அவருக்கு குறைந்துவிட்டதா? இப்போது தவிப்பில்லை மனம் அமைதியடைந்துவிட்டது. ஆனந்தம் கொண்டுவிட்டது. காதல் வசப்பட்டுவிட்டது. காதலனும் வசப்பட்டுவிட்டான். ஒரு வார்த்தைகூட பேசாமல் இனி நேசிக்க அவளால் முடியும். பரிமாற்றத்துக்கு மொழி தேவையில்லை. கண்கள் போதும். ஆன்ம உணர்வுகள் போதும். பேச்சு தேவையே இல்லை.

“என்னம்மா யோசனை?” அப்பா கேட்க ஆர்த்தி கலைந்து நிமிர்ந்தாள். எதிரே அரவிந்தனும். சூர்யாவும் அமர்ந்திருந்தார்கள். சூர்யா அன்போடு அவளைப் பார்க்க அரவிந்தன் விஷமச் சிரிப்பு சிரித்தான். இப்போது கோபம் வரவில்லை. மாறாக சிரிப்பு வந்தது.

“ச்சட்” அப்டி பார்க்காதே என்று சிணுங்கியபடி தட்டில் இருந்த மைசூர்பாகை அவன் மீது எறிந்தாள். இரு கையாலும் அதை கேட்ச் பிடித்து சூர்யாவின் வாயில் திணித்து அமுத்தினான் அரவிந்தன்.

❋❋❋

அத்தியாயம் 12

தடக்கென்று வண்டி ஏதோ ஸ்டேஷனில் குலுங்கி நின்றது. சூர்யா எழுந்து ஜன்னல் வழியே எந்த இடம் என்று பார்த்தான். ஈரக்காற்று முகத்தில் மோதியது.

விழுப்புரம் என்று வேறு யாரோ சொன்னது காதில் விழுந்தது. இன்னும் நாலு மணி நேரத்தில் சென்னை சேர்ந்து விடலாம். அங்கிருந்து பம்பாய்க்கு மற்றொரு வண்டி ஏற வேண்டும். அரவிந்தனின் ஆபீஸ் விலாசம், அவன் குடியிருக்கும் பிளாட் விலாசம் எல்லாம் டைரியில் இருக்கிறது. உடைந்த ஹிந்தியில் ஆட்டோக்காரனிடம் பேசி விலாசம் சொல்லி... முதலில் ஆபீசுக்கு போவதா அல்லது வீட்டுக்குப் போவதா...? வேண்டாம் ஸ்டேஷனிலிருந்து முதலில் வீட்டுக்கு போன் பண்ணிவிட்டு அரவிந்தன் அங்கே இல்லாவிட்டால் அலுவலகம் செல்வோம் பம்பாயில் செய்ய வேண்டியதைப் பற்றி விழுப்புரத்திலேயே முடிவு செய்து கொண்டான்.

இரண்டு நாளாக சரியான சாப்பாடில்லை. அரவிந்தனைக் காணாத கவலை, திடீர் கல்யாணம் என்று எல்லாமாக சேர்ந்து மனதையும் உடம்பையும் சோர்ந்து போகச் செய்திருந்தது. இப்போதும் பசியில்லை. ஆனால் தாகமாக இருந்தது. சில்லென்று ஏதாவது குடித்தால் தேவலை போலிருந்தது. வண்டி எவ்வளவு நேரம் நிற்குமோ தெரியவில்லை கடை எதிரிலேயே இருந்தது.

சூர்யா கீழே இறங்கி எதிரிலிருந்த கடைக்குச் சென்றான்... லிம்கா ஒன்று உடைக்கச் சொன்னான். சில்லென்று அந்த பானம் தொண்டையில் இறங்கியபோது இதயமாயிருந்தது. மாலைப் பேப்பர் ஒன்றும் வாங்கிக் கொண்டு திரும்பும்போது வண்டி புறப்பட ஓடிச் சென்று ஏறினான்.

“ஒரு நிமிஷம் சார் தலைப்பு செய்தி பார்த்துட்டு தந்துடறேன்” வழியில் ஓசிப் பேப்பருக்கு கை நீட்ட எரிச்சலை அடக்கிக் கொண்டு பேப்பரைக் கொடுத்துவிட்டு இருப்பிடத்திற்குப் போய் அமர்ந்தான்.

அப்படி எங்கேதான் போய்விட்டான் இந்த அரவிந்தன்...? தன் திருமணத்தைவிட அப்படி என்ன முக்கிய விஷயம் அவனை வரவிடாமல் திசை திருப்பியிருக்கக் கூடும்...?

மறுபடியும் மனம் அரவிந்தனைச் சுற்றி வட்டமிட உட்கார்ந்தபடியே பின்னால் சாய்ந்து கண்களை மூடிக் கொண்டான். ஆனந்தியின் முகம் கண்ணுக்குள் தெரிய ஒரு வினாடி உடம்பு அதிர்ந்தது. நான் செய்தது சரிதானே...? என்று தன்னையே கேட்டுக்கொண்டான். என் நோக்கத்தில் எந்தவித தீய எண்ணமும் இல்லை என்பதை என் நண்பன் புரிந்துகொள்வானா...? உன் பொருளை உன்னிடம் ஒப்படைக்கத்தான் அது பிறர் கையில் போய்விடாமல் நடுவில் புகுந்து கவர்ந்து கொண்டேன் என்று சொன்னால் எல்லாம் சரியாகி விடுமா? அரவிந்தன்அவனைப் புரிந்துகொண்டு அவளை ஏற்றுக்கொள்வானா...? திடீரென்று ஏன் இப்படி ஒரு சந்தேகம் எனக்கு ஏற்பட்டது...? என் நண்பனைப் பற்றி நான் சரியாக அறியவில்லை என்றால்தானே சந்தேகம் வரும்...? பிறந்ததிலிருந்து உயிரும் உடலும்மாய் சேர்ந்து வளர்ந்த நட்பு எப்படி புரிந்துகொள்ளாமல் போகும்.....? நிச்சயம் அரவிந்தன் அவன் நோக்கத்தைப் புரிந்துகொள்வான்.

அவன் காரியத்தை மெச்சுவான். தன் உயிருக்குயிரானவளை மீட்டு தன்னிடம் ஒப்படைத்ததற்காக நன்றி சொல்லுவான். தாலி

கட்டிய மனைவியை நண்பனுக்கு விற்று விட்டான் என்று உலகம் கதைகட்டி பேசும். பேசட்டும்! உலகம் எதைத்தான் பேசாது...?

ரங்குவுக்கு மனைவியாகியிருந்தால் அவளை அரவிந்தன் திருப்பிக் கேட்க முடியுமா? ரங்குதான் ஆனந்தியை அனுபவிக்காமல் விட்டுவிடுவானா...?

இவன் மட்டும் தாலியைப் பிடுங்கி அவள் கழுத்தில் கட்டியிராவிடில் இந்நேரம் அரவிந்தனுக்கு சொந்தமான அவள் உடல் ரங்குவுக்கு உணவாகியிருக்கும். மனதில் ஒருவனும் உடலில் ஒருவனுமாக அந்த மலர் வாடி வதங்கி துடித்து துளித்துளியாய் செத்துக் கொண்டிருக்கும். சக்குவின் வீட்டுக்கு மருமகள் என்ற பெயரில் வேலைக்காரியாகி இருக்கும்.

சக்கு எப்பேர்ப்பட்டவள் என்பது தெரிந்தும் மாமா, பணத்துக்கு ஆசைப்பட்டு தன் முடிவை மாற்றிக் கொண்டதால் தான் இத்தனை களேபரமும். அவர் மட்டும் கல்யாணத்தை நிறுத்தி, - முகூர்த்தத்தை தள்ளிப் போட்டிருந்தால் ஆனந்தி கழுத்தில் தாலி கட்ட வேண்டிய நிர்ப்பந்தம் அவனுக்கும் ஏற்பட்டிருக்காது. எல்லாம் நினைத்தபடியா நடக்கிறது. இப்படியெல்லாம் நடக்க வேண்டும் என்பதுதான் இறைவனின் சித்தம் போலும். எப்படியோ ஆனந்தி ஆபத்திலிருந்து மீண்டு விட்டாள். அவன் வீட்டில் அவள் மிக பாதுகாப்பாக இருக்கலாம். அரவிந்தனைக் கண்டுபிடித்து விட்டால் பிரச்சனையும் தீர்ந்து விடும்.

அவளை அவனிடம் ஒப்படைத்துவிட்டு ஆர்த்தியைப் போய்ப் பார்க்க வேண்டும். இந்நேரம் உறவினர்கள் மூலம் எல்லா விஷயமும் அவள் காதுக்கு எட்டியிருக்கும். விஷயம் புரியாது என்னவெல்லாம் கலாட்டா செய்கிறாளோ. மாமா அவனைத் தப்பாக நினைத்துவிடக் கூடாதே என்று மனம் கலங்கியது. எப்பேர்ப்பட்ட மனிதர்!

ஆனால் உண்மையைச் சொன்னால் அவரும் புரிந்துகொண்டு விடுவார். அவர் மட்டும். கல்யாணத்திற்கு

வந்திருந்தால் இந்த களேபரம் எல்லாம் நிகழ்ந்திருக்காது. ராகவனின் மனசை மாற்றி கல்யாணத்தை நிறுத்திவிட்டு அரவிந்தனைத் தேட ஏற்பாடு செய்திருப்பார். பாத்ரூமில் வழுக்கி விழுந்து கால் எலும்பு உடைந்து ஒரு மாசமாக படுக்கையில் கிடக்கிறார் பாவம். அவருக்கு துணையாய் மாமி. ஐ.ஏ.எஸ். தேர்வு எழுதும் மும்முரத்தில் இருப்பதால் ஆர்த்தியும் வரவில்லை.

இந்நேரம் விஷயம் அவள் காதுகளுக்கு போயிருக்கும். அதிர்ச்சியில் உறைந்திருப்பாள். படிக்கக்கூட முடியாமல் பாதிப்படைந்திருப்பாள். ஆத்திரத்திலும் ஏமாற்றத்திலும் பைத்தியக்காரத்தனமான எந்த முடிவுக்கும் போகாமலிருக்க வேண்டும். அதுதான் அவன் கவலை. அவளை சமாதானப்படுத்துவதைவிட அரவிந்தனைக் கண்டுபிடிப்பது தான் இப்போது முக்கியம். ஏன் இப்படி செய்து விட்டான்?

எவ்வளவு தலைபோகிற வேலையாக இருந்தாலும் ஒரு தந்தியாவது கொடுத்திருக்கலாம். அவன் பத்திரமாக இருக்கிறான் என்பதாவது நிம்மதியைக் கொடுத்திருக்கும் இப்போது சுத்தமாக எந்த தகவலும் இல்லாமல், எவ்வளவு கவலைகள்! எவ்வளவு பிரச்சனைகள்! மாமா வீட்டில் எவ்வித பிரச்சனைகளுமின்றி சந்தோஷமாய்க் கழிந்த நாட்கள் மீண்டும் மீண்டும் நினைவுக்கு வந்து பெருமூச்சை கிளப்பியது.

மூன்று வருடப் பட்டப்படிப்பின் போதே, தனிப்பட்ட முறையில் கம்ப்யூட்டரும் கற்றுக் கொண்டார்கள். அரவிந்தனுக்கு சூர்யாவைவிட படிப்பில் நிறைய ஆர்வமிருந்தது. வெகு வேகமாக அனைத்து விஷயங்களையும் கிரகித்துக்கொள்ள அவனால் முடிந்தது. பட்டப்படிப்பு முடிந்ததும் பிஸினஸ் அட்மினிஸ்ட்ரேஷன், படித்தான். கூடவே சட்டமும் படித்தான். நாலைந்து வருடத்திற்குள் அவன் பெயருக்கு பின்னால் பல பட்டங்கள் ஒட்டிக்கொண்டன. கம்ப்யூட்டர் முடிந்ததும் சூர்யாவுக்கு சென்னையிலேயே ஒரு நிறுவனத்தில் நல்ல

வேலை கிடைத்தது. அதே நிறுவனம் அரவிந்தனுக்கும் வேலை கொடுக்கத் தயாராக இருந்தும், இன்னும் உயர வேண்டும் என்ற தாகத்தால் அந்த வேலையில் சேர மறுத்துவிட்டான் அரவிந்தன். முதல் முறையாக நண்பர்கள் பிரிய நேர்ந்தது. அரவிந்தனுக்கு மேல் படிப்புக்காக, அமெரிக்கா செல்ல அனுமதி கிடைத்தது.

புறப்படுவதற்கு முன் பத்து நாள் சூர்யாவையும் அழைத்துக் கொண்டு சொந்த ஊருக்கு வந்தான் அரவிந்தன். வேலைக்கு சேர்ந்ததுமே விடுப்பா என்று நிறுவனம் முகச் சுளிப்போடு பத்து நாள் விடுப்பு கொடுத்தது. 'பாதி சம்பளம் தான்' என்று பயமுறுத்தியது. முழுக்கவே கொடுக்காவிட்டாலும் பரவாயில்லை என்று பதில் சொன்னான் சூர்யா. இரண்டு வருடம் கடல் கடந்து காணாமல் போகப் போகும் நண்பனோடு பத்து நாள் சேர்ந்திருக்க வேண்டியது மிகவும் அவசியம் என்று நினைத்தான் அவன். அந்த பத்து நாளும் அவர்கள் வாழ்க்கையில் கவிதையான நாட்கள். மிக அழகான பக்கங்கள். எப்போது திருப்பிப் பார்த்தாலும் குளிர்ச்சியும் இனிமையும் தரக் கூடியவை.

ஊரே அரவிந்தனை விழி விரித்து பார்த்தது.

"அமெரிக்கா போறயாமே...?"

"எங்களை எல்லாம் நினைவுல இருக்குமா...?"

"கற்பகம் பாக்கியம் பண்ணினவ. எனக்கும் வந்து வாய்ச்சிருக்கே ஒரு தறுதலை!"

"ஏதோ இந்த குக்கிராமத்துலேர்ந்து இவன் ஒருத்தனாவது கடல் கடந்து போய் படிக்கறானே!"

"ஏண்டா அரவிந்தா நீ திரும்பி வரும்போது நல்லதா எனக்கு ரெண்டு சீமைப்பசு வாங்கிண்டு வாயேன். அங்கல்லாம் நிறைய பால் கறக்குமாமே."

"எனக்கு நாலு பசு வேணும் அரவிந்தா."

“எனக்கு பசுவெல்லாம் வேண்டாம். அங்க ஊறுகா ஜாடியெல்லாம் டிஸைன் டிஸைனா இருக்குமாமே. ஒரு டஜன் ஜாடி வாங்கிண்டு வா. உன் ஞாபகமா ஊறுகா போட்டு வெச்சுப்பேன்.”

சூர்யாவுக்கும் அரவிந்தனுக்கும் சிரிப்பு பொங்கும். அரவிந்தன் அடக்கிக் கொண்டு “ஆகட்டும்” மாமி என்றான். ஒவ்வொரு வேண்டுகோளுக்கும் தலையாட்டி.

“ஆமா அமெரிக்காக்கு இங்கேர்ந்து டிரெயின்லயா போற?” ஒரு பாட்டி கேட்டபோது ஆனந்தி பக்கென்று சிரிக்க அரவிந்தன் அவளை முறைத்தான்.

“பாட்டி படிச்சு லோக விஷயம் தெரிஞ்சவளார்ந்தா இப்படி கேப்பளா? இதுல சிரிப்பென்ன வேண்டியிருக்கு? பாட்டிக்கு அமெரிக்கா எங்க இருக்கு? அங்க எப்டி போகணும்னு சொல்றதுதான் மனுஷத் தன்மை. அதை விட்டு சிரிக்கறதுக்குப் பேரில்ல!”.

அரவிந்தன் தானே பாட்டியின் அருகில் உட்கார்ந்தான். தன் கையிலிருந்த டைரியை பிரித்து அதிலிருந்த உலகப் படத்தை காட்டி இந்தியாவும் அமெரிக்காவும். எவ்வளவு தூர இடைவெளியில் அமைந்திருக்கிறது, நடுவில் உள்ள கடல் பரப்பளவு எத்தனை மைல்கள், அமெரிக்காவுக்கு எப்படி போக வேண்டும் என்றெல்லாம் பொறுமையாக பதில் சொல்ல பாட்டி வாய் பிளந்தாள். அரவிந்தனின் நெற்றி வழித்து திருஷ்டி கழித்தாள். “சமுத்திரத்து மேல பறக்கும்போது ஆஞ்சனேயனை நினைச்சுக்கோ. பத்திரமா போய்ச் சேர்ந்துடுவ” என்று உபதேசித்தாள்.

அரவிந்தன் “ஆகட்டும் பாட்டி” என்றான்.

ஒரு நாள் முழுக்க விசாரிக்க வந்த கூட்டத்தோடே பொழுது போயிற்று. வந்தவர்களுக்கெல்லாம் காபி டிபன் என்று அமர்க்களப் படுத்தினார் கிட்டு மாமா... பிள்ளை வெளிநாடு செல்லப் போகும் பெருமையில் அவர் முகம்

பிரகாசமாய் மலர்ந்திருந்தது. இருப்பினும் சின்ன கவலையும் இல்லாமல் இல்லை. "நீ போறதுக்கு முந்தி ஆனந்தியைக் கல்யாணம் பண்ணிண்டு அப்பறம் போனா எங்களுக்கு கொஞ்சம் நிம்மதியார்க்கும்" என்றார் அவர்.

"அண்ணா சொல்றது வாஸ்தவம் தான்" என்று அத்தையும் பின்பாட்டுபாட அரவிந்தன் சிரித்தான்.

"ஏன் என்மேல பயமா?"

"உன்மேல பயமில்ல. உன்னைப்பத்தி எனக்குத் தெரியாதா? ஆனாலும் அந்தூர் பொண்கள்ளாம் எதுக்கும் துணிஞ்சவான்னு கேள்விப்பட்டதுலேர்ந்து பயம்மார்க்கே."

"ஏன் என்னை வசியம் பண்ணிடுவான்னா? அப்டியே பண்ணினாதான் பண்ணட்டுமே. ரெண்டு வருஷம் அங்கயும் பொழுது போக வேண்டாம்?"

"கொழுப்பு" ஆனந்தி முணுமுணுத்தபடி அவனை முறைத்துப் பார்த்தாள்.

"அங்கல்லாம் செக்கச்செவேல்னு சும்மா பறங்கிபத்தை கணக்கா இருப்பா பொண்கள் எல்லாம். அதோட ஒப்பிட்டா உம் பொண்ணு கரிக்கட்டை அத்தை! இதை எவன் கட்டிப்பான்?" அரவிந்தன் ரகசியமாக அத்தையைப் பார்த்து கண்ணடிக்க ஆனந்தி விர்ரென்று உள்ளே ஓடி படாரென்று கதவை சார்த்திக் கொண்டாள்.

"எதுக்குடா இப்பொ அவளைச் சீண்டற? என்ன ஆனந்தம் உனக்கு அதுல?" அம்மா அவனைக் கடிந்து கொண்டாள்...

"நாங்க இப்பொ வெளில போணும். நிறைய பேசணும். இவ கூடவே ஒட்டிண்டு வருவா. எங்க பிரைவசி கெட்டுப் போகும். அதனாலதான். அவ பாட்டுக்கு அப்டியே இருக்கட்டும். வந்து சமாதானப்படுத்திக்கறேன். நீ வா சூரி போலாம்."

அரவிந்தன் அவனையும் இழுத்துக் கொண்டு வாசலுக்கு வந்தான். அப்பாவின் சைக்கிளில் ஏறிக் கொண்டான். பின்

சீட்டில் சூர்யா தொற்றிக்கொள்ள சைக்கிள் தாமிரவருணி ஆற்றங்கரையை நோக்கி பறந்தது. கரையோரம் சைக்கிளை நிறுத்திவிட்டு இறங்கினார்கள். வேட்டி ஷர்ட்டை அவிழ்த்து சைக்கிளில் மாட்டி விட்டு ஜட்டியோடு நீரில் இறங்கினார்கள். மேலே சில்லென்று இருந்தாலும் உள்ளே வெதுவெதுப்பாய் இருந்தது நீரோட்டம். நாலைந்து முழுக்குப் போட்டான் அரவிந்தன். தாயைப் பிரியப்போகும் கன்றைப்போல் நீரோடு முட்டிமோதி விளையாடினான். தட்டித்தட்டி தெறிக்க வைத்தான்.

“உலகத்துல ஆயிரம் நதி ஓடினாலும்கூட நம்ம நாட்டு நதிகள் மாதிரி ஆகாது என்ன சொல்லு! இதுல கிடைக்கற இதமே அலாதிதான்! அம்மா மடி மாதிரி!”

“அதெல்லாம் பொண்டாட்டி மடியா அப்பொ?”

“புத்தி போறதே! பொண்டாட்டி மடின்னா இளப்பமா? அதுவும் ஒரு சுகம்தான். அதெல்லாம் தூரத்து சொந்தக்காரா மடி மாதிரின்னு சொல்லு. ரொம்ப நேரம் இருப்பு கொள்ளாது.”

“அதுவும் சரிதான்.”

“உண்மையா சொல்லு சூர்யா. நா அமெரிக்கா போறது உனக்கு பிடிக்கறதா பிடிக்கலையா?” சற்று நேரம் கழித்து அரவிந்தன் கேட்க சூர்யா பதில் சொல்லாமல் ஒரு வினாடி அவனை உற்றுப் பார்த்தான்.

❋❋❋

அத்தியாயம் 13

"உன் படிப்பும் உயர்வும் கண்டு நா பெருமைப் படறேண்டா அரவிந்தா. நீ அமெரிக்கா போறது எனக்கு பெருமையான விஷயம்தான். அதே நேரம் பிரிவுத்துயர்னு ஒண்ணிருக்கே. அதைத் தாங்கற சக்தி எனக்கிருக்கான்னுதான் தெரியல... நீ கூட இருக்கறவரை எனக்கு தெரியல. நீ போனப்பறம்தான் என் கஷ்டம் எனக்கே தெரியப்போறது! பகவானே எனக்கு பலத்தை கொடுன்னு வேண்டிண்டிருக்கேன். எனக்கே இப்படின்னா ஆனந்தி நிலை இன்னும் மோசமாதானே இருக்கும்? பாவம்! ரெண்டு வருஷத்துல பாதியாய்டுவா!"

அரவிந்தன் ஒரு நிமிடம் எதுவும் பேசாமல் நீரில் அலைந்து கொண்டிருந்தான். "எனக்கென்னமோ ஆனந்தியைப் பிரியற வருத்தம்கூட பெரிசா இல்லடா சூர்யா. ஆரம்பத்துலேர்ந்தே பிரிஞ்சுதானே இருக்கோம்! எப்பவோ ஒரு சமயம் பார்த்துக்கறோம். அவ என் மனசோட உடலோட கலந்துட்டா மனைவியாகப் போறவங்கற உரிமையில்! ஸோ பிரியற வருத்தம் பெரிசா இல்ல. ஆனா உன்னைப் பிரிஞ்சு போறதுதான் ரொம்ப கஷ்டமார்க்கும். தத்தி தத்தி நடந்த பருவத்துலேர்ந்து இதோ இன்னிவரை நாம் பிரிஞ்சிருந்ததா எனக்கு நினைவில்லை. இப்ப பிரியப் போறோம். இதுக்கப்புறம் வாழ்க்கைல எவ்வளவோ இருக்கு".

"ரெண்டு பேருக்கும் கல்யாணமாகும். குடும்பம் பெருகும் கவலைகள் கூடும். போராட்டங்கள் அதிகரிக்கும். சம்சார

சாகரம்ங்கற கடல்ல மூழ்கி முத்தெடுப்போமா, மூச்சுத் திணறுவோமான்னு தெரியாது. அந்த சாகரம் நம்மை இன்னும் பிரிச்சு திசைக்கொருத்தரா இழுத்துண்டு போகுமா. இல்ல இன்னும் நெருக்கமா சேர்த்து வைக்குமான்னு தெரியாது. இதெல்லாம் நினைச்சா ஒரு பக்கம் திகைப்பா இருக்கு? மனுஷன் எதுக்காக இப்படி உயரப்பறக்க போராடணும்னு தோண்றது. எப்டி வாழ்ந்தாலும் திருப்தியோட சந்தோஷத்தோட வாழறது முக்கியமில்லையா? திருப்தியும் சந்தோஷமும் உயரப் பறந்தாதான் கிடைக்குமா என்ன...? எனக்குத் தெரியல. தெரியாமயே நானும் பறக்கத் துடிக்கறேன். அதான் விசித்திரம்.''

''இந்த துடிப்புக்கு முதல் பலி நம்ம நெருக்கம் என்னதான் இணைபிரியாம வளர்ந்தாலும்கூட காலப்போக்குல உனக்கொரு வாழ்க்கை எனக்கொரு வாழ்க்கைன்னு ஆய்டுத்து பார்த்தாயா? உன்னோட சேர்ந்து வேலை பார்த்துண்டு பிரியாமயே இருக்கற சந்தர்ப்பம் கிடைச்சும் கூட நா ஏன் வேண்டான்னேன்? உன் நட்பைவிட என் முன்னேற்றம் எனக்கு முக்கியமா போய்டுத்தா? அப்டின்னா என் நட்பு பொய்யான்னுகூட என் மனசு குழம்பித்து. குழப்பம் அதிகமானபோது அமெரிக்கா போறதையே கேன்ஸல் பண்ணிட்டு நட்பு நிஜம்தான்னு சொல்லிக்கணும் போலகூட இருந்தது. குழப்பத்தின் கடசில, வழக்கம்போல மாமா கிட்டதான் போய் நின்னேன். அவர்தானே எனக்கு தஷிணாமூர்த்தி. அவர்தான் என்னை தெளிவுபடுத்தினார்.''

''நீ தைரியமா போ தோழான்னு'' தட்டிக்கொடுத்தார். ''தூரப் போனா இடைவெளி குறைஞ்சுடும்னு யார் சொன்னா? நல்ல நட்பை எந்த சமுத்திரமும் பிரிச்சுடாது. கம்யூனிகேஷன் இப்பொ வேகமா வளர்ந்துருக்கு, நினைச்ச நேரம் நினைச்ச மனுஷாள்ட்ட இப்பொ பேச முடியும். உடம்புகள் நெருங்கி இருக்கறதுக்கு பேர்தான் நட்புன்னு நீ தப்பா நினைச்சுருக்க. உணர்வுகள் தான் நெருக்கமா இருக்கணும். அது

இருக்கறவனுக்கு இடைவெளியே கிடையாதுன்னார். தூர இருந்தாலும் ஆனந்தியை எப்டி உன்னால் உயிருக்குயிராக நேசிக்க முடியுமோ அதே மாதிரி சூர்யாவோட நட்பையும் பத்தாயிரம் மைலுக்குப்பாலிருந்தபடியே பலப்படுத்திக்க முடியும்னார். அப்பறம்தான் குழம்பின குட்டை தெளிஞ்சுது. தஷிணாமூர்த்தி மௌனமாய்த்து சிரிச்சுண்டே அனுப்பி வெச்சுது. ஒருவேளை நா போறதுல வெளில சொல்ல முடியாம உனக்குள்ளயும் ஏதாவது ஆதங்கம் இருக்குமோன்னு தான் இத்தனையும் சொன்னேன். மாமா சொல்றாப்பல எத்தனை மைலுக்கப்பாலிருந்தாலும் நல்ல நட்பு சிதையாது. இன்னும் பலப்படும்தான். நீ என்ன சொல்ற...?''

''குருவே சொன்னப்பறம் இந்த சீடன் சொல்ல என்ன இருக்கு? என் கவலையெல்லாம் வேற! புது நாடு, புது சீதோஷ்ணம், புது மனுஷா உன் உடம்புக்கு அதெல்லாம் ஒத்துக்கணும். ஒரு சின்ன தலைவலிகூட வராம நீ ரெண்டு வருஷம் படிச்சு பாஸ் பண்ணி பத்திரமா மறுபடியும் இங்க வந்து சேரணும். இங்க யாரைப் பற்றியும் நீ கவலைப்பட வேண்டாம். கற்பகம் மாமியும் கிட்டு மாமாவும் எனக்கும் பெத்தவா மாதிரிதான். போறாததுக்கு உன் அண்ணாக்களும் இருக்கா.''

''அண்ணாக்கள் இருக்காங்குர்யா அவ்ளோதான் ஆனா அம்மா அப்பாக்கு அவாளால பெரிசா சந்தோஷம் ஒண்ணுமில்ல. தன் குடும்பம், தன் குழந்தைகள்னு ரெண்டு பேருமே தன்னைச் சுத்தி அழுத்தமா வட்டம் போட்டுண்டாச்சு. ஆளுக்கொரு ஊர்ல வேற இருக்கா. சின்ன மன்னி சொத்தை எப்பொ பிரிச்சு கொடுப்பான்னு ஆம்படையானை நச்சரிச்சுண்டு இருக்கறதா கேள்வி. நாலு நாளைக்கு முன்னாடி அம்மாவே வருத்தப்பட்டா ''ஏதோ கர்மா! என் மூலமா பொறக்கணும்னு! இதுகள் பூமியில் விழறதுக்கு நா ஒரு வாசல் மத்தபடி ரெண்டு பேரும் எங்கிட்ட ஒட்டலடா அரவிந்தா! மனசைத் தேத்தினுட்டேன். நீ மட்டும்தான் பூர்வ ஜென்மங்கள்ளயும்

என் பிள்ளையாவே இருந்திருப்ப. அதனால்தானோ என்னமோ மத்தவாகிட்ட ஒட்டாத உசிர் உன்கிட்ட மட்டும் ஒட்டறது, உன் காலடியில் சுருண்டு கிடக்குன்னு'' அம்மா சொன்னதும் அரைமணி அவ மடில சுருண்டு படுத்துண்டு அழுதேன். மிருகங்களும் பறவைகளும் தான் வயசு வந்ததும் உறவை மறந்துடும்னு சொல்லுவா. ஆனா மனுஷாள்ளகூட சில பேர் அப்டித்தான்... இருக்கா.'' அரவிந்தன் ஒருவித வேதனையோடு நிறுத்தினான்.

சற்று நேரம் மௌனமாய்க் கடந்தது. அந்தி நன்கு சாய்ந்து மேல் வானம் சிவந்து இருளத் தொடங்கியிருந்தது. ஆற்றங்கரை சிவன் கோயிலில் சந்தி கால பூஜை ஆரம்பமாகியிருந்தது. கோயில் மணி அதிர்ந்து ஒலித்தது.

''போறும் அரவிந்தா உடம்புக்காகாது எழுந்திரு. கோயிலுக்கு போவோம் வா.'' சூர்யா கரையேறி தலையைத் துவட்டிக் கொண்டு ஆடைகளை அணிந்தான். இன்னும் சற்று நேரம் நீந்திவிட்டுதான் மேலே வந்தான் அரவிந்தன்.

சைக்கிளைத் தள்ளிக் கொண்டு வந்து கோயில் சுவரில் சார்த்தி வைத்துவிட்டு உள்ளே நுழைந்தார்கள். தெரிந்த முகங்கள் சிரித்தன. அரவிந்தனுக்காக சில முகங்களில் ஸ்பெஷல் புன்னகை! அர்ச்சகர்கூட அவன் அமெரிக்கப் பயணத்தைப் பற்றி விசாரித்தார். நல்லபடியா போய்ட்டு வரணும் என்று வாழ்த்தினார் அவனுக்காக பிரத்யேகமாக அர்ச்சனை செய்து பிரசாதம் வழங்கினார். ''பாவம் உன் சிநேகிதனுக்குதான் உன்னைப் பிரியறது சங்கடமார்க்கும். அவனையும் கூட்டிண்டு போயிடறதுதானே? ஏண்டா சூரி நீ ஏன் போகல...?''

''அதான் அவன் போறானே மாமா அப்பறம் என்ன? எதுக்கு எங்களை பிரிச்சு பார்க்கறேள்?'' சூர்யா விபூதியை நெற்றியில் பூசிக் கொண்டு சிரித்தான்.

''அது சரி சாமர்த்தியமா பதில் சொல்லிட்டதா நினைப்போ? வாயும் வயிறும் வேற வேறடா அம்பி!''

“இருந்துட்டு போகட்டுமே இப்ப என்ன அதுக்கு...? நீ வா அரவிந்தா மாமா விட்டா பேசிண்டே போவார். மறுபடியும் உனக்கு குழப்பம் வந்துடும். தஷிணாமூர்த்தியைத் தேடிண்டு ஓடணும் மெட்ராஸ்க்கு.”

அரவிந்தன் வாய்விட்டு சிரித்தான். இருவரும் பிரகாரம் சுற்றிக் கொண்டு வந்தார்கள். தெற்குப்புறம் வந்ததும் அரவிந்தன் நின்றான்.

“இதோ இருக்காரே தஷிணாமூர்த்தி!”

“நா மாமாவைச் சொன்னேன்.”

“எனக்கு ரெண்டு பேரும் ஒண்ணுதான்.” அரவிந்தன் தஷிணாமூர்த்தியின் முன்பு நின்று அவரை உற்றுப் பார்த்தான்.

“குருவை உற்றுப்பார் அரவிந்தா! உற்றுப் பார்த்தாலே போதும், எதுவும் வேண்டிக்க வேண்டாம். தஷிணாமூர்த்திக்கு இன்னோரு பேர் மௌன குரு. மௌனமாவே ஐயங்களை தீர்த்து வைப்பார். ஏதும் பேசாமயே உபதேசம் கிடைக்கும். அனைத்தையும் சொல்லாமற் சொல்ற ஞான குரு இவர்”

உள்ளே மாமாவின் குரல் சன்னமாய் ஒலிக்க அரவிந்தன் எதிரிலிருந்த குருவை உற்றுப் பார்த்தான்.

கல்லாலின் புடையமர்ந்து நான்மறையாறங்க
முதற்கற்ற கேள்வி வல்லார்கள் நால்வருக்கும்
வாக்கிறந்த
பூரணமாய் மறைக்கப் பாலாய் எல்லாமாயல்லதுமாய்
இருந்ததனை இருந்தபடி இருந்து காட்டி சொல்லாமற்
சொன்னவரை நினையாமல் நினைந்து
பவத்தொடக்கை வெல்வாம்.

“சின் முத்திரைன்னா என்ன மாமா?”

“ஞானத்தை கையால் காட்டற அடையாளம். சுட்டு விரலையும் பெருவிரலையும் சேர்த்து வட்ட வடிவம்

உண்டாக்கறது. சுட்டு விரல் ஆன்மாவைக் குறிக்கும் பெருவிரல், இறைவன்!"

"மற்ற மூணு விரலும்...?"

"நடு விரல் ஆணவ மலத்தையும் மோதிரவிரல் கன்ம மலத்தையும் சுண்டு விரல் மாயா மலத்தையும் குறிக்கும். இந்த மும்மலங்களையும் விடுத்து உன் ஆன்மாவை இறைவனோட ஐக்கியப் படுத்திக்க பயிற்சி செய்னு அர்த்தம். இதைத்தான். கச்சியபர் சொல்றார்."

"மும்மலம் வேறுபட்டொழிய மொய்த்துயிர்
அம்மலர்த் தாள் நிழல் அடங்கும் உண்மையைக்
கைம்மலர்க் காட்சியில் கதுவ நல்கிய
செம்மலை யலாதுளம் சிந்தியாதரோட"-ன்னு.

"இந்த வீராசனத்துக்கு அர்த்தம் யாவர்க்கும் மேலானோம்ங்கற ஞானம்! கல் ஆலின் கீழ் ஏன் உட்கார்ந்திருக்கிறார்? கல் ஆல் ரஜோ குணத்தையும் தமோ குணத்தையும் அண்டவிடாது. சத்துவ குணம் மட்டுமே வெளிப்படும். தென்முகம் அகோர முகமானதால் இவர் பயத்தை அகற்றக் கூடியவர். அருளைக் கொடுக்கக் கூடியவர். லோகத்து உயிர்களுக்கெல்லாம் இவரே ஞான குரு!"

"இந்த சின்ன தஷிணாமூர்த்தி வடிவில் இத்தனை விஷயங்களா...?" அரவிந்தன் அன்று பிரம்மித்துப் போனான். அதன் பின்னர் தஷிணாமூர்த்தியிடம் தனி பாசமும் பக்தியும் கூடியது. தன் குருவாக ஏற்றுக் கொண்டான். எங்கு அவரைக் கண்டாலும் நின்று உற்றுப் பார்த்து உபதேசம் பெற்றான்.

அரவிந்தன் அசையவில்லை. வெறும் கட்டையாய் நின்றிருந்தான். அவனைப் பார்க்கவே சூர்யாவுக்கு பிரம்மிப்பாயிருந்தது. மாமா தஷிணாமூர்த்தியைப் பற்றி சொன்னபோது சூர்யாவும்தான் கூட இருந்தான். சூர்யாவால்

இந்த அளவுக்கு குருவோடு ஐக்கியமாக முடியவில்லை. அரவிந்தனுக்கு முடிந்தது. கட்டையாய் உடலை நிறுத்தி உடலிலிருந்து அவன் ஆன்மா குதித்து வெளியேறி குருவின் மடியில் அமர்ந்து உபதேசம் கேட்கப் போய்விட்டது போல் உடம்பு அசையாமல் நின்றிருந்தது. சூர்யா அவனைக் கலைக்க விரும்பாமல் தள்ளிச் சென்று பிரகாரத்தில் அமர்ந்து விட்டான்.

'மும்மலங்களும் அழியட்டும்!' அமானுஷ்யமாய் ஒரு உருவம் தலையில் கை வைத்து ஆசீர்வதித்தது போல் உணர்ந்த கணம் அரவிந்தனின் விறைத்த உடம்பு தூக்கி வாரிப் போட்டது போல் ஆடியது தலையில் இன்னமும் ஸ்பரிச உணர்ச்சி மிச்சமிருப்பதை உணர முடிந்தது. கன்னத்து நாளங்களிலிருந்து ஏதோ சூடாகப் புறப்பட்டு பொங்கி மேலேறி விழி வழியே வழிந்தது. கைகளிரண்டும் அனிச்சையாய் தலைக்கு மேலே போய் கூப்பிக் கொண்டான் உடம்பெல்லாம் அலை அலையாய் ஏதோ படர்ந்து விரிந்தது. இந்த அனுபவத்திற்கு என்ன பெயர்? இதுதான் இறையருளா...? அப்படித்தான் இருக்க வேண்டும்... அன்று அறுபத்தி மூவருக்கும் இப்படித்தான் இருந்திருக்குமோ? "வேண்டாம் தாங்கவில்லை... போதும்... போதுமே.....!"

அரவிந்தன் வாய்விட்டு அழுதான். உடம்பு துவண்டு மெல்ல கீழே விழுந்து புரண்டது. சூர்யா பதறிப் போய் எழுந்து ஓடி வந்தான்.

❀❀❀

அத்தியாயம் 14

"என்னாச்சு அரவிந்தா?" சூர்யா அவன் தலையை மெல்ல தூக்கி தன் மடியில் கிடத்திக் கொண்டு கேட்டான். கண்ணீரையும் வியர்வையையும் துடைத்து விட்டான்.

அரவிந்தன் மெல்ல கண் திறந்தான்.

"ரொம்ப நாழி தண்ணியில் ஊற வேண்டாம்னா எங்க கேட்ட...?"

"அதில்ல சூர்யா..." அரவிந்தனால் பேச முடியவில்லை.

"என்ன டா...?"

"எனக்கு குருவோட அருள் கிடைச்சுது."

"குரு...?"

"ம். போதி மரத்தடில புத்தனுக்கு ஞானம் கிடைச்சப்பொ அவனுக்கு எப்டியிருந்திருக்கும்னு யோசிப்பேன். இப்ப தெரிஞ்சுடுத்து. இப்டித்தான் இருந்திருக்கும்னு. இன்னும் தலையில் அந்த ஸ்பரிசம் இருக்குடா சூர்யா...!" அரவிந்தன் அவன் கையை இழுத்து தன் உச்சந்தலையில் வைத்துக்கொண்டான்.

"என்னடா சொல்ற நீ...?"

அரவிந்தன் எழுந்து உட்கார்ந்தான். சற்றுமுன் தனக்கேற்பட்ட அனுபவத்தை அவனுக்கு சொன்னான். சொல்லும்போது

மறுபடியும் உடம்பு ஆடியது. கண்கள் பெருகியது. "எனக்கு சரியான வார்த்தைகள் கிடைக்கலடா. விவரிக்கத் தெரியல. ஆனா புதுசா பிறந்தாப்போல் இருக்கு. எனக்கே தெரியாம எனக்குள்ள படிஞ்சிருந்த ஒட்டடையெல்லாம் பொசுங்கிப் போய்ட்டாப்பல... பளிச்சுனு இருக்கு. எந்தவித மாசும் இல்லாத இமயமலைச் சாரல் உச்சில பனிப்பாறைல யோகாசனத்துல அமர்ந்திருக்காப்போல உடம்பு மனசு எல்லாம் குளுமையா சுகந்தமா... யார் மேலயும் துவேஷமில்ல! எல்லாரையும் பார்த்து கபடமில்லாம சிரிக்கிற குழந்தையாய்ட்டாப் போல் இருக்கு! மொத்த உலகத்தையும் கட்டி அணைச்சுக்கணும் போல இருக்கு. எல்லாரையும் நேசிக்கறது தான் பரமானந்தம். இந்த லோகம் பெரிய இருட்டு குகை. அன்பிருக்கறவாளுக்கு அன்பே வெளிச்சமாகி லோகத்து அழகெல்லாம் பளிச்சுனு தெரியும்னு புரிஞ்சுண்டேன். நான்ங்கற ஆணவ மலம். அடியோட அழிஞ்சாச்சு. இனி என் பிறவிக்கான கர்மாக்களை பலன் கருதாம செய்வேன். என் சொந்த சுகங்கள்கூட ரெண்டாம்பட்சம் தான்."

சூர்யா அவனையே வெறித்துப் பார்த்தான். "எனக்கு பயம்மார்க்குடா அரவிந்தா. எல்லாத்தையும் துறந்துட்டாப் போல் என்ன பேச்சு இது...?"

"ஆமாம் துறந்துட்டேன்! அநாவசிய ஆசைகளைத் துறந்துட்டேன். அகங்காரத்தை துறந்துட்டேன். சுயநலங்களை துறந்துட்டேன். ஐஸ்வர்யம்னு நாம் நினைக்கறதெல்லாம் வெறும் குப்பைகள்! குருவோட அருள்தான் உண்மையான ஐஸ்வர்யம்! இந்த குருவைக் காட்டின குரு என் மாமா. அவர் எனக்கு வழிகாட்டினார். நா நடந்தேன். இந்த பரவசமும் சிலிர்ப்பும், எனக்கு கிடைச்ச அருளும் அவருக்கு சமர்ப்பணம்!"

சூர்யா பிரம்மித்தான். மாமா இருவருக்கும் தான் எத்தனையோ விஷயங்கள் சொல்லிக் கொடுத்தார். தெய்வத்தை மட்டுமல்ல, இயற்கையைக்கூட அறிமுகப்படுத்தியவர் அவர்தான். பஞ்ச

பூதங்களுக்கும் தனித்தனி குணங்கள் உண்டு. அவை தன் சுயத்தை இழக்கறதே இல்ல. பஞ்ச பூதங்களையும் அப்டியப்டியே ரசிக்கத் தெரியணும் அவைகளைப் பார்த்து நமக்குன்னு ஒரு சுயத்தை உருவாக்கிக்கணும். பரமாத்மா ஒருத்தன்கிட்ட மட்டும் தான் நம்ம சுயம் கரைஞ்சு காணாம போகணும். இப்படி நிறைய சொல்லிக் கொடுத்தவர்

எல்லா போதனைகளும் எல்லோருக்கும் போய்ச் சேருவதில்லை கிரகித்தல் என்பது ஆளுக்கு ஆள் வித்தியாசப்படுகிறது. அரவிந்தன் எதையும் மிகச் சுலபமாய் கிரகித்துக் கொண்டான். நிறைய யோசித்தான். நிறைய கேள்வி கேட்டான். நிறைய பதில் பெற்றான்.

ஒன்றாய்ப் பிறந்து ஒன்றாய் வளர்ந்தாலும் உயரத்தில் வித்தியாசம் இருந்தது. அரவிந்தனுக்கிணையாய் உயரப் பறக்க சூர்யாவின் இறகுகளுக்கு வீரியமில்லை. தன்னால் பறக்க முடிந்த இடத்திலேயே இருக்கப் பழகிக் கொண்டு அரவிந்தன் பறக்கும் அழகை ரசிக்க ஆரம்பித்துவிட்டான். அவனுக்கு முன்னால் தான் சாதாரணன் என்பதை ஏற்றுக் கொண்டுவிட்டான். இப்போது அரவிந்தன் இன்னும் எட்டாத உயரத்திற்கு பறந்து செல்கிறான். தொட முடியாத சிகரத்தைத் தொட்டிருக்கிறான் என்பது புரிந்தது. கூடவே பயமாகவும் இருந்தது. இப்படியே உயரப் போய் காணாமலே போய் விடுவானோ...?

"போலாமா...?" அரவிந்தன் கேட்க சூர்யா மௌனமாய் அவனோடு நடந்தவன் சட்டென்று அவன் கைகளைப் பிடித்துக் கொண்டான். "நீ எவ்ளோ உயரப் பறந்தாலும் என் கண்ணுக்குத் தெரியணுண்டா அரவிந்தா. உன்னை நான் ரசிக்கணும். கண்ணுக்கு காணாம போய்டாதே. உன்கிட்ட நெருங்கற பயத்தை எனக்கு ஏற்படுத்திடாதே..."

சூர்யாவின் குரல் நடுங்கி கண்கள் பளபளத்தது.

"அடப் பைத்தியமே...!" அரவிந்தன் சிரித்தான். நண்பனை அணைத்துக் கொண்டான்.

இருவரும் வீட்டுக்கு வந்தபோது வீடு முழுக்க ஒரு வாசம் பரவியிருந்தது. ரேழியில் சைக்கிளை நிறுத்தும்போதே அந்த வாசத்தை முகர்ந்த அரவிந்தன் "அட அம்மா அப்பளாம் இடறா" என்றான். வேகமாய் உள்ளே போய் ஈரத்துண்டால் அம்மா போர்த்தி வைத்திருந்த அடுக்கில் கை நுழைத்து கை நிறைய அப்பள உருண்டைகளை அள்ளிக் கொண்டான். சூர்யாவுக்கும் கொடுத்தான்.

"உனக்குதான் இடறேன்."

"ஏன் அங்க கிடைக்காதுன்னா...?"

"எதுக்கு கண்டதையும் வாங்கித் தின்னணும்?"

"இன்னும் என்னல்லாம் பண்ற?"

கொஞ்சம் உளுந்தப்பளம், கொஞ்சம் அரிசி அப்பளாம். ஒரு பாட்டில் பருப்புப் பொடி, கருவேப்பிலைப் பொடி, ஆவக்காய் மாங்கா, அப்பறம் கொஞ்சம் உப்பிலிட்ட நார்த்தங்கா. அதோட திங்கறதுக்கு கொஞ்சம் முறுக்கு சீடை,"

"இன்னும்...?"

"உனக்கு பிடிக்குமேன்னு கொஞ்சம் பால் திரட்டுப் பாலும், முந்திரிப்பருப்பு கேக்கும் பண்ணி வெச்சிருக்கேன்."

"சரிதான் அப்டியே எனக்குன்னு தனி ஏரோப்ளேனும் புக் பண்ணிட வா...?"

"என்ன டா...?"

"அம்மா... அம்மா...! இவ்ளோ சாமான் ஏத்த மாட்டாம்மா."

"கொஞ்சம் கொஞ்சம் தானேடா...?"

"பார்க்கலாம். வெயிட் அதிகமாய்டுத்துன்னா - எதையாவது எடுக்கச் சொல்லிடுவா...?"

"ரெண்டு ஷர்ட் பேண்ட்டை குறைச்சுக்கோ, அங்க போய் புதுசு வாங்கிக்கோ. அதெல்லாம் அங்க நன்னார்க்குமாமே. என்னடா சூரி நா சொல்றது சரிதானே."

“நீங்க பேக் பண்ற சாமான்களோட இவனை பிளேன் ஏத்திவிட வேண்டியது என் பொறுப்பு. நீங்க கவலைப்படாதீங்கோ.”

“அப்டி சொல்லு!” என்றபடி எழுந்த கற்பகம் மாவுக் கையை துணியில் துடைத்தபடி உள்ளே போனாள். நியூஸ் பேப்பரில் வட்ட வட்டமாய் காய்ந்து கொண்டிருந்த அப்பளங்களை வேடிக்கை பார்த்தான் சூர்யா. காம்பஸால் வட்டமிட்டது போல் நேர்த்தியாக இடப்பட்டிருந்தது. “நம்ம ஊர் கைப்பழக்கமும் மணமும் என்ன இருந்தாலும் யாருக்கும் வராது” என்றான் வாய்விட்டு.

“என்ன சொல்ற...?” கற்பகம் இருவருக்கும் இரண்டு பிளேட்களில் முறுக்கும் ரெண்டு சீடையும், முந்திரிபருப்பு கேக்கும். ஒரு ஸ்பூன் திரட்டுப்பாலும் வைத்து கொண்டு வந்தாள்.

“உங்க கை மணம் யாருக்கும் வராதுன்னேன்.”

“காக்கா பிடிக்கறாம்மா உன்னை.”

“ஆமா! என் கழுத்துச் சங்கிலிய கழட்டி வாங்கிண்டு போலாம்னு பாரு!”

“அட அல்ப அம்மாவே அதுக்கில்ல. என்ன இருந்தாலும் அவன் மாமியார்க்கு நாத்தனாராச்சே! எதுக்கும் இருக்கட்டும்னு இப்பவே கைல போட்டுக்கப் பார்க்கறான்.”

“ச்சீ போ.”

“விடுங்கோ மாமி. அவன் செய்யறதை அவன் சொல்றான்.”

“என்ன செஞ்சான் அவன்?”

“நேத்திக்கு ஜானகி மாமிக்கு நாலு அண்டா தண்ணி இரைச்சுக் கொடுத்து துணி காயப் போட்டு, டீ போட்டு கொடுத்து... இதெல்லாம் என்ன? குருவி பிடிக்கறதா...?”

"வேலை கத்துக்கறாண்டா சூரி! நாளைக்கு பெண்டாட்டிக்கு செய்ய வேண்டாம்? அதான்." கற்பகம் சொல்ல,

மூவரும் விழுந்து விழுந்து சிரித்தார்கள்.

அந்த பத்து நாளும் மறக்க முடியாத நாட்களாகின. ஒரே சிரிப்பு கொண்டாட்டம். அரவிந்தன் வீட்டில் ஒருநாள் எல்லோருக்கும் சமையல் என்றால் மறுநாள் மீனாட்சியின் வீட்டில் எல்லோரும் சாப்பிட்டார்கள்.

சித்ரா பௌர்ணமியன்று சித்ரான்னம் செய்து எடுத்துக் கொண்டு ஆற்றங்கரைக்குச் சென்று மூன்று குடும்பமும் ஒன்றாய் உட்கார்ந்து சாப்பிட்டன. விடிய விடியப் பேசின. அரவிந்தன் ஆனந்தியைத் தனியே அழைத்துச் சென்று அமைதியான இடத்தில் அமர்ந்து கொண்டான். எதுவும் பேசாமல் அவளையே பார்த்துக் கொண்டிருந்தான்.

"இப்டி பார்த்துண்ருந்தா நா ஓடிடுவேன். உடம்பைத் துளைக்கறாப்பல இருக்கு."

"வாய் விட்டு பேசறதைவிட மௌனமா பார்க்கறதுல நிறைய பரிமாறிக்கலாம் ஆனந்தி இதுதான் சுகம்!"

"இப்டி சூரியோட பேசாம உட்கார்ந்திருப்பேளா? அவங்கிட்ட மட்டும் வாய் வலிக்கப் பேசல...?"

மக்கு...! அது சிநேகம்! இது... வேற..."

"வேறன்னா பேசப்படாதாக்கும்...?"

"ஆமா இப்போ எதுவும் பேசப்படாது. சும்மா பார்த்துண்டே இருக்கணும். கல்யாணத்துக்கப்பறம் பேசிப்போம்."

"அம்மா சொல்றா கல்யாணத்துக்கப்பறம் யாரும் பேசிக்கவே மாட்டா. சண்டைதான் போட்டுப்பான்னு."

"வாயை மூடறயா...?"

"இன்னும் நாலு நாள்ள கடல் கடந்து போய்டுவேள்... நா நினைச்சுப் பார்க்கறாப்பல எதுவும் பேசப்படாதுன்னா எப்டி...?"

அரவிந்தன் அவள் முகத்தை அருகில் இழுத்தான். தன் இதழ்களால் அவள் வாயை மூடினான்.

"ரெண்டில்ல நாலு வருஷத்துக்கு நினைச்சு பார்த்துக்கலாம்... போதுமோன்னோ?"

எதிர்பார்க்காத முதல் முத்தத்தில் ஆனந்தியின் முகம் குங்குமமாய்ச் சிவந்திருந்தது. எழுந்து ஓடப் பார்த்தவளை இழுத்து அமர வைத்து அவள் கையை இறுகப் பிடித்துக் கொண்டான் அரவிந்தன். அவனைப் பார்க்கத் தெம்பின்றி கண்களை இறுக மூடிக் கொண்டாள் ஆனந்தி.

"பிறந்த அன்னிக்கே ஒரு பெண்கிட்ட மனசைப் பறிகொடுத்தவன் இந்த உலகத்துலேயே நான் ஒருத்தன்தான் தெரியுமா உனக்கு? அத்தை உன்னைப் பெத்த அன்னிக்கு, அம்மா உன்னை குளிப்பாட்டி, வெள்ளைத் துணியில் கொண்டு வந்து அத்தை பக்கத்துல போட்டா பார் அப்பவே நான் காணாம போய்ட்டேன். அதுக்கு பேர்தான் காதல்னு அப்பொ தெரியாது. வளரும் போதுதான் உன்கிட்ட நா செலுத்தன அன்பு ரொம்ப வித்யாசமானதுன்னு உணர ஆரம்பிச்சேன். அன்னிலேர்ந்து இன்னிவரை உன் உடம்பு என்னை கஷ்டப்படுத்தவே இல்ல ஆனந்தி. என் மனசுல கொஞ்சம்கூட காமமில்ல. உன்னை பூமாதிரி வெச்சுக்கணும் நீ எனக்கு பகவான் கொடுத்திருக்கற பொக்கிஷம் மாதிரின்னுதான் நினைச்சுப்பேன்."

ஆனந்தி இன்னும் கண்ணைத் திறக்கவில்லை.

"கோவமா... முத்தம் கொடுத்ததுக்கா...? தப்புன்னு தோண்றதா...? இத்தனை வருஷத்துல இப்பதான் என் மனசு தடுமார்றது. பௌர்ணமி நிலா பக்கத்துல சலசலன்னு தங்கத்தை உருக்கிவிட்டாப் போல தாமிரபரணி, கையெட்டற தூரத்துல தேவதையாட்டம் காதலி. எந்த ஆம்பளைக்குதான் தடுமாறாது சொல்லு...? பட் இனிமே ரொம்ப கஷ்டம் ஆனந்தி உன் எச்சில் என் இரத்தத்துல கலந்துடுத்து. இனிமே கொஞ்சம் கொஞ்சமா அது என்னைப் பித்தாக்கும். ரெண்டு வருஷம்

கஷ்டம்தான். பல்லைக் கடிச்சுண்டு தள்ள வேண்டியிருக்கும். நா வந்ததும் முதல் வேலையா முகூர்த்த நாள் பார்த்து ஒரு தாலியை கட்ட வேண்டியதுதான்.''

''அந்த தாலியை இப்பவே கட்டிட்டு அப்பறம் ஊருக்குப் போனா நா ரொம்ப சந்தோஷப்படுவேன்'' ஆனந்தி மெல்லிய குரலில் கூறினாள்.

''உத்யோகம் புருஷ லட்சணம் ஆனந்தி. சம்பாதிக்காம கல்யாணம் எப்டி பண்ணிக்க முடியும்? ரெண்டே வருஷம் பொறுத்துக்கோ. படிப்பு முடிஞ்சதும் என் தகுதிக்கு வேலை கொடுக்க நிறைய பேர் தயாராயிருப்பாள். நல்ல வேலை. கை நிறைய சம்பளம், அப்பறம் என்ன... ஜாம் ஜாம்னு கல்யாணம்தான். காசியாத்திரை போய், கன்னூஞ்சலாடி மாலை மாத்தி. தாலிகட்டி மெட்டி போட்டு, நலங்குத் தேங்காய் உருட்டி, தலையில் சுட்ட அப்பளம் உடைச்சு, உப்பு தரேன் பருப்பு தான்னு கேட்டு, ரிஸப்ஷன்ல என் ஆபீஸ்காராளையெல்லாம் அறிமுகப்படுத்தி அப்பறம் பெரியவாளை நமஸ்கரிச்சுண்டு சாந்தி முகூர்த்த ரூமுக்குள்ள நுழைஞ்சு... அதுக்கப்பறம்தான் என்னன்னு தெரியல... உனக்கு தெரியுமா சொல்லேன்.''

''ச்சி! நீ ரொம்ப பொல்லாத அம்மாஞ்சி!'' ஆனந்தி முகம் சிவக்க எழுந்து ஓட அரவிந்தனின் சிரிப்பு அவளைத் துரத்தியது.

பதினோராம் நாள் ஊரில் அத்தனை பேரிடமும் தனித்தனியே சொல்லிக் கொண்டான். கோயிலில் விசேஷமாய் அபிஷேகத்திற்கு ஏற்பாடு செய்திருந்தாள் கற்பகம். ஒவ்வொரு சந்நிதியாய் நின்று விடைபெற்றான். தக்ஷிணாமூர்த்தியிடம் மௌனமாய் பேசினான். உங்கிட்ட மட்டும் விடைபெறப்போறதில்ல ஏன்னா என் கூட வரணும் என்னோட எப்போதும் இருக்கணும், வழிகாட்டணும், வெற்றியைக் கொடுக்கணும். கர்வமில்லாம என் கர்மாக்களை செய்ய வைக்கணும்.

வீட்டுக்கு வந்து பெரியவர்கள் எல்லாரையும் நிற்க வைத்து ஒரே நமஸ்காரமாய் பண்ணி ஆசி பெற்றான். இரண்டு பெட்டி சாமான்களோடு பாஸிஞ்சர் ரயில் அவனையும் சூர்யாவையும் சுமந்து கொண்டு நகர ஆரம்பித்தது. சொந்தம் சுற்றம் எல்லாம் கைகாட்டியபடி பின்னுக்கு நகர அம்மாவின் முகமும், ஆனந்தியின் முகமும். மட்டும் அழுகையை அடக்கிக் கொண்டு வண்டியோடு சற்று தூரம் ஓட்டமும் நடையுமாய்த் தொடர்ந்தது.

***

அத்தியாயம் 15

சென்னையில் இறங்கியபோது மாலையாகிவிட்டது பம்பாய் ரயிலுக்கு இன்னும் நேரமிருந்தது மாமாவைப் போய் பார்த்துவிட்டு வரலாம். ஆனால் ஏற்கனவே உடல் நிலை சரியில்லாதிருப்பவருக்கு இன்னும் எதற்கு கவலை கொடுக்க வேண்டும் என்று தோன்ற தன் எண்ணத்தை மாற்றிக் கொண்டான் சூர்யா. யார் கண்டார்கள் இன்னேரம் மாமாவுக்கே கூட எல்லா கலாட்டாக்களும் தெரிந்திருக்கும். அரவிந்தன் காணாதது, ராகவமாமா நிச்சயித்த அவசரக் கல்யாணம், சூர்யா எடுத்த திடீர் முடிவு. ஆனந்திக்கு தாலி கட்டிய விஷயம் எல்லாம் தெரிந்தாலும் தெரிந்திருக்கும். மாமாவுக்கு அதிர்ச்சியாகக்கூட இருக்கலாம்.

தன் பெண்ணை கடைசியில் இந்த சூர்யா நிர்க்கதியாகி விட்டானே என்றுகூட மருகிக் கொண்டிருப்பார். மாமி இடிந்து போயிருப்பாள். “கடங்காரா என் கையால மூணு வருஷம் பொங்கிப் போட்டதுக்கு பலனா இது...?” என்று பொருமிக் கொண்டிருப்பாள். ஆனால் நிச்சயம் நாசமாய்ப்போ என்று சபிக்க மாட்டார்கள். அவர்களின் மனம் பற்றி அவனுக்கு நன்றாகத் தெரியும். மகாத்மாக்கள் அவை இப்போது போய் அவர்களைப் பார்ப்பதைவிட அரவிந்தனை அழைத்து வந்து ஆனந்தியை ஒப்படைத்த பிறகு அவர்கள் இருவரையும் அழைத்துக் கொண்டு போய் மாமா மாமியின் முன் நிறுத்தி எல்லா உண்மையும் சொல்ல வேண்டும். அவர்கள்

புரிந்து கொள்வார்கள். பின்னர் அவர்களின் ஆசியோடு ஆர்த்தியை மணமுடித்துக் கொள்ள வேண்டும். இந்த பிரச்சனைகளுக்கெல்லாம் விரைவில் சுபம் போட வேண்டும். அதுவரை யாரையும் பார்க்காமலிருப்பதே நல்லது.

சூர்யா ஸ்டேஷனிலேயே தங்கி பொழுதைக் கழித்தான் ரயிலில் வாங்கிய செய்தித்தாள் பல கை மாறியதில் தலைப்புச் செய்திகள்கூட படிக்க முடியாமல் போயிற்று. சென்னையில் இறங்குவதற்கு முன்புதான் அது அவன் கைக்கு மீண்டும் வந்தது. அப்படியே சூட்கேஸில் செருகி வைத்தது நினைவுக்கு வர அதை எடுத்து பிரித்தான். ஒவ்வொரு பக்கமாய் படித்துக் கொண்டே வந்தான். மூன்றாம் பக்கத்தில் ஒரு செய்தி வெளியாகியிருந்தது.

இந்திய சரக்குக் கப்பல் ஒன்று ஸ்பெயினுக்கருகில் பழுதானது. ஆயிரம் கோடி ரூபாய் சரக்குகளோடு கப்பல் மெல்ல மெல்ல மூழ்குகிறது. அதிகாரிகள் விரைந்தனர். சரக்குகளையும் ஆட்களையும் மீட்க நடுக்கடலில் போராட்டம்.

சூர்யா அடுத்த செய்திக்குத் தாவினான். கடைசி பக்க ஸ்போர்ட்ஸ் செய்திகளையும் படித்து முடித்துவிட்டு பேப்பரை மடித்து வைத்தான். வேடிக்கைப் பார்க்க ஆரம்பித்தான். நல்ல காலம் கடைசி நேர கான்ஸல் ஒன்றால் டிக்கெட் கிடைத்தது இறையருள் என்றுதான் கூற வேண்டும். வண்டி கிளம்ப அரை மணி முன்பு ஏறிக் கொண்டான். பல மொழிகளும் காதில் மோதின. எத்தனைவித மனிதர்கள் எத்தனை விதமான முகங்கள்! ஒன்றைப்போல் ஒன்று இல்லாமல், இறைவன் கை தேர்ந்த சிற்பிதான்!

வண்டி சரியான நேரத்திற்கு சென்ட்ரலை விட்டு கிளம்பியது.

இரண்டு வருட அமெரிக்க வாசம் திரும்பிப் பார்ப்பதற்குள் விரைந்தது. எத்தனை எத்தனை கடிதங்கள்! போன் மூலம்

பேச்சுக்கள்! வருகிறவர் போகிறவர் மூலம் எத்தனை பொருட்கள் அன்போடு பரிமாற்றம் செய்யப்பட்டன. ஆனந்திக்கு அழகான மேக்கப் ஸெட்டும் சென்ட் பாட்டிலும், புடவையும் ஒருமுறை வந்தது. கொண்டு வந்த நபர் அவற்றை சூர்யாவிடம் ஒப்படைத்தார். ஊருக்கு வரும்போது அதை எடுத்து வந்த சூர்யா ஆனந்திக்கு அவற்றைக் காட்டிவிட்டு கொடுக்காமல் வீடு முழுக்க சுற்றி சுற்றி ஓட, அவளும் துரத்த மீனாட்சி அவனைத் திட்டியபடி அவற்றை வாங்கி அவளிடம் கொடுக்க, அன்றே அந்தப் புடவையை கட்டிக் கொண்டு முகத்திற்கு மேக்கப் போட்டு சென்ட் தெளித்துக் கொண்டு போட்டோ எடுத்து வந்தாள்.

"இதை அம்மாஞ்சிக்கு அனுப்பிடு சூரி" என்றாள். சூர்யா சிரித்தான்.

"என்ன சிரிப்பு?"

"எல்லாம் சரிதான் அவன் அனுப்பின புடவை, பவுடர், லிப்ஸ்டிக் எல்லாம் போட்டோல பளிச்சுனு தெரியறது. ஆனா சென்ட் வாசனை எப்படி போட்டோல தெரியும்? அவ்ளோ சென்ட் அடிச்சுண்டு போனதெல்லாம் வேஸ்ட்டாய்டுத்தே."

"ம்ஹூம்... கிண்டலார்க்கா உனக்கு...? வரேன் இரு" ஆனந்தி ஓடிப்போய் சென்ட் பாட்டிலை எடுத்து வந்து போட்டோவின் முன்னும் பின்னும் அழுத்தி அழுத்தி ஸ்ப்ரே செய்தாள்.

"இப்ப மோந்து பார். சென்ட் வாசனையும் தெரியும். இப்படியே அனுப்பிடு."

"சமத்துதான்...!" சூர்யா சிரித்தான்.

"என் சமத்துக் கென்ன...? அதுசரி உன் சிநேகிதன் உனக்கெதுவும் அனுப்பலையா...!"

"ஒரு எக்ஸிபிஷன் வெக்கற அளவுக்கு எனக்கும் அனுப்பியிருக்கான்! ஆனா நா உன்னை மாதிரி உடனே கூத்தாடறதில்ல..."

“ஆமாம் போ... நா கூத்தாடிதான்” ஆனந்திக்கு புசுக்கென்று கோபம் வந்தது. அவனை முறைத்துப் பார்த்தாள்.

“ஆகட்டும் எங்களுக்கு கல்யாணமாகட்டும் அப்புறம் பார்.”

“என்ன செய்வ...?”

“உன் சிநேகிதனைப் பார்க்க நீ எங்கிட்ட கெஞ்சணும். கண்ல காட்டறேனா பார்.”

“என் சினேகிதன் ஒண்ணும் தஞ்சாவூர் தலையாட்டி பொம்மையில்ல நீ சொல்றபடியெல்லாம் ஆடறதுக்கு.”

“இப்ப அப்படிதான் பீத்திப்பேள். எல்லா ஆம்பளையும் பொம்மனாட்டிக்கு பின்னாடி நிக்கறவாதான் எனக்கு தெரியாதாக்கும்.”

“கற்பகம் மாமி இவ உங்களைத்தான் வம்புக்கு இழுக்கறா. மாமாவை நீங்க ஆட்டி வெக்கறேளாமே!”

சூர்யா சிண்டு முடிந்துவிட்டு நைசாக வெளியேறி விட்டான். இப்படி எத்தனையோ சின்னச் சின்ன சம்பவங்கள். அரவிந்தன் நல்லபடியாக இந்தியாவுக்கு திரும்பும் வரை தினசரி தக்ஷிணாமூர்த்தியிடம் மௌனமாய் அவனுக்காக வேண்டிக்கொள்ள மறக்கவில்லை.

இந்தியா வந்ததுமே பம்பாயில் மிகப்பெரிய ஏற்றுமதி நிறுவனம் ஒன்றின் ஏற்றுமதிப் பிரிவின் மிக உயர்ந்த பதவி அவனுக்காக காத்திருந்தது. நினைத்துப் பார்க்க முடியாத சம்பளத்தோடு, வீடு, கார், டெலிபோன் பேஜர், செல்லுலர் என்று சகல வசதிகளும் செய்து கொடுத்தது அவன் நிறுவனம். வியாபார விஷயமாய் லண்டனுக்கும் செல்வது சர்வ சகஜமாயிற்று. அவன் நினைத்தபடி, வந்ததும் கல்யாணம் என்பது உடனே நடக்கவில்லை. தொடர்ச்சியான பயணங்களால் திருமணம் தள்ளிப்போக, கற்பகமும் ஜானகியும் மீனாட்சியும் கவலைப்பட்டார்கள்.

கிட்டு மாமா சூரியாவை அழைத்துக் கொண்டு பம்பாய் போய் பிள்ளையோடு பேசினார். அரவிந்தன் தன் டூர் டைரி புரட்டி பார்த்து டூர் எதுவும் இல்லாத நாட்களைக் குறித்துக் கொடுத்தான். பம்பாயிலிருந்து கிராமத்து போஸ்ட் அபீசுக்கு போன் போட்டு மீனாட்சி புருஷனோடும் ராகவனோடும் பேசினார்கள். அரவிந்தன் கொடுத்த நாட்களில் அவனுக்கு பொருத்தமான முகூர்த்த நாளை உடனடியாக ஜோஸியரிடம் கொடுத்து பார்க்கச் சொன்னார்கள். இரண்டு மணி நேரம் கழித்து மறுபடியும் போன் பண்ணி அவர்கள் குறித்த முகூர்த்த நாட்களை கேட்டு அரவிந்தனிடம் சொல்ல, அரவிந்தன் அதில் ஒரு நாளைத் தேர்ந்தெடுத்தான்.

"நீங்களே நிச்சயதார்த்தம் பண்ணி முடிச்சுடுங்கோ. என்னை எதிர்பார்க்க வேண்டாம். பத்திரிகை மட்டும் இங்கயே பிரிண்ட் பண்ணி பார்சல்ல அனுப்பிடறேன். உங்க திருப்திக்கு உங்க வழக்கப்படி மஞ்சப் பத்திரிகையும் கொஞ்சம் அடிச்சுடுங்கோ. இங்கேர்ந்து அங்க வரவா யாரும் இல்ல. கல்யாணத்துக்குப் பிறகு இங்க வந்துதான் எல்லாரையும் கூப்பிட்டு ஒரு ரிஸப்ஷன் கொடுக்கணும். இருந்தாலும் மெட்ராஸ்ல நிறைய பேர்க்கு கொடுக்கணும் அதுக்குதான். நானே கூப்பிடறா மாதிரி கொஞ்சம் பத்திரிகை பிரிண்ட் பண்றேன். என் சார்பில சூரியாவே எல்லார்க்கும் கொடுத்து கூப்ட்டுடுவான். கல்யாணத்துக்கு எனக்கு வேண்டிய டிரெஸ் எல்லாம் கூட இங்கேயே ரெடியாய்டும். உங்களுக்கு எவ்ளோ பணம் வேணும்னு உத்தேசமா சொன்னா அதையும் ரெடி பண்ணி அனுப்பிடுவேன். யாருக்கும் ஒரு குறையும் இருக்கப்படாது. சூர்யா நீதான் எல்லா பொறுப்பும் எடுத்துக்கணும். அப்பாக்கு தோள் கொடுக்கணும். பொம்மனாட்டி எல்லார்க்கும் பட்டுப்புடவை, புருஷாளுக்கு மயில் கண் வேட்டி வாங்கிடுங்கோ. மன்னிகள் புடவை கொஞ்சம் கிராண்டாகவே இருக்கட்டும். அண்ணாக்களுக்கு வேட்டியோட டிரெஸ்ஸும் எடுத்துடு. குழந்தைகளுக்கெல்லாம் நல்ல டிரஸ் வாங்கிடு.

அம்மாவோட புடவையில் பிசுக்குத்தனம் பிடிக்க வேண்டாம். அம்மா சிம்பிளா போறும்பா. ஆனா புடவை நன்னார்க்கட்டும். ஜானகி அத்தை, மீனாட்சி மாமி அம்மா மூணுபேர்க்கும் ஒரே மாதிரி, ஒரே விலையில் நல்ல பட்டுப்புடவையா வாங்கிடு. அத்தைய ரொம்ப சிரமப்படுத்த வேண்டாம். எல்லாச் செலவையும் நாமும் பாதிக்கு பாதி பகிர்ந்துக்கணும். பொறியிடப்போற சங்கரனுக்கு காத்திரமா ஒரு மோதிரம் வாங்கிடுங்கோ.''

அரவிந்தன் மொத்தமாய் பேசி நிறுத்தினான் ''நீ ரொம்ப மோசம்டா அரவிந்தா. எல்லார்க்கும் இத்தச்செய் அதச்செய்னு சொன்ன. ஆனா உன் சிநேகிதனுக்கும் உன்னைக் கட்டிக்கப்போறவனுக்கும் மட்டும் என்ன வாங்கணும்னு சொல்லவேல்லயே'' கிட்டுமாமா சிரித்தார்.

''ஏம்பா வெறும் ஒரு செட் டிரஸ் எடுத்துக் கொடுத்து இவன் கடனைத் தீர்த்துடச் சொல்றயா?''

''டேய் டேய் என்னடா நா அப்டியா சொன்னேன்...?''

''ஆனந்திக்கு என்னல்லாம் வாங்கணும்னு நா சொல்லாமயே இவனால வாங்க முடியும்ப்பா. அதனால தான் எதுவும் இவங்கிட்ட சொல்லல இவனுக்கு வெறும் பொருளைக் கொடுத்துட்டா எங்க நட்புக்கு அர்த்தமல்ல. இவனுக்கு என்ன வேணுமோ அதை இவன் தாராளமா வாங்கிக்கலாம். நா சொல்லணும்னு எதிர்பார்க்கவே வேண்டாம். ஆனா என் மனசுல வேற பிளான் இருக்கு.''

''என்னடா பிளான்?''

''என் கல்யாணம் முடிஞ்சதும், இவனை மட்டும் சுதந்திரமா திரிய விட்டுடுவேனா. ஆர்த்தி என்னை உதைக்க வருவா. இவன் கல்யாணத்தை நானே எடுத்து நடத்துவேன் மாமாக்கு பிள்ளையில்லாத குறைக்கு ஆர்த்திக்கு அண்ணாவா இருந்து. உப்பு, புளிலேர்ந்து சாந்தி முகூர்த்த பூ பழம் வரைக்கும் என் செலவுல நானே வாங்கிப் போட்டு சமையல்காரனுக்கும்,

மேளக்காரனுக்கும் ஏற்பாடு செஞ்சு சத்திரம் பார்த்து, ஊர் முழுக்க பத்திரிகை கொடுத்து எல்லாரையும் வாங்கோ வாங்கோன்னு கூப்ட்டு உட்கார வெச்சு, ஊரே மூக்குல விரல் வெக்கணும்! முகூர்த்தம் முடிஞ்சதும் சூர்யா என் கண்ணையே உங்கிட்ட ஒப்படைக்கறேன். அதுல ஆனந்தக் கண்ணீரை மட்டும்தான் பார்க்கணும்னு வசனம் பேசுவேன். மூக்கு சிவக்க நானும் ஆனந்தமா அழுவேன். மொத்தத்துல என் கல்யாணத்தை விட இவன் கல்யாணத்தை பத்திதாம்ப்பா நா நிறைய கற்பனை பண்ணுவேன். நிறைய பிளான் எல்லாம் வெச்சிருக்கேன்.''

அரவிந்தன் சொல்ல சூர்யா தன் அழுகையை மறைத்துகொள்ள வேகமாய் எழுந்து டாய்லட்டுக்குள் நுழைந்து கதவைத் தாளிட்டுக் கொண்டான். கிட்டு மாமா மூக்கில் விரல் வைத்தார். இப்படி ஒரு சிநேகமா என்று வியந்தார். பிள்ளையின் நல்மனம் கண்டு பெருமை பொங்க அவனைப் பார்த்தார்.

மறுநாள் இருவரையும் பிளைட்டில் ஏற்றி சென்னைக்கு அனுப்பி வைத்தான் அரவிந்தன். அங்கிருந்து கிட்டு மாமாவை டிரெயின் ஏற்றி ஊருக்கு அனுப்பி வைத்தான் சூர்யா.

பத்து நாளில் சூர்யாவின் பேருக்கு ஜவுளி வகையறாக்களுக்காக ஒரு லட்ச ரூபாய்க்கு டிராஃப்ட்டும், அப்பா பேருக்கு இதர செலவுகளுக்காக ஒரு தொகையும் டிராஃப்ட் எடுத்து அனுப்பினான் அரவிந்தன்.

மெல்ல மெல்ல கல்யாண பரபரப்பு தொற்றிக் கொண்டது அனைவரையும்.

***

அத்தியாயம் 16

உலகத்திலேயே மிகவும் கஷ்டமான வேலை என்பது பெண்களோடு புடவைக் கடைக்குப் போவதுதான் என்பதை அனுபவபூர்வமாய் உணர்ந்து கொண்டான் சூர்யா. ஜவுளி வாங்க எல்லாருமே சென்னைக்கு வந்திருந்தார்கள். திருச்சியிலிருந்தும் பெங்களூரிலிருந்தும் அரவிந்தனின் அண்ணா மன்னிகள்கூட வந்து விட்டார்கள். ஆர்த்தி வீட்டில்தான் எல்லாரும் இறங்கியிருந்தார்கள். கற்பகமும் மீனாட்சியும் மாமியோடு சேர்ந்து சமைக்க மொத்த பேரும் சாப்பிட்டுவிட்டு புடவைக் கடைக்குப் போனார்கள். மாம்பலத்தின் அந்த பிரபல புடவைக்கடை அல்லோலகல்லோலப்பட்டது.

பூமியைவிட பொறுமைசாலி புடவைக்கடையில் வேலை பார்ப்பவர்கள்தான். பிரித்துப் போட்ட பட்டுப் புடவைகள் மலையாய்க் குவிந்தபோதும் பெண்களுக்கு திருப்தி ஏற்படவில்லை. அலமாரியில் இருக்கும் புடவைகளை மேய்ந்து ஒவ்வொன்றாய் சுட்டிக்காட்டி எடுத்துப் போடச் சொல்லி அவன் பிரித்துப் போட்டதும் திருப்தியின்றி முகம் சுளித்து வேறு புடவையைக் காட்டினார்கள். பதினோரு மணிக்கு கடைக்கு வந்து ஒரு மணிவரை ஒரு புடவைகூட யாரும் தேர்ந்தெடுக்கவில்லை. சூர்யாவும் கிட்டு மாமாவும் ஒரு ஓரமாய் வந்து அக்கடா என்று அமர்ந்து விட்டார்கள்.

“இவாளெல்லாம் கூட்டிண்டு வந்ததே தப்பு பேசாம நீயே ஆளுக்கொரு புடவை எடுத்துண்டு வந்திருக்கலாம்.”

"அரவிந்தன் என்ன சொன்னான்? யாருக்கும் அதிருப்தி இருக்கக் கூடாதுன்னுதானே. நாம எவ்ளோ உசத்தியா அழகா எடுத்தாலும்கூட, தான் கூடப் போயிருந்தா இதைவிட நன்னா வாங்கியிருப்போம்னுதான். அவாவாளுக்குத் தோணும். எதுக்கு வம்பு? சித்தகூட நேரமானாலும் குறையிருக்காது பாருங்கோ."

"அரவிந்தன் தப்பிச்சுண்டான். நாம் மாட்டின்டோம். இன்னிக்கு படுக்கை வீட்லயா கடேலயான்னு தெரியலையே."

சூர்யா பக்கென்று சிரித்தான். நல்ல காலம் மூன்று மணிக்கு ஒருவழியாய் ஜவுளி வாங்கும் படலம் முடிந்தது. மொத்த பில்லையும் செட்டில் பண்ணினான் சூர்யா. கல்யாணப் பெண்ணின் புடவைகளுக்கு மட்டும் ஜானகி மாமி பணம் கொடுத்தாள். அரவிந்தன் வகையாகவும் ஆனந்திக்கு இரண்டு பட்டுப்புடவை வாங்கியிருந்தது.

அடுத்தாற்போல முக்கிய சில நகைகளும் வாங்கிவிட்டு குழந்தைகளுக்கும் ஆண்களுக்கும் டிரெஸ் வாங்கினார்கள். வீட்டுக்கு வந்து சேரும்போது மணி ஏழாகி விட்டது. மாமி அத்தனை பேருக்கும் சப்பாத்தியும் கூட்டும் செய்து வைத்துவிட்டு காத்திருந்தாள். சாப்பிட்டுவிட்டு இரவு நெடுநேரம் வரை அரட்டைக் கச்சேரி நடந்தது.

எத்தனையோ வருடத்து கதைகளை எல்லாம் பேசித் தீர்த்தார்கள். இருப்பவர்கள் போய்ச் சேர்ந்தவர்கள் எல்லாரது மண்டையும் அரட்டையில் உருண்டன.

"இந்த மாதிரி இந்த வீட்ல கலகலப்பைப் பார்த்து எத்தனை காலமாச்சு. நீங்கள்ளாம் போய்ட்டா வீடு வெறிச்சுனு ஆய்டும். நீயும் நானுமடி எதிரும் புதிருமடின்னு ஆய்டும். இவரும் வெளில போய்ட்டா நாலு சுவத்துக்கு நடுல நானா பேசி சிரிச்சுக்க வேண்டியதுதான். அரவிந்தனும் சூர்யாவும் இருந்த வரைக்கும் கொஞ்சம் பொழுது போச்சு அவாளும் இப்ப இல்லையா... வரவர எனக்கு இது ஜெயிலாட்டம் ஆய்டுத்து." மாமி ஆதங்கப்பட்டாள்.

“ஏன் ஆர்த்தியை இங்கயே வெச்சுக்கறதுதானே?”

“நானா மாட்டேன்றேன். அவ வந்தாதானே. இந்த ஊர் வெதர் அவளுக்கு பிடிக்கலயாம்.”

“அது சரி சூர்யாவைப் பண்ணிண்டப்பறம் இங்கதானே வந்தாகணும்.”

“அப்பொ வருவாளாம். சூர்யா கூட இருந்தா சூடு எப்டி தெரியும்?”

மாமி சொல்ல கொல்லென்ற சிரிப்பு எழுந்தது.

“இவனுக்கு சூர்யான்னு யார் பேர் வெச்சது...?”

“ஏன்...?”

“சந்திரன்னு வெச்சிருக்கணும். சூரியன்னா சுட்டெரிக்குமே.....! இது சூடு இல்ல, குளிர்ச்சி! யாரையும் சுட இந்த சூரியனுக்கு தெரியாது அதான் கேட்டேன்.”

மாமி சொன்ன போது சூர்யாவுக்கு கூச்சமாக இருந்தது.

“முந்தி இங்க இருந்தாப்போல இப்ப இருன்னா மாட்டேங்கறான். கல்யாணப் பேச்சு ஆரம்பிச்சதும் கௌரவம் பார்க்க ஆரம்பிச்சுட்டான் போலிருக்கு. வீட்டோட மாப்பிள்ளைன்னு முத்திரை விழுந்துடும்னு பயப்படறானோ என்னமோ...”

மாமி தொடர்ந்து சொல்ல பதில் சொல்லத் தெரியாமல் விழித்தான். அப்படி எந்த எண்ணமும் அவனுக்கு இல்லை அலைச்சலைத் தவிர்க்கத்தான் ஆபீசுக்கு அருகிலேயே ரூம் பார்த்து தங்கியிருந்தான். ஆனாலும் மாமிக்கு ஆதங்கம் தீரவில்லை.

சில விஷயங்களுக்கு சமாதானப் படுத்துவதைவிட மௌனமாயிருந்து விடுவது சிறந்தது என்பதால் சூர்யா ஒரு குறுஞ்சிரிப்போடு நகர்ந்துவிட்டான். மறுநாள் காலை

எல்லோரும் புறப்பட்டுப் போயினர். ஆட்டக்காரர்கள் இல்லாத மைதானம் போல் வெறிச்சென்று ஆனது வீடு.

அதற்கும் மறுநாள் தான் மாமா பாத்ரூமில் விழுந்தார். மாமி அழுது கொண்டே அவனுக்கு போன் பண்ணி உடனே வரச்சொன்னாள். சூர்யா லீவு எழுதிக் கொடுத்துவிட்டு ஆட்டோவில் பறந்து வந்தான். மாமாவின் கால் வீங்கிப் போயிருந்தது. முகம் வலியில் துடித்தது. ஆம்புலன்ஸ் வரவழைத்து பக்குவமாய் ஸ்ட்ரெச்சரில் படுக்க வைத்து ஆஸ்பத்திரிக்கு விரைந்தார்கள். முழங்கால் எலும்பு முறிந்திருந்தது. இடுப்பெலும்பிலும் அடிபட்டிருந்தது. மூன்று மாதம் அசையக் கூடாது என்றார்கள். அவர் கதறக் கதற எலும்பை இணைத்து இறுக்கி மாவுக்கட்டு போட்டார்கள். வீட்டிலேயே இருக்கலாம் ஆபத்தில்லை. பத்து நாளுக்கொருமுறை வந்து புதுக்கட்டு போட்டுக் கொண்டால் போதும் என்று சொல்ல பத்திரமாய் வீட்டுக்கு அழைத்துவந்து கட்டிலில் படுக்க வைத்தான்.

''எனக்கு பயம்மார்க்கு சூர்யா. நீ இங்கேயே இரேன்'' மாமி அழுதாள். சூர்யா சரி என்றான். டாக்டர் சொன்னபடி மாமாவுக்கு மருந்து மாத்திரை ஆகாரம் கொடுத்து, பெட் பேன் வைத்து, பெட்ஸோர் வராமல் உடம்பு துடைத்து பவுடர் போட்டு, பேப்பர் படித்து காட்டி... ஒரு வார லீவு ஓடியே போய்விட்டது. அவனுடைய அந்த பணிவிடைகளில் மாமா நெகிழ்ந்து போனார்.

''நீ வேலைக்கு போய்டு சூர்யா. இனிமே மாமி பார்த்துப்பா. எதுக்கு அனாவசியமா லீவு...?''

''நாளைக்கு ஜாய்ன் பண்ணிடறேன் மாமா.''

''ஜாய்ன் பண்ணு. ஆனா இங்கேர்ந்துதான் போற. இங்கதான் தங்கற. நீ போய்ட்டா எனக்கு பயம்மார்க்கும்.'' மாமி கண்டிஷனாய்ச் சொல்ல சூர்யாவால் மறுக்க முடியவில்லை.

வேலை நேரம் தவிர மிச்ச நேரம் முழுக்க மாமாவுக்கு அருகிலேயே இருந்து பார்த்துக் கொண்டான்.

பம்பாயிலிருந்து பத்திரிகைகள் அச்சடித்து வந்தது. மாமி சாமிக்கு முன் வைத்துக் கொடுத்தாள். சூர்யா அரவிந்தனுக்குத் தெரிந்தவர்கள் அனைவருக்கும் நேரில் சென்று பத்திரிகை கொடுத்து அழைத்தான். இன்னும் சிலருக்கு தபாலில் அனுப்பினான். மாமாவுக்கு அடிபட்டது பற்றி அரவிந்தனுக்கு தகவல் சொல்லவில்லை. ஆனாலும் மாமா வரமுடியாமல் போனதில் அவனுக்கே அதிக வருத்தம்தான். மாமாவை விட்டுவிட்டு மாமியாலும் வர முடியாது. ஆர்த்தியாவது வருவாள் என்று நினைத்தால் ஐ ஏ எஸ் தேர்வைக் காரணம் காட்டி அவளும் வர முடியாததற்கு மன்னிப்புக் கேட்டாள். "வீடியோ கேசட் வந்த பிறகு கல்யாணக் காட்சிகளை பார்த்துக் கொள்கிறேன், அரவிந்தனிடம் என் வாழ்த்துக்களைச் சொல்லிடுங்க" என்றாள். சூர்யா மட்டும் ஊருக்குப் புறப்பட்டான்.

வண்டி பம்பாய் ரயில் நிலையத்தில் பெருமூச்சு விட்டு நின்றது. விதம் விதமாய் ஹிந்தி மொழி காதில் மோதியது.

சூர்யா அருகிலிருந்த லாட்ஜ் ஒன்றில் அறை எடுத்து முதலில் குளித்து உடை மாற்றிக் கொண்டு லைட்டாக டிபன் சாப்பிட்டான். பிறகு அரவிந்தனுக்கு போன் பண்ணினான். எவ்வித ரெஸ்பான்சும் இல்லாமல் போகவே போனை வைத்துவிட்டு அறையைப் பூட்டிக் கொண்டு கிளம்பினான். ஆட்டோ பிடித்து அரவிந்தனின் அலுவலகம் வந்தான். அரவிந்தனைப் பற்றி விசாரித்தான்.

அங்கு சொல்லப்பட்ட விஷயத்தைக் கேட்டதும் தூக்கி வாரிப் போட்டது சூர்யாவுக்கு இரண்டு நாள் முன்பு பேப்பரில் படித்த செய்திக்கும் அரவிந்தனுக்கும் சம்பந்தம் இருக்கும் என்று அவன் நினைத்துக்கூடப் பார்க்கவில்லை.

"விளையாட்டு போல நாலஞ்சு நாளாய்டுத்து. பம்பாய் போன சூர்யாகிட்டேர்ந்தும் தகவலே இல்லையே" கற்பகம் கவலையோடு கணவரிடம் கேட்டாள்.

"வந்துடுவான். போன எடத்துல என்ன அசௌகர்யமோ பயப்பட ஒண்ணுமிருக்காது."

"ஹும்... ஒவ்வொருத்தரும் ஒவ்வொரு விதமா கனவு காண்றோம். ஆனா நிஜம் வேற மாதிரி இருக்கு. யார் கண்பட்டுதோ என்னென்னவோ நடந்துடுத்து. ஒரு நேரம் எல்லாம் கனவோன்னுகூட இருக்கு. அப்டியே இருந்துட்டா எவ்ளோ நன்னார்க்கும்! பாவம் சூர்யாவைப் பார்த்தா கண்றாவியா இருக்கு. அந்த பிள்ளைக்கு நம்பளாலே எவ்ளோ கஷ்டம். எவ்ளோ வேதனை! எவ்ளோ பழி! இன்னும் என்னால் எதையும் ஜீரணிக்க முடியல. இவன் சொல்றதுக்கெல்லாம் ஊரும் உலகமும் ஒத்துக்குமா...? எனக்கு ஒண்ணும் புரியல."

"நீ சொல்றதை என்னாலயும்தான் நம்ப முடியல. சூர்யா இப்படியா பேசினான்? ஆமா... இந்த கல்யாணம் வெறும் நாடகம்தானாம். ஆனந்தியைக் காப்பாத்த இதைவிட்டா வேற வழியில்லன்ற நிலமைலதான் அவன் இந்த முடிவெடுத்தானாம். ஆனா ராகவன் இதுக்கெல்லாம் ஒத்துப்பானா...? பொம்மனாட்டி என்ன பொம்மையா ஆளாளுக்கு எடுத்து விளையாடன்னு கேக்க மாட்டானா...? எனக்கென்னமோ பயம்மார்க்கு."

"அவன்தான் அப்டி சொன்னா, நீயாவது நல்ல புத்தி சொல்லப்படாதா ஆனது ஆயாச்சு இவளோட சந்தோஷமாயிருக்கப் பார்னு!"

"சொன்னேனே. ஆனா கேட்டாத்தானே. எனக்கென்னமோ இது பெரிய பிரச்சனை ஆகும்னு தோணறது நம்ம குழந்தைகள் நல்ல குழந்தைகள்தான். இதுகள் மனசுலல்லாம் மருந்துக்குக்கூட கல்மிஷமில்லன்னு தெரியும் ஆனா நாம் புரிஞ்சுண்டா மாதிரி மத்தவா புரிஞ்சுப்பாளா? நம்ம நோக்கம் நல்ல நோக்கம்னு அது ஒத்துண்டு ஆசீர்வதிக்குமா? ச்சின்னு

காறில்ல துப்பும்? லோகத்தை ஒதுக்கிட்டு நம்மால் வாழ்ந்துட முடியுமா? எனக்கு தலையை சுத்தறது. இங்க ஒரு காலும் அங்க ஒரு காலுமா ரெண்டுங்கெட்டானா இருக்கோம் நாம். ஒரு பக்கம் பரிசுத்தமான இந்த குழந்தைகள், ஒரு பக்கம் ஊர் உலகம். யார் பக்கம் சாயறது, யாரை ஒதுக்கறது...?''

கற்பகம் கண்ணீரைத் துடைத்துக் கொண்டாள். கிட்டு மாமா கனத்த மௌனத்தோடு வெளியில் போனார்.

''நீ என்ன சொல்ற மீனாட்சி...?'' ஜானகியின் குரல் நடுங்கியது.

''உங்கிட்ட நா எதையும் மறைக்க விரும்பல ஜானகி. சூர்யா அரவிந்தனைத் தேடித்தான் போயிருக்கான். அவன் வந்ததும் ஆனந்தியை அவங்கிட்ட ஒப்படைச்சுடுவானாம்.''

''கடவுளே...!'' ஜானகி காதுகளைப் பொத்திக் கொண்டாள்.

அவள் மட்டுமல்ல வெளியிலிருந்து உள்ளே வந்து கொண்டிருந்த ராகவன்கூட இதைக் கேட்டு அதிர்ந்து நின்றார். அவர் முகம் ரத்தமாய்ச் சிவந்தது. நறநறவென்று பற்களைக் கடித்துக் கொண்டார்.

❋❋❋

அத்தியாயம் 17

சூர்யா ஊருக்குத் திரும்பி வந்தபோது அவன் முகம் நன்கு தெளிந்திருந்தது. போகும்போது இருந்த குழப்பங்கள் எல்லாம் நீங்கியிருந்தது. ரயிலடியிலிருந்து ஊருக்குப் போகும் பாதையில் நடந்து வந்தவனை வழி நெடுக பலர் விசாரித்தனர்.

"என்னப்பா உன் சிநேகிதன் கிடைச்சானா...?"

"ஏன் இப்டி பண்ணிப்புட்டானாம்."

"ஏந்தம்பி கல்யாணம் கட்டிக்கிட்டு இப்படி நீ பாட்டுக்கு ஒத்தையில் ஊருக்கு போய்ட்டயே! அந்த பொண்ணையும் கூட்டிட்டு போய் சந்தோஷமா இருக்கத் தெரியலயே! என்ன புள்ளையோ...?"

"என்ன சூர்யா பெண்டாட்டிய கூட்டிண்டு போக வந்தயாக்கும். வீடெல்லாம் பார்த்தாச்சா...? என்னமோ போ! அவன் ஆசைப்பட்டான்! ஆனா அதிர்ஷ்டம் உனக்கில்ல இருக்கு!"

"யாரு சூர்யாவா...? உன் சிநேகிதனைப் பார்த்தாயா? என்ன சொன்னான்...? ஆனந்தியை நீ கட்டிண்டது அவனுக்கு தெரிவிச்சயா...? அதிர்ந்து போயிருப்பானே...? உன்னோட முகம் கொடுத்து பேசினானா. இல்ல போய்ட்டு வாடா துரோகின்னுட்டானா? சொன்னா சொல்லிண்டு போறான் விடு. நேரத்துக்கு வரத் தெரியாட்டி நஷ்டம் நஷ்டம்தான். நீ

நல்லபடியா குடித்தனம் பண்ணி அடுத்த முறை வரும்போது வளைகாப்புக்கு கூட்டிண்டு வா. அவளை."

உலகம் வம்பு மடம்! அடுத்தவர்களின் வாழ்க்கையை அறிந்து கொள்வதில்தான் எவ்வளவு ஆர்வம்! பற்களால் மாமிசத்தைக் கடித்துக் குதறும் மிருகங்களைப் போல் சொற்களால் மற்றவர் மனதைக் குதறும் கூட்டம். மற்றவர்களின் அந்தரங்கள்தான் இவர்களுக்கு வெல்லம் போல இல்லை... ஆகாரம் போல. இரண்டு சின்ன கோடுகளை இணைத்து அவரவர் தன் விருப்பம் போல் கற்பனை சித்திரங்களை உருவாக்குவது போல இவர்களாகவே அவன் வாழ்க்கையைத் தீர்மானித்து முடித்து விடுவார்கள் போலும். அவன் எண்ணம் என்ன, தீர்மானம் என்ன என்று அறிய எவரும் முற்படாமல் அவன் தாலி கட்டிவிட்ட ஒரே ஒரு நிகழ்ச்சியைக் கொண்டு வளைகாப்பு வரை சென்றுவிட்ட இந்த அபத்தத்தைக் கண்டு சூர்யாவுக்கு அருவறுப்பாய் இருந்தது. நெஞ்சு வெடித்துவிடும் போலிருந்தது.

யாருக்கும் அவன் எந்த பதிலும் சொல்லவில்லை. இவர்களோடு பேசுவது அனர்த்தம்! இவர்கள் தீர்மானித்து விடுவதாலும். கற்பனை செய்து கொள்வதாலும் எந்த பொய்யும் உண்மையாகிவிடாது. அரவிந்தனுக்கும் அவனுக்கும் கசப்பு ஏற்பட்டுவிட்டதாக இவர்கள் கற்பனை செய்து கொண்டால் அது நிஜமாகி விடுமா என்ன? எந்த கசப்பும் இல்லை என்பதை இவர்களுக்கு நிருபிக்க வேண்டிய அவசியமோ, இவர்களது அபிப்பிராயத்தை மாற்ற வேண்டிய கட்டாயமோ அவனுக்கு இல்லை. சந்திரன் - பத்திரமாகவே இருக்கிறது. நம் கண்ணுக்கு அது தெரியாததால். அமாவாசை! அதற்கென்று சந்திரன் இனி உதயமாகாது அது காணாமல் போய்விட்டது. பிரளய ஜலத்தில் மறைந்துவிட்டது என்று ஒருவன் சொன்னால் அது அவன் அறியாமை. அதை நிஜமென்று நம்புபவன் முட்டாள். அவர்களோடு வாதாடுவது அதைவிட முட்டாள்தனம். சந்திரன் மறையவில்லை என்பதை அடுத்த பதினைந்து

நாளில் அவர்களே உணர்வார்கள் தன் அறியாமையும். அவசர கணிப்பும் நினைத்து வெட்கப்படுவார்கள்.

ஒருவேளை அப்போதும் நம்பாது இது வேறு ஒரு நிலவு என்று சொல்வானேயானால் அந்த மனிதன் இரக்கத்திற்குரியவன் புத்தி கெட்டவன் புத்தி கெட்டவரின் அபிப்ராயங்களைச் சுமக்க குப்பைக் கூடைகூட விரும்பாது. அதேபோல்தான். இவனுடைய நல்ல நோக்கத்தைப் புரிந்துகொள்கிறவர்கள் புரிந்துகொள்ளட்டும். புரிந்துகொள்ளாத வரை ஒதுக்கிவிட்டு தொடர்ந்து தன் பாதையில் போய்க் கொண்டே இருப்பதுதான் நட்புக்கு இவன் தரும் மரியாதை. இவன் நேசிப்பவர்கள் இவனைப் புரிந்து கொண்டால் போதும் உலகம் இரண்டாம்பட்சம்தான்.

ஊருக்குள் நுழைந்ததுமே முதலில் கண்ணில்பட்டது. ராகவன்தான். யாரைப் பார்க்க வேண்டாம் என்று அவன் நினைத்தானோ அவர் முதலில் எதிர்ப்பட சூர்யா ஒரு கணம் தடுமாறினான். தர்மசங்கடத்தோடு அவரைப் பார்த்தான். அவனை நிற்க வைத்து திட்டுவார் சண்டை போடுவார் சபிப்பார் என்று அவன் நினைக்க அவரோ அவன் நினைப்பை பொய்யாக்கினார். அவனைப் பார்த்து சிரித்தார். அருகில் வந்து தோளில் தட்டினார்.

"என்னைப் பார்த்து பயப்படாதடா சூர்யா சத்தியமா இப்பொ உம்மேல எனக்கு எந்த கோவமும் இல்ல."

சூர்யா வியப்போடு அவரைப் பார்த்தான்.

"நான் தான் தப்பு பண்ணிட்டேன். நீயும் முறைப்பையன் தானே. அவன் வரலன்னு ஆனதும் நியாயமா நானே உன்னைக் கூப்பிட்டு மனையில் உட்கார வெச்சு தாலி கட்ட சொல்லியிருக்கணும். என்னமோ. என் புத்தி கொஞ்சம் பிசகிடுத்து தப்புதான். அதுக்காக உங்கிட்ட மன்னிப்பு கேட்டுக்கறேன். நடந்ததை மறந்துடு. நீயும் ஆனந்தியும் சௌக்கியமா இருந்தா அதுவே எனக்கு போதும். இப்பொ நீ

என் மாப்பிள்ளை... உனக்கு செய்ய வேண்டிய மரியாதையை நான் செய்யணும்னு நினைக்கறேன். உங்க ரெண்டு பேர்க்கும் இன்னிக்கு மறுவிருந்து தரணும்னு இருக்கேன். ஆனந்தியைக் கூட்டிண்டு சாப்ட வந்துரு. இன்னிக்கு முழுக்க அங்கதான் தங்கணும் ரெண்டு பேரும் சரியா...?''

ராகவன் பேசப் பேச வாயடைத்துப் போயிற்று. உடம்பு நடுங்கியது. எதிராளி ஏதேனும் ஆயுதம் எடுத்து அடிக்க வந்தால் தடுத்து பதிலுக்கு தாக்கலாம் தற்காப்புக்காக. இவரோ இப்போது அன்பால் அல்லவா தாக்குகிறார். இதிலிருந்து எப்படி தற்காத்துக் கொள்வது...? இது என்ன சோதனை? தன் கோபத்தையும் வெறுப்பையும் தணித்துக் கொண்டு அவனை மாப்பிள்ளையாக மதித்து அழைப்பவரிடம் நான் உன் மாப்பிள்ளை இல்லை, அரவிந்தன் தான் உனக்கு மாப்பிள்ளை! உன் பெண் அவனோடுதான் வாழப் போகிறாள் என்றால் இவர் சும்மா இருப்பாரா? அவனைக் கொல்லக்கூட தயங்க மாட்டார்! இந்த தர்மசங்கடத்திலிருந்து எப்படி மீள்வது.

சூர்யா ஒன்றும் புரியாமல் திகைத்தான். எவ்வித பதிலும் சொல்லாமல் அவரை வெறித்துப் பார்த்தபடி நின்றான்.

''என்ன வந்துடறயா? நா போய் ஜானகியை விருந்துக்கு ஏற்பாடு பண்ணச் சொல்றேன்.''

மாமா வேகமாக வந்த வழியே திரும்பிச் செல்ல சூர்யா அவரைத் தடுக்க இயலாமல் சில வினாடி சிலையாய் நின்றான். பிறகு மெல்ல வீடு நோக்கி நடந்தான் அவனைப் பார்த்ததும் கற்பகம் மாமியின் முகம் மலர்ந்தது. கைவேலையைப் போட்டுவிட்டு பரபரப்பாக அவனிடம் வந்தாள். அவன் முகத்தை ஆவலோடு பார்த்தாள்.

''அரவிந்தன் சௌக்யமார்க்கான் மாமி'' மாமியின் முகத்தில் பரவிய சந்துஷ்டியை ரசித்தபடி அவன் நிறுத்த கற்பகம் அவசரமாய் கேள்விகளைத் தொடுத்தாள்.

"எப்டியிருக்கான் அவன்...? ஏன் வரலையாம்? இங்க நடந்ததெல்லாம் நீ சொன்னயா...? என் வயத்துல பாலை வார்த்த சூர்யா. அவனுக்கு என்னாச்சோ ஏதாச்சோன்னு செத்து சுண்ணாம்பாய்ட்டேன். மாமா என்னைவிட ஆடிப் போயிருக்கார். அவர் சரியா சாப்ட்டு பத்து நாளாச்சு நீ சித்த உட்காரு. நா சுடச்சுட காப்பி கலந்துண்டு வரேன்."

சூர்யா வந்தாச்சா... மாமாவின் குரல் கேட்க சூர்யா திரும்பினான். மாமி சொன்னது போல் மாமா இளைத்துதான் போயிருந்தார்.

"அரவிந்தனைப் பார்த்தயா?"

"அரவிந்தனை நா பார்க்கல மாமா. ஆனா செளக்யமார்க்கான்."

"என்னடா சொல்ற நீ?"

"நா சொன்னாப் போல ரொம்ப முக்கியமான விஷயமா அவனை வெளிநாடு அனுப்பியிருக்கா."

"கல்யாணத்தைவிட அப்டி என்னடா முக்கியமான வேலையாம்...? அவா அனுப்பினா இவன் சரின்னு போயிடறதாமா.....?"

"இல்ல மாமா. ரொம்ப முக்கியமான வேலையாதான் போயிருக்கான்."

"கல்யாணத்தை விடவா?"

"ஆமாம்."

"என்னடா நீயே இப்டி சொல்ற? சிநேகிதனை விட்டுக் கொடுத்துக்கப்படாதுன்னா?"

"இல்ல மாமா அறுநூறு கோடி ரூபாய் சரக்கு இவன் பொறுப்பு ஏற்றுமதியாகி கப்பல் மூலமா ஸ்பெயின் வழியா அமெரிக்கா போகணும்."

அந்தக் கப்பல் ஸ்பெயின்கிட்ட நடுக்கடல்ல எதிர்பார்க்காம மூழ்க ஆரம்பிச்சிருக்கு."

"அய்யோ...!"

"உடனேயே தகவல் பம்பாய்க்கு வந்திருக்கு. என்ன காரணம் ஏதுன்னு புரியல. கப்பல்ல இருக்கற உயிர்கள். சரக்கு எல்லாத்தையும் மீட்கற பணி உடனடியா ஸ்பெயின் நாட்டு கடற்படை மூலமா ஆரம்பிச்சாச்சு. இந்தியாலேர்ந்தும் நிறைய அதிகாரிகள் உடனே புறப்பட்டுப் போயிருக்கா. அதுல ஒருத்தனாதான் அரவிந்தனும் போயிருக்கான். சரக்குகளுக்கு பொறுப்பான அதிகாரியாச்சே. எவ்ளோ போச்சு. எவ்ளோ மீட்க முடிஞ்சுது... உயிர்ச்சேதம் இருக்கா. எல்லா விவரத்தையும் கலெக்ட் பண்ண வேண்டிய பொறுப்பு அவனுக்கு."

"போன இடத்துல அவனுக்கு ஏதானும்..."

"ஒண்ணும் ஆகாது மாமா. அதைப்பத்தி பயப்படவே வேண்டாம்."

"அதுசரி கப்பல் எப்படி மூழ்கித்தாம்."

"இன்னும் சரியான தகவல் வரல. பேப்பர்ல கூட ரெண்டு நாள் கழிச்சுதான் நியூஸ் போட்ருக்கான். என்ன காரணம்னு இனிமேதான் கண்டுபிடிப்பா. உலகம் முழுக்க கம்யூனிகேஷன் இப்பொ ரொம்ப முன்னேறிடுத்து. விஞ்ஞான வளர்ச்சி! அதனாலதான் முழுக ஆரம்பிச்சதுமே உடனடியா கப்பல்லேர்ந்து பல இடத்துக்கும் தகவல் பறந்திருக்கு. உடனே மீட்புப் பணியை ஆரம்பிச்சிருக்கவும் முடிஞ்சிருக்கு. இல்லாட்டி... நடுக்கடல்ல அத்தனை உசிர்களோடயும், சரக்குகளோடயும் நினைக்கவே நடுங்கறது."

"அரவிந்தன் எப்பொ வருவானாம்...?"

"தெரியல. ஒரு வாரம் ஆகலாம். ஒரு மாசம்கூட ஆகலாம். உத்தேசமா சொல்ல மாட்டேங்கறா. அந்த டென்ஷன்லதான் நமக்குகூட எந்த தகவலும் அனுப்ப முடியாம ஓடியிருக்கான்."

கிட்டு மாமா பெருமூச்சு விட்டார். மாமி காப்பியோடு வந்தாள். அவன் குடிக்கும் வரை பேசாமல் இருந்தாள்.

"நீ எப்பொ டூட்டி ஜாய்ன் பண்ணணும்? எவ்ளோ நாள் லீவு போட்ருக்க?"

"ஒரு வாரம் தான் போட்ருந்தேன். மேலயே ஒருவாரம் ஓடிடுத்து. நாளைக்கே நான் போனா நல்லது."

"நீ என்ன செய்யப்போறடா சூரி."

"என்ன செய்யப் போறேன்னா...?"

"ஆனந்தியை என்ன பண்ணப்போற? இப்பவே ஊர் முழுக்க துளைக்க ஆரம்பிச்சுட்டா. இவாளைப் பொறுத்த வரை இப்பொ அவ உன் பெண்டாட்டி. அந்தக் கண்ணோட தான் அவளைப் பார்க்கும்."

"நா என்ன செய்யணும்னு நீங்க நினைக்கறேள் மாமி?"

"நீ அவளைக் கூட்டிண்டு போயிடறதுதான் அவளுக்கு நல்லதுடா சூர்யா."

"முடியாது மாமி. அவ அரவிந்தனோட சொத்து, மூழ்க இருந்த கப்பலை நான் காப்பாத்தினேன், அதனால நா கப்பலுக்கு சொந்தக்காரனாய்ட முடியாது. உண்மையான சொந்தக்காரன் வர வரைக்கும் அந்தக் கப்பலுக்கு மாலுமி நீங்கள்ளாம்தான்."

"எல்லாரும் பண்பாடு கெட்டுடுத்துன்னு பேசுவாடா சூர்யா."
"மனசுல ஒருத்தனை நினைச்சுண்டு இன்னோர்த்தனோட வாழறதுதான் மாமி பண்பாட்டை கெடுக்கும்."

"ராகவன் இதுக்கு சம்மதிக்க மாட்டான்" மாமா. சொன்னதும் சூர்யாவுக்கு அவர் விருந்துக்கு அழைத்தது நினைவுக்கு வர மறுபடியும் தர்மசங்கடத்தில் சிக்கிக் கொண்டான்.

விருந்துக்குப் போவதா வேண்டாமா என்று புரியவில்லை. போனால் ஊர், பின்னால் பிரச்சனை செய்யும். புருஷனாக

வாழ இவன் சம்மதித்து விட்டதாக அர்த்தம் கொள்ளும். போகாவிட்டால் ராகவமாமா பிரச்சனை செய்வார்.

சூர்யாவின் தலைவலி மெல்ல மெல்ல ஆரம்பித்தது.

❋❋❋

அத்தியாயம் 18

எவ்வளவுதான் தேய்த்துக் குளித்தாலும் அழுக்குகள் முழுவதுமாக நீங்குவதில்லை. நீக்கிவிடவும் இயலாது தோலின் செயல் நின்றால்தான் அழுக்கு சுரப்பதும் நிற்கும். உடம்பு தோலால் போர்த்தப்பட்டது மனித வாழ்வு செயல்களால் ஆனது செயல்கள் நடந்து கொண்டிருக்கும் வரை பிரச்சனைகளும் புதுப்புது ரூபமாய் வெளிப்பட்டுக் கொண்டுதான் இருக்கும். பிரச்சனை என்று ஒன்றை நினைத்துக் கொள்வது மனதுக்கு மனம் வித்யாசப்படுகிறது. ஆனந்தியின் கல்யாணம்கூட ஒவ்வொருவருக்கும் ஒவ்வொரு விதமாக பிரச்சனையாகியிருந்தது. முக்கியமாக ராகவனுக்கு. முகூர்த்த நேரம் வரை அரவிந்தன் வரத்து பூதாகாரப் பிரச்சனையாக இருந்தது.

அத்தனை ஏற்பாடுகளும் வீணாகி விடுமோ என்ற கவலை, முதல் முதல் நடத்த இருக்கும் கல்யாணம் நிற்பது அபசகுனத்தின் அறிகுறியோ என்ற குழப்பம். ஊர்காரர்களின் பார்வைகள் ஏற்படுத்திய பாதிப்பு சக்குவின் சாதுர்யம்மான பேச்சு பொறியில் வைத்த வெங்காயமாய் அவளுடைய ஏராளமான சொத்துக்கள். இறுதியாக ஆசைப் பொறியில் அவர் மனம் பலமாய் சிக்கியது நிஜம்தான்.

அந்த ஆசைக்கு காரணம் பெண்ணின் மேல் அவர் வைத்திருந்த ஆசைதான். பெண்ணின் வளமான

எதிர்காலம்தான் அவரது நோக்கமாயிருந்தது மனிதனின் முக்கால்வாசி கஷ்டங்கள் பணத்தால் மட்டுமே தீருகிறது என்று அவர் நம்பினார் எனவேதான் சக்குவின் ஆசை வார்த்தைகளில் சிக்கினார். ஆனால் நினைப்பதெல்லாம் நடந்து விடுகிறதா என்ன? கண்மூடி கண் திறப்பதற்குள் காட்சிகள் மாறிவிட்டது. மாப்பிள்ளையாய் அவர் ரங்குவுக்கு வேடமிட்டு நிறுத்தியிருக்க, வேடம் ஏதும் போடாமலே அரங்கேற்றத்தில் திடீர் மாப்பிள்ளையாகி விட்டான் சூர்யா. அந்த ஆள் மாற்றத்தால் ஒரு கணம் நிலைகுலைந்து போனார் அவர்.

அவருடைய அனுமதியின்றி ஒருவன் மேடையேறி அவரை அலட்சியப்படுத்திவிட்டதை அவரால் தாங்க முடியவில்லை. ஆத்திரத்தின் உச்சிக்குச் சென்றார். தன் சம்மதமின்றி தன் பொருளை ஒருவன் சொந்தமாக்கிக் கொள்வதா என்று பொருமினார், இருவரையும் பிரிப்பதுதான் அவனுக்கு தண்டனை என்று நினைத்தார். ஆனால் அவரோடு சேர்ந்து அவனுக்கு தண்டனையளிக்க வேறு யாரும் தயாராக இல்லை. அவன் செய்ததில் தவறொன்றுமில்லை என்று மற்றவர்கள் அனைவருமே அவனுக்கு சாதகமாய் தீர்ப்பெழுதிவிட.

அவருடைய ஆத்திரம் வலுவிழந்து போனது. ஆத்திரம் புயல் வீசிய வரையில் எதைப்பற்றியும் சிந்திக்க இயலவில்லை. அது வலுவிழந்து போன பிறகு மனதில் படர்ந்த அமைதியில், நடந்தவற்றையெல்லாம் நிதானமாக சிந்திக்க முடிந்தது.

தன் பக்கம் இருந்த தவறு புரிந்தது. தானும் அவசரப்பட்டிருக்கக் கூடாது என்று தோன்றியது. தன் தவறு புரிந்ததும் சூர்யாவின் செயலிலும் தவறில்லை என்று தீர்மானித்தது. ரங்குவைவிட சூர்யா உத்தமன்தான். நல்ல மாப்பிள்ளைதான். ஆனந்தியை மணக்கும் உரிமையுள்ளவனும் கூட! அவளுக்குப் பொருத்தமானவன்தான் என்ற சமாதானம் பிறந்தது. எப்படியோ குறித்த முகூர்த்தம் தடைப்படாமல் பெண்ணுக்கு மாங்கல்யம் கிடைத்துவிட்டது என்று மனம்

சந்தோஷப்படத் தொடங்கியது. ஆனால் அந்த சந்தோஷம் நிலைக்கவில்லை. மீனாட்சி அன்று ஜானகியிடம் சொன்ன விஷயம் அந்த சந்தோஷத்திற்கு சமாதி கட்டிவிட்டது. மீண்டும் மனதில் புயல் வீசத் தொடங்கியது.

காலம் காலமாக அனைவரும் வெடி வைத்து தகர்த்தத் தீர்மானித்திருக்கும் சூர்யாவின் முடிவை அவரால் ஜீரணிக்கவே முடியவில்லை: ஊர் குடியிருக்கும் சபையில், அத்தனை பேர் முன்னிலையிலும் மாங்கல்யத்தை பிடுங்கி மந்திர உச்சாடனம் ஒலிக்கையில் ஆனந்தியின் கழுத்தில் கட்டி இருக்கிறான். இவளுக்கு இனி நானே புருஷன் என்பதைத்தானே அவன் ஊருக்கு முன்னால் செயல்படுத்தியிருக்கிறான்.

அப்படியிருக்கையில் தன் பெண்டாட்டியை இப்போது நண்பனுக்கு தாரை வார்த்துக் கொடுக்கப்போகிறேன் என்றால் அதில் என்ன நியாயமுள்ளது? இப்படிப்பட்ட பண்பாட்டுச் சிதைவை சரி என்று ஒப்புக்கொண்டு விட முடியுமா என்ன? ஊர் என்ன சொல்லும் உலகம் என்ன பேசும் என்ற பயம் வேண்டாமா? ஊரையும் உலகையும் புறக்கணித்துவிட்டு வாழ்ந்துவிட முடியுமா? அடுத்தடுத்து இவன் செய்து கொண்டு போகும் காரியங்கள் எல்லாம் சரியே என்று தலையாட்டிக் கொண்டிருந்தால் நாளை இதை விட கேவலமான ஒரு காரியத்தை அல்லவா அவனை செய்யத் தூண்டும்! தான் செய்வதெல்லாம் சரி என்ற கர்வமும் அகங்காரமும் அதிகரித்தால் மனிதனால் சரியான செயல்களையா செய்ய முடியும்? தன் செயல்களை நியாயப்படுத்திக் கொள்வதுதான் எப்போதும் மனித இயல்பு! அதை எதிர்க்கிறவர்கள். இல்லையென்றால் அவன் தன் செயல்களைப் பற்றி மறு பரிசீலனையே செய்ய மாட்டான். அவலப்படப்போவது யாரோ இல்லை. அவர் பெண்.

அவள் பொம்மையில்லை பல கை மாறுவதற்கு. சூர்யா அவளை பொம்மையாகக் கருதிவிட்டான். நண்பனுக்கு

நல்லது செய்வதாக நினைத்துக் கொண்டு பெண்மையை இழிவுபடுத்தத் தீர்மானித்துவிட்டான். அவனைத் தட்டிக் கேட்கவோ, அவனது முடிவு தவறு என்று இடித்துரைக்கவோ அங்கே எவரும் தயாராக இல்லை. பாசம் அவர்கள் கண்களை மறைக்கிறதோ என்னமோ ஆனால் அவர் விடமாட்டார்.

மஞ்சள் கயிறின் மகிமையை குறைக்கும் காரியங்கள் - நடப்பதை அவர் உயிர் இருக்கும் வரை அவர் அனுமதிக்க மாட்டார். அவன் தர்மம் அதுவெனில் அதைத் தடுப்பது தான் இவர் தர்மம். இந்த தர்மயுத்தத்தில் உயிரை விடவும். அவர் தயார். ராகவன் நிறைய யோசித்தார். யுத்தத்தில் ஜெயிப்பது எப்படி என்று. ஆத்திரப்படுவதோ. மிரட்டுவதோ இனி பிரயோஜனப்படாது. அவன் தாலி கட்டிய காரியத்தை சரி என்று ஒப்புக்கொண்டு முதலில் அவனைத் தன் பக்கம் சமாதானமாக இழுக்க வேண்டும். அதன் பின் மாப்பிள்ளை என்ற மரியாதையும் மதிப்பும் கரிசனமும் அளவுக்கதிகமாகவே காட்டி அவனை அவற்றால் மெதுவாக கட்ட வேண்டும். பின்னர் கட்டுக்களை இறுக்க வேண்டும். அந்த இறுக்கத்தில் அவனை மூச்சுத் திணற வைக்க வேண்டும். அதிகாரத்திற்கோ ஆத்திரத்திற்கோ கட்டுப்படாதவன் அன்புக்கு நிச்சயம் கட்டுப்படுவான். தயங்குவான். தன் முடிவை மறுபரிசீலனை செய்வான். பின் மெல்ல மனம் மாறுவான். இயல்புக்கு வருவான். இதுதான் வாழ்க்கை, என்று புரிந்துகொள்வான். ஊரோடு ஒத்துப் போவான். அவர் பெண்ணோடு சந்தோஷமாக வாழத் தொடங்கி விடுவான். அவனுடைய அந்த சந்தோஷம்தான் அவருடைய வெற்றி நிச்சயம் அவர் வெற்றியடைவார். இல்லையில்லை. பண்பாடு வென்றுவிடும். மாங்கல்யத்தின் மகத்துவம் காப்பாற்றப்படும் ஊரில் அவர் தலை நிமிர்ந்து நடப்பார்.

இதன் முதல் கட்டமாகத்தான் சூர்யாவைப் பார்த்ததும் நல்லபடியாக பேசி அவனை மறுவிருந்துக்கு அழைத்தார். மரியாதைக்கு அவன் அப்பா அம்மாவையும்கூட, வீட்டுக்கு

போய் விருந்துக்கு அழைத்துவிட்டு சென்றார். போகும் வழியிலேயே மளிகை சாமானுக்கு சொல்லிவிட்டு காய்கறி வாங்கிக் கொண்டு வீட்டுக்குப் போனார். விழி விரியப் பார்த்த ஜானகியிடம், உன் பொண்ணு மாப்பிள்ளை இன்னிக்கு மறுவிருந்துக்கு வரா என்றார். ஜானகி இன்னும் வியந்தாள். நம்ப முடியாமல் அவரைப் பார்த்தாள். ''நிஜமாவா'' என்றாள்.

''அது சரி எனக்கு வேற இல்லையாக்கும்'' என்றபடி தானே காய்கறியை நறுக்குவதற்கு அமர்ந்தார்.

''சீக்கிரம் ஆகட்டும் முதல்ல பருப்பை வேகப்போடு'' என்றபடி அவியலுக்கு காய் நறுக்கத் துவங்கினார். கேரட்டும், பீன்ஸும், பூசணியும், உருளையும் சீராக நீள நீளத் துண்டுகளாய்க் குவிந்தது. சாம்பாருக்கு வெண்டைக்காயும். அவரையும், பறங்கியும், நறுக்கி தனியே வைத்தார். ரசத்திற்கு பைனாப்பிளை தோல் சீவி துண்டுகளாக்கி ஒரு பாத்திரத்தில் போட்டார்.

ஜானகியால் தன் கண்களை சிறிதும் நம்ப முடியவில்லை. இவ்வளவு ஆசை ஆசையாய் பெண்ணின் மறுவிருந்துக்கு காய்கறி நறுக்கும் புருஷன் புதிதாய்த் தெரிந்தான் அவளை அனுப்பினால் நீயும் போய்விடு என்று கத்திய வாயா இது...? ருத்ர தாண்டவம் எப்போது ஆனந்த நடனமாயிற்று.....? பெற்ற மனம் என்பது இதுதானா...? இவ்வளவுதான் அதற்கு வீராப்பா? இவர் இப்படி மனம் மாறி அந்த திருமணத்தை ஒப்புக் கொண்டுவிட்ட சந்தோஷத்தை அனுபவிக்க முடியாமல், சூர்யா வேறு ஏதோ முடிவல்லவா எடுத்து புதுப்பிரச்சனையை கிளப்பிக் கொண்டிருக்கிறான். அது தெரிந்தால் இவர் மனம் எவ்வளவு வேதனைப்படும். இவ்வளவு ஆசையாய் அவர்களுக்காக காய்கறி நறுக்கும் மனிதனிடம் உன் ஆசையில் மண் விழப்போகிறது என்று எப்படி சொல்வது...? வேண்டாம் எதையும் இப்போது சொல்லி சந்தோஷத்திற்கு உலை வைக்க வேண்டாம். தெய்வத்தின் மீது பாரத்தை போட்டுவிட்டு கர்மங்களைச் செய்வதே சிறந்தது. மனிதர்களின் முடிவுகளை

மாற்றும் வல்லமை இறைவனுக்கு உண்டென்றால் சூர்யாவின் முடிவையும் அவனே மாற்றி எழுதட்டும். மனிதரால் ஆவது எதுவுமில்லை. எனவே நடப்பவை எதுவாயினும் அதை ஏற்றுக்கொள்ள மனதைத் தயார்படுத்திக் கொண்டு விடுவது நல்லது.

ஜானகி விருந்து சமைக்கத் தயாரானாள். ராகவன் அவளுக்கு உதவினார். மிக்ஸியில் வடைக்கு அரைத்துக் கொடுத்தார். பைனாப்பிளை ஜூஸ் பிழிந்து கொடுத்தார். அவியலுக்கும் பச்சடிக்கும் தேங்காய் அரைத்து வைத்தார். பாயசத்திற்கு ஏலக்காய் பொடி செய்தார். ஒரு மணி நேரத்தில் விருந்துச் சமையலின் மணம் அண்டை அசல் வீடுகளுக்கும் பரவ விசாரிப்புகள் ஆரம்பித்தன.

சூர்யா தலையைப் பிடித்துக் கொண்டு உட்கார்ந்திருந்தான். அம்மா மீனாட்சியும், அப்பா வைத்தியும் அவனைக் கவலையோடு பார்த்தார்கள்.

“நா எப்டிம்மா போவேன்...?” சூர்யா மறுபடியும் ஒருமுறை அம்மாவிடம் கேட்டான்.

“போய்த்தான் ஆகணும் சூர்யா. நாய் வேஷம் போட்டுட்டு குலைக்கமாட்டேன்னா எப்படி...?” சூர்யா பதில் சொல்லவில்லை.

“ஊர் பார்க்க தாலி கட்டியிருக்கடா. சூர்யா அதே ஊராருக்குத் தெரியறாப்பல இப்ப அவர் விருந்துக்கு கூப்பிடறார். மாட்டேன்னு சொன்னா அப்பொ ஏன் தாலி கட்டினன்னு கேட்பார் என்ன சொல்வ நீ...? எங்ககிட்ட சொன்னதையெல்லாம் அவர்கிட்ட சொல்லுவயா? அப்பறம் ஊரைக் கூட்டி நியாயம் கேட்பார் அவர். ஊரைப் பொறுத்தவரை நீ செய்யறது அநியாயம்னு தான் பேசும். அவர் பக்கம்தான் நிக்கும். கம்பராமாயணத்தை அலசறோம் பேர்வழின்னு பட்டி மண்டபம் போட்டு அதை போஸ்ட் மார்ட்டம் பண்ணுவா பார் அந்த மாதிரி உன் நோக்கத்தை

ஊர் முழுக்க கூறு போட்டு அலசும். துண்டு துண்டா நறுக்கி வேடிக்கை பார்க்கும். அதையெல்லாம் தாங்கற சக்தி உனக்கிருக்கா? அதுக்கப்பறம் உன் நோக்கம் நல்ல படியா நிறைவேறும்னு நினைக்கறயா...? அந்த பெண் மேல் சகதியை வாரிக் கொட்டுவா. அதுக்கப்பறம் அது உசிரோட இருக்கும்னு நினைக்கறயா? செத்த பிணத்தையா நீ அரவிந்தன்கிட்ட ஒப்படைப்ப?'' வைத்தி கேட்ட கேள்வியில்,

சூர்யா கண்களை இறுக மூடிக் கொண்டான். வைத்தி அருகில் வந்து அவன் தோளில் கை வைத்தார்.

''இப்பொ எந்த ரசாபாசமும் வேண்டான்றதுதான் என்னோட அட்வைஸ் அவா கூப்ட்ட மரியாதைக்கு பதில் மரியாதை கொடுக்கறதுதான் மனிதநேயம். விருந்துதானே சாப்டத்தானே போற? போய் சாப்ட்டுட்டு வந்துடு. அதான் எல்லார்க்கும் நல்லது.'' எல்லார்க்கும் என்பதை அவர் சற்று அழுத்தியே சொன்னார்.

''நா போறது இருக்கட்டும்மா ஆனந்தி இதுக்கு ஒத்துப்பாளா? அவ என்ன சொல்றா?''

''அவ குழந்தைடா நம்ம பேச்சை தட்டமாட்டா.''

''அவ சரின்னு சொன்னா எனக்கு ஆட்சேபணையில்ல. உங்க பேச்சை நானும் மீற விரும்பல''

''நீ போய் ஆனந்தியைக் கிளப்பு மீனாட்சி'' வைத்தி சொல்ல மீனாட்சி ஆனந்தியைத் தேடிச் சென்றாள்.

ஆனந்தி குளித்துக் கொண்டிருந்தாள். அவள் வரும் வரை பொறுமையாக நின்றாள்.

பத்து நிமிடத்தில் ஆனந்தி வெளியில் வந்தாள். குளித்து முடித்து, புதுப்புடவை, ரவிக்கை சகிதம் வந்தவளை மீனாட்சி வியப்போடு பார்த்தாள்.

"நீங்க பேசினதெல்லாம் என் காதுலயும் விழுந்துது. நீங்க சொல்றதுதான் எனக்கும் சரின்னு படறது. அரை மணில. நா தயாராய்டறேன். சூர்யாவையும் கிளம்பச் சொல்லுங்கோ."

மீனாட்சி கண்கலங்க அவளை அணைத்துக்கொண்டாள். "பகவான் உன்னை இப்டி சோதிக்கறாரே" என்று முணுமுணுத்தாள்.

❋❋❋

அத்தியாயம் 19

கல்யாணத்திற்கு முதல் நாள் வரை ஆனந்தியோடு அரட்டையடித்து, கிண்டல் செய்து முகம் சிவக்கச் செய்த சூர்யாதானா தான் என்று அவனே வியந்து போனான்.

ஆனந்தியின் முகத்தைக்கூடப் பார்க்கும் திராணி இப்போது இல்லை. வினாடி நேரத்தில், தாலியைப் பிடுங்கி அவன் கட்டிய காட்சிகூட ஏதோ கனவு மாறித்தான் இருந்தது.

அந்த நிமிடத்திற்குப் பிறகு இந்த வினாடி வரை அவளோடு ஒரு வார்த்தைகூட அவனால் பேச முடியவில்லை. தன் காரியத்திற்குப் பின்னால் இருந்த தன் நோக்கத்தை, அம்மாவையும் கற்பகம் மாமியையும் முன்னிறுத்தி சொன்ன போதுகூட அவள் முகத்தைப் பார்க்கவில்லை அவன். நினைத்துப் பார்த்தால் அவனுக்கே வியப்பாக இருந்தது. அப்போது பேசிய அளவுக்கு ஏன் இப்போது முடியவில்லை.

இத்தனைக்கும் ஊருக்கு முன்னால் மிகப் பெரிய உரிமையை தனக்குத்தானே கொடுத்துக் கொண்டிருக்கிறான். ஊரைப் பொறுத்தவரை அவள் இப்போது அவன் மனைவி. ஆனால் அவர்கள் மனம் மட்டும் காததூரம் போய் விலகி நிற்கிறது. பழையபடி பேசத் தயங்குகிறது. இருவருக்கும் இடையில் உறுத்திக் கொண்டிருப்பது இப்போது ஏற்பட்டிருக்கும் புதிய பந்தம். இந்த பந்தம் என்று அறுந்து விடுகிறதோ அதன் பின் மீண்டும் சகஜமாய் பேச முடியுமோ என்னவோ...?

பத்தடி முன்னால் புது மாப்பிள்ளையாய் நடந்த சூர்யாவையும், அவனுக்கு பத்தடி பின்னால் பட்டுப் புடவையும், புதுத் தாலியும் மினுமினுக்க தலை குனிந்து நடந்த ஆனந்தியையும், வேடிக்கைப் பார்க்க ஒவ்வொரு வீட்டு வாசலிலும் ஆண்களும், பெண்களுமாய் கூடி நின்று விட்டனர். புதுமணத் தம்பதியைப் பார்ப்பதில் தான் மனிதர்களுக்கு எவ்வளவு ஆர்வம்!

உடம்பு முழுக்கத் துளைத்த பார்வைகளில் கூசிப் போய் நடையை வேகப்படுத்தினான் சூர்யா. உதட்டை கடித்து துக்கத்தை அடக்கிக் கொண்டான். தயவுசெய்து அப்படி பார்க்காதீர்கள். இவள் என் மனைவியல்ல. அரவிந்தனுக்குரியவள். இவளுக்கு நான் புருஷனல்ல. வெறும் பாதுகாவலன். உங்கள் பார்வைகளில் எங்களை கேவலப்படுத்தி விடாதீர்கள். உங்கள் கற்பனைகளில் எங்களைக் கொச்சைப்படுத்தி விடாதீர்கள். எங்களை எங்கள் போக்கில் விட்டுவிட்டு உங்கள் வேலைகளைப் பாருங்கள்.

மௌனாக அவன் மனம் இறைஞ்சியது.

“அடடே வாங்கோ... ஜானகி சீக்கிரம் ஆரத்தி எடுத்துண்டு வா. அவா வந்தாச்சு பார்.” ராகவன் மகிழ்ச்சியோடு குரல் கொடுக்க, ஜானகி ஆரத்தி தட்டோடு பரபரப்பாக ஓடி வந்தாள்.

இருவரையும் வாசலில் நிற்க வைத்து ஆரத்தி சுற்றி கொட்டி உள்ளே போகச் சொன்னாள். அக்கம் பக்கத்து வீடு முழுக்க தலைகள்.

ஜானகிக்கு உதவியாக கற்பகமும், மீனாட்சியும் வந்திருந்தார்கள். தவிர ராகவனின் ஒரு சில உறவுகளும் வந்திருந்தன. கிட்டு மாமா மர நாற்காலியில் கால் மேல் கால் போட்டு அமர்ந்து ரேடியோவில் ஒலித்துக் கொண்டிருந்த வயலின் இசையை ரசித்துக் கொண்டிருந்தார். வைத்தியை கையைப் பிடித்து மரியாதையாய் அழைத்துச் சென்று அமர வைத்தார் ராகவன். அந்த மரியாதையில் பயந்து போனார் வைத்தி. அத்தனை பேர் மனசிலும் ஆயிரம் அலைகள்

அடித்துக் கொண்டிருந்தாலும் வெளிப் பார்வைக்குத் தெரியவில்லை. ஒருவரோடு ஒருவர் சம்பிரதாயமாகப் பேசிச் சிரித்துக் கொண்டிருந்தார்கள்.

சற்று நேரம் பேச்சுக்குப் பிறகு ராகவன் மிக உற்சாகமாக, கூடத்தில் வரிசையாய் தலை வாழையிலைகளை போட்டார். வரிசையாய் டம்ளர் வைத்து, வெட்டி வேர் போட்ட பானைத் தண்ணீரை ஊற்ற, வெட்டிவேர் வாசம்கூடத்தை நிறைத்தது.

"எல்லாரும் உட்காருங்கோ" என்று பவ்யமாகச் சொன்னார்.

கற்பகமும், மீனாட்சியும் பரிமாறத் தயாரானார்கள்.

ஓரத்து இலையில் சூர்யா அமர, ஆனந்தியை, அவன் அருகில் அமர வைத்தார் ராகவன்.

சூர்யா குனிந்த தலை நிமிராமல் சாப்பிட்டான்.

ஜானகியின் கை வண்ணம் நாவில் இனித்தும், ரசித்து உண்ண முடியவில்லை யாராலும்.

"நன்னா சாப்டுங்கோ!" வைத்தி அவியலையும், உருளைக்கிழங்கு கறியையும் அள்ளி அள்ளி வைத்தார், பைனாப்பிள் ரசத்தை ஓட விட்டார். அவர்கள் சாப்பிட்ட பின் கை கழுவ நீர் எடுத்துக் கொடுத்தார்.

அவர்கள் கை கழுவிவிட்டு வருவதற்குள் வெற்றிலைத் தட்டில் துளிர் வெற்றிலையும், வாசனைப் பாக்கும் சுண்ணாம்பு குப்பியும் எடுத்து தயாராக வைத்தார்.

"சூர்யா எப்பொ வேலைல சேரணும்?" பேச்சுவாக்கில் கேட்டார்.

"நாளைக்கு புறப்படறேன்."

"ஆனந்தியையும் கூட்டிண்டு தானே...?"

"அது..." சூர்யா ஒரு நிமிடம் தடுமாறினான். அப்பாவையும், அம்மாவையும் பரிதாபமாகப் பார்த்தான்.

"ஆனந்தியை இப்பொ அனுப்பப் போறதில்லை ராகவா. அவன் போய் மொதல்ல வீடு பார்க்கட்டும். அதுக்கப்பறம் நாங்களே இவளைக் கொண்டு விட்டுட்டு பத்து நாள், கூடவே இருந்து புதுக்குடித்தனம் ஆரம்பிச்சு வெச்சுட்டு வரலாம்னு இருக்கோம்."

"அதுவும் சரிதான்" என்றான் ராகவன் லேசாக பெரு மூச்சு விட்டபடி, "கற்பகம் மன்னிக்கும், கிட்டு அண்ணாவுக்கும் மனசுக்கு சங்கடமாத்தான் இருக்கும். யாருமே எதிர்பார்க்காம என்னென்னமோ நடக்கறது. எப்டியோ அரவிந்தன் சௌக்யமார்க்காங்கறதைக் கேட்க நிம்மதியார்க்கு. பழசை எல்லாம் மறந்துட்டு அவனுக்கும் ஒரு நல்ல பொண்ணா பார்த்து சீக்கிரமே கய்யாணத்தை முடிச்சுடுங்கோ."

ராகவன் படு கேஷுவலாகச் சொல்ல ஒரு நிமிடம் அங்கே பயங்கர அமைதி நிலவியது.

"என்ன நா ஏதும் தப்பா சொல்லிட்டேனா...?"

"இ... இல்ல..."

"அதானே பார்த்தேன். ஆரம்பத்துல நானும் கொஞ்சம் முரட்டுத்தனமா நடந்துட்டேன். நீங்க எல்லாரும் என்னை மன்னிக்கணும். நிதானமா யோசிக்கும்போது தான் என் தப்பு எனக்குப் புரியறது. ஆத்திரம் என் கண்ணை மட்டும் மறைக்கல. புத்தியையும் மறைச்சுடுத்து. இப்ப தெளிவாய்ட்டேன், என் பொண்ணு நன்னார்க்கணும் அதான் என் ஆசை. அவளை நீங்க நன்னா வெச்சுப்பேள்னு எனக்குத் தெரியும். இருந்தாலும் பெத்தவங்க முறைல மறுபடியும் உங்ககிட்ட சொல்லணும்னு தோண்றது அவளை கண்கலங்காம வெச்சுக்கோங்கோ."

ராகவன் இருகரமும் கூப்பிக் கேட்க வைத்தி பதைத்துப் போனார்.

"என்ன ராகவா இது...? இன்னிக்கு நேத்திக்கா நாம திடீர்னு உறவானோம்...?? நாங்க பார்த்து பொறந்து வளர்ந்த

குழந்தை அது. எங்காத்துக்கு வந்து அது அழ, நாங்க பார்த்துண்ருப்போமா...? அவ அழக்கூடாதுன்னு தானே இத்தனை பாடும்!"

வைத்தி சமாதானப்படுத்தினார். ஒரு மணிக்கு எல்லாரும் புறப்பட்டனர்.

"என்னது நீங்க எங்க கிளம்பிட்டேள்?" ராகவன் சூர்யாவையும் ஆனந்தியையும் பார்த்து கேட்க ஏன் என்பதுபோல பார்த்தான் சூர்யா,

"இன்னிக்கு நீங்க இங்கதான் தங்கணும் மாடி அறையை நா உங்களுக்காக தயார் பண்ணி வெச்சிருக்கேன்."

அவர் சொல்லும் போதே அருவறுப்பில் முகம் சுளித்தான் சூர்யா.

"அவன் நாளைக்கு காலம்பற ஊருக்கு கிளம்பணும் ராகவா. அடுத்த முறை வந்தா தங்கிட்டு போறான்."

"காலம்பற நாலு மணிக்கு நா எழுப்பி விட்டுர்ரேன். அஞ்சறை வண்டிதானே...? தங்காம போனா என் மனசுக்கு கஷ்டமார்க்கும்."

"எப்படியாவது சமாளிப்பா." சூர்யா வைத்தியிடம் கெஞ்ச அவருக்கும் என்ன சொல்வதென்று புரியவில்லை.

"சரி அதுக்கென்ன? துணிமணிகள்ளாம் அங்கங்க இரைஞ்சுண்ருக்கு. எடுத்து மடிச்சு வெச்சு எல்லாத்தையும் ரெடி பண்ணிட்டு சாயங்காலம் வந்துடுவான்."

"கண்டிப்பா அனுப்பிடுங்கோ" ராகவன் அரைமனதோடு சொல்ல அப்பாடா என்ற நிம்மதியோடு கிளம்பினான். ஆனந்தி மட்டும் அங்கேயே இருந்தாள். சூர்யாவைப் பார்க்க அவளுக்கு பரிதாபமாக இருந்தது. நல்லது. செய்யப் போக இத்தனை சோதனைகளா அவனுக்கு? இந்த தர்மசங்கடத்திலிருந்து அவனைக் காக்க வேண்டும். அவளும் தப்பிக்க வேண்டும் எப்படி... ஆனந்தி யோசித்தாள்.

மூன்று மணிக்கு அம்மாவை கொல்லைப் பக்கம் நின்று கொண்டு, அழைத்தாள். "என்னடி...?" ஜானகி அடுக்களையிலிருந்து பின்பக்கம் வந்தாள். பித்தளை பக்கெட்டை கவிழ்த்து வைத்துவிட்டு தாழ்வாரத்தில் நின்றிருந்த பெண்ணைக் கண்டதும் முகம் மாறினாள். எதுவும் பேசாமல் பெண்ணை ஊடுருவிப் பார்த்தாள். அந்த பார்வையைத் தாங்க முடியாமல் தலைகுனிந்து கொண்டாள் ஆனந்தி.

ஜானகி பெருமூச்சோடு உள்ளே வந்தாள். ஈஸிசேரில் கண்மூடி சாய்ந்திருந்த ராகவனிடம் வந்தாள்.

"சூர்யாவை வர வேண்டாம்னு சொல்லிட்டு வந்துடுங்கோ."

"ஏன்...?"

"அவ வெளிலயாம்," ஜானகி உள்ளே போக ராகவன் திகைத்தார். தன் திட்டத்தை மகள் முறியடித்துவிட்டது புரிய, எரிச்சலையும் துக்கத்தையும் அடக்கிக் கொண்டு துண்டை உதறி தோளில் போட்டபடி இறங்கிச் சென்றார்.

மறுநாள் விடியற்காலை சூர்யா பட்டணத்துக்கு புறப்பட்டுச் சென்றான். கிட்டு மாமா ரயிலடி வரை உடன் வந்தார்.

"ஆனந்தியை ஜாக்ரதையா பார்த்துக்கோங்க அரவிந்தன் வர வரைக்கும் அவ உங்க பொறுப்பு."

"பத்து நாள்ள நீ வீடு பார்த்துடுவன்னு ராகவன்கிட்ட சொல்லியிருக்குடா சூரி."

"பத்து நாள்ள வீடு கிடைக்சுடுமாக்கும்?" சூர்யா சிரித்தான்.

"அப்டியா...? அவரே புறப்பட்டு வந்து வீடு பார்த்து கொடுப்பார். அப்பொ என்ன செய்வ...?"

"அதுக்குள்ள அரவிந்தன் வந்துடுவான்." ரயில் வரும் சப்தம் கேட்டது. சூர்யா பெட்டியை எடுத்துக் கொண்டு விடை பெறத் தயாரானான்.

“நேரா எங்கே? ஆபீசுக்கா? இல்ல கற்பகத்தோட அண்ணா வாத்துக்கா?”

“ஆபீசுக்கு தான், அப்புறம் தான் மாமாவைப் பார்க்கப் போகணும்.”

“அவருக்கு விஷயம் தெரிஞ்சிருக்குமா...?”

“கண்டிப்பா தெரிஞ்சிருக்கணும்.”

“எப்டி சமாளிக்கப் போற?”

“மாமா. என்னைப் புரிஞ்சுப்பார். என் மனம் குருவுக்குப் புரியாதா என்ன...?”

“என்ன... என்ன சொன்ன...?” ரயில் சத்தத்தில் அவன் சொன்னது அவர் காதில் விழவில்லை.

“ஒண்ணுல்ல. அப்பொ நா கிளம்பறேன். ஆனந்தி பத்திரம். அவளுக்கு தைரியம் சொல்லுங்கோ. நா அரவிந்தனோட பேச முயற்சி பண்றேன்... எவ்ளோ சீக்கிரம் அவனோட வர முடியுமோ, வந்துடறேன்... மூடுபனியெல்லாம் அவன் வந்ததும் காணாம போய்டும். பளிச்சுனு ஆய்டும்.”

சூர்யா வண்டியிலேறிக் கொண்டான். கிட்டு மாமா கண் கலங்க கையசைத்தார்.

***

அத்தியாயம் 20

விளக்கேற்றி விட்டு விழுந்து நமஸ்காரம் செய்தபோது கண்கள் உடைந்து கண்ணீர் தரையில் விழுந்தது உண்மையாக என்னதான் நடந்தது...? என்று மனது குழம்பியது ராஜேஸ்வரிக்கு. புருஷன் பாத்ரூமில் விழுந்து காலை ஒடித்துக் கொண்டது. முதல் ஏதோ குழப்பமும் பயமும் அவளை வாட்டிக் கொண்டேயிருந்தது. என்ன பயம் என்ன குழப்பம் என்று அவளுக்கே தெரியவில்லை. அரவிந்தனின் கல்யாணம் நிச்சயமானபோது ரொம்பவும் சந்தோஷமாக இருந்தது. மூன்று வருடங்கள் அவள் கையால் உணவுண்டு, அவர்களிடம் மரியாதை செலுத்தி வீட்டிலேயே வளைய வந்த பிள்ளைகள் இருவரும் அதிலும் அரவிந்தன். அவளுக்கு மருமான் முறை. கற்பகம் மிக நல்ல மனுஷி. நாத்தனார் என்ற திமிரோ அகம்பாவமோ இல்லாதவள். அந்த உறவு முறையில் பழகாதவள். ஒரு மூத்த சகோதரியைப் போலத்தான் ராஜேஸ்வரியிடம் அன்பும் பரிவும் காட்டுவாள்.

ஜானகிக்கு ஆனந்தி பிறந்த பின் சரியாக ஏழு மாதம் கழித்து ஆர்த்தியை இவள் பெற்றபோது கற்பகம் வந்திருந்தாள். குழந்தையின் வட்ட முகமும், நிறமும், அழகும் கண்டு பிரம்மித்துப் போய் விட்டாள். குழந்தையைக் கீழே விடவே மனமின்றி மடியில் வைத்துப் பார்த்துக் கொண்டிருந்தாள்.

“என்னக்கா இப்டி பார்க்கறேள்...? பொண்ணு வேணும்னு ஆசையார்க்கா...?”

“ச்சீச்சீ... எத்தனை குழந்தை இருந்தாலும் கூட ஒரு குழந்தையைப் பார்த்தா கசக்குமா என்ன!”

“பரவால்ல பொண் பொறக்காட்டா என்னா பொண்ணில்லாதவாளுக்கு மாட்டுப் பொண்! பிள்ளையில்லாதவாளுக்கு மாப்பிள்ளை! அன்பு செலுத்தணும் அவ்ளோதானே...? உறவா முக்கியம்...? அரவிந்தனுக்குதான் இவ உங்களுக்கு பொண்ணா ஒரு நாள் வருவா பாருங்கோ ஏண்டா அரவிந்தா இவளை நீ கல்யாணம் பண்ணிக்கறயா?”

ராஜேஸ்வரி கற்பகத்தின் பின்னால் நின்றிருந்த அரவிந்தனிடம் கேட்க அரவிந்தன் வெடுக்கென்று பதில் சொன்னான்.

“மாட்டேன். எனக்கு கல்யாணம் நிச்சயம் பண்ணியாச்சு.”

“அட... அப்டியா... அது யார்ரா அது...?”

“எங்காத்துல ஒரு குட்டிப் பாப்பா பொறந்துதே அதான். அதைத்தான் நா கட்டிப்பேன்.”

“என்ன சொல்றான் இவன்... இத்துனூண்டு இருந்துண்டு வெடுக் வெடுக்னு பேசறதைப் பாரேன்.”

“உண்மைதான் ராஜி. ஜானகி பொண் ஆனந்தியைத் தான் சொல்றான் இவன். மொதமொதல்ல ஒரு குழந்தையைப் பார்க்கறான் இல்லையா அந்தண்ட இந்தண்ட நகரலை! சரி உனக்குதாண்டா இந்த பாப்பா. பத்திரமா வெச்சுப்பயா கட்டிக் கொடுத்தான்னு ஜானகியும் கேட்க அன்னிக்கு பிடிச்சுண்டான்.”

“அப்டியா...? அது தெரியாம நா வேற இன்னோரு பொண்ணு தரட்டுமாங்கறேன். ஸ்ரீராமச் சந்திர மூர்த்திக்கு கோவம் வராம என்ன பண்ணும்?”

ராஜேஸ்வரி சிரித்தாள். பிறந்த குழந்தைகளை வைத்துக் கொண்டு கல்யாணம் பேசுவது சரியான செயலாகாது என்று அவளுக்குத் தெரியும். இருப்பினும் அந்த குழந்தைகளிடம் ஏதாவது பேசி சிரித்து சீண்டி அவர்கள் பதில் சொல்லும் அழகை ரசிப்பதில் உள்ள சுகம் அலாதி அப்படித்தான் அவள் அரவிந்தனிடம் கேட்டதும் அவன் பதிலில் சிரித்ததும்.

ஆனால் அரவிந்தன் வளர்ந்து வாலிபனாக ஆக அவனோடு சேர்ந்து அவன் காதலும் அன்பும்கூட மிக உறுதியாக வளர்ந்திருப்பதை, அவன் தன் வீட்டிற்கு வந்து தங்கிய மூன்றாண்டுகளில், கண்டபோது மிகவும் பிரம்மித்தாள். கிருஷ்ணனும் ராதையும் பால்ய பருவத்திலேயே ஒருவரை ஒருவர் உணர்ந்து கொண்டது போல் இவர்களும் தங்களை அறிந்து கொண்டுதான் சிறு பிராயத்திலிருந்தே நேசிக்கத் தொடங்கி விட்டார்களா? என்று வியந்தாள். தன் தினசரி பூஜையில் அந்த குழந்தைகள் நல்லபடியாக வாழ்வில் ஒன்று சேர்ந்து நல்வாழ்வு வாழவும் தெய்வத்திடம் வேண்டிக் கொண்டாள். அவர்களுக்கு திருமணம் நிச்சயமானபோது தன் வேண்டுதல் நிறைவேறி விட்டதாகவே எண்ணி மகிழ்ந்தாள்.

அதே நேரம் சூரியாவும் தன் பெண்ணும் நேசிக்கும் விஷயமும் அவளுக்கு ரெட்டை மகிழ்ச்சியாகவே இருந்தது. சூர்யா பத்தரை மாற்றுத் தங்கம். உரசிப் பார்க்கவே அவசியமில்லாத சொக்கத் தங்கம். அவனை மணந்துகொள்ள தன் பெண் மிகவும் புண்ணியம் செய்திருக்க வேண்டும் என்று நினைத்தாள். பிள்ளையில்லாதவர்களுக்கு மாப்பிள்ளை என்று சொன்னதை மறக்காமல் சூர்யாவை பிள்ளை போலவே நினைக்க ஆரம்பித்து விட்டாள். கணவர் காலை ஒடித்துக் கொண்ட சமயத்தில் சூர்யா அவருக்குச் செய்த உபகாரங்களை நினைத்தால், அவள் நெஞ்சு நெகிழ்ந்து கசியும். ஒரு பிள்ளைகூட இப்படி பொறுப்போடு இருக்கமாட்டான் என்று தோன்றும்.

அரவிந்தனின் கல்யாணத்தைப் பற்றி அவள் நிறைய கற்பனைகள் வைத்திருந்தாள். அரவிந்தன் மூன்று வருடம் அவனுக்கு பிள்ளையாய் இருந்தவன். அந்த உரிமையிலும் பாசத்திலும் அவன் கல்யாண காரியங்களை சிறக்கச் செய்ய வேண்டும் என்பது அவள் ஆசை. தன் பட்டுப் புடவைகளையெல்லாம் சோப்புக் காயில் முக்கி வைத்து தானே துவைத்து, கடையில் கொடுத்து பெட்டி போட்டு வாங்கி சூட்கேஸில் அடுக்கி வைத்தாள். "என்னடி எதுக்கு இத்தனை புடவை?", என்று புருஷன் கிண்டல் செய்ததைக்கூட சட்டை பண்ணவில்லை.

"மணிக்கொரு புடவை மாத்திப்பேன் உங்களுக்கென்ன?" என்றாள்.

"பொண் கல்யாணத்துக்கும் ஒண்ணு ரெண்டு புடவை வெச்சிக்கோ."

"ஏன் புதுசு வாங்கித்தர மாட்டேளாக்கும்?"

"பொண் கல்யாணம்ங்கறேன். அப்பறம் புதுசு கேக்கறயே" மூர்த்தி சிரித்தார்.

"ஓ ஹோ. பொண்ணுன்னா எல்லாத்தையும் கொடுத்துட்டு நூல் புடவை கட்டிக்கணுங்கறேளா?"

"புரிஞ்சா சரி."

"அதெப்டி நீங்க சூர்யாவை பிடுங்கறவன்னு சொல்லலாம்?"

"ஓ அப்டியா சொன்னேன்?"

"வேறென்ன அர்த்தமாம்? ஒரு குந்துமணி தங்கம்கூட... அவ்ளோ ஏன்? செலவுக்காக கூட உங்ககிட்ட கேக்க மாட்டான் சூர்யா! தெரிஞ்சுக் கோங்கோ."

மூர்த்தி சிரித்தார். என்னமோ அவளே அவனைப் பெற்றவள் மாதிரி படபடத்ததைக் காண வேடிக்கையாயிருந்தது அவருக்கு.

"என்னடி இது? ஆர்த்திக்கு அம்மாவா இல்ல சூர்யாக்கு அம்மாவா? இவ்ளோ கோவம் வரது!"

"மீனாட்சியும் சரி. வைத்தியண்ணாவும் சரி எப்பேர்ப்பட்டவான்னு தெரிஞ்சுண்டு நீங்க மட்டும் கிண்டல் பண்ணலாமா? அதுவும் சூர்யா நம்மாத்துல மூணு வருஷம் இருந்திருக்கான். அவனைப்பத்தி நீங்க மட்டமா நினைக்கலாமா?"

"அடி அசடே... எல்லாத்தையும் நீ நிஜம்னு நம்பிட்டயாக்கும்" மூர்த்தி மனைவியின் முகவாயைப் பிடித்துக் கொண்டு சிரிக்க அவள் முகம் சிவக்க அவர் கையை தட்டி விட்டு எழுந்து கொண்டாள்.

"என் இனிய தோழி இப்டி உட்காரு! எங்க போற? உங்கிட்ட நான் கொஞ்சம் பேசணும்."

"போச்சுடா உங்களுக்கு பால்யம் திரும்பிடுத்தாக்கும்."

"போனாதானே திரும்பும்! எங்கயும் போகல. இங்க பத்திரமா இருக்கு!" மூர்த்தி தன் நெஞ்சத் தொட்டுக் காட்டி சிரித்தார். அவளருகில் உட்கார்ந்தார். சட்டென்று அவர் முகம் சீரியஸாயிற்று.

"அரவிந்தன் கல்யாணம் முடிஞ்சதும் அங்கயே வெச்சு ஆர்த்திக்கும் சூர்யாவுக்கும் நிச்சயம் பண்ணிட்டு வந்துடணும் ராஜி."

"கரெக்டா சொன்னேள். மீனாட்சி இங்க வந்தப்பவே நானும் அதைப்பத்தி பேசினேன்."

"வைத்திட்ட நானும் பேசினேன். அவருக்கும் பரமசந்தோஷம். அவா ஒண்ணும் கேக்காட்டாலும் நாம விட்டுட முடியுமா?"

"அதெப்படி...?"

''நமக்கிருக்கறது ஒரே பொண்ணு. இங்க எல்லாமே அவளோடதுதான். அவ என்னென்ன கேக்கறாளோ அத்தனையும் கொடுத்துடு. நமக்கு மாத்திக்கட்டிக்க ரெண்டு செட் டிரெஸ் போதும், அப்பவும் சந்தோஷமா இருப்போம்.''

''உங்க பொண்ணை என்ன ராட்சஸின்னு நினைச்சேளா...? அப்டி எல்லாத்தையும் துடைச்சு எடுத்துண்டு போணும்னு யாரும் ஆசைப்படமாட்டா.''

''தெரியும். ஆனாலும் அத்தனையும் கொடுக்க எனக்கு ஆசைன்னு சொன்னேன்.''

''நிச்சயதார்த்தத்துக்கு நாள் குறிச்சாச்சா?''

கல்யாணம் முடிஞ்ச ரெண்டாம் நாள், நாள் ரொம்ப நன்னார்க்காம். வைத்தி கடுதாசி போட்ருக்கார். நம்ம குழந்தைகளுக்கு எதிர்பாராத ஆனந்தத்தை கொடுக்கணும். அதனால் சூர்யாகிட்டயோ ஆனந்திகிட்டயோ இதைப்பத்தி எதுவும் சொல்லிடாதே.''

''அதுசரி. சின்ன வயசுல திருவிழாக்கு கூட்டிண்டு போய் பெரிசா பஞ்சு மிட்டாய் வாங்கிக் கொடுத்து அவ முகம் பூரிச்சு போறதை ரசிச்சு பார்ப்பேளே. அத மாதிரியா...?''

''ஆமா... அதேதான் உனக்கும் சூர்யாக்கும் இன்னிக்கு நிச்சயதார்த்தம்னு சொல்லணும் ரெண்டு பேர் முகமும் தாமரைப் பூ மாதிரி மலர்ந்து சிவக்கறதைப் பார்க்கணும்.''

''பார்த்துட்டா போச்சு! குழந்தைகள் முகம் அப்பொ கொள்ளை அழகா இருக்கும் இல்ல...?''

''ரொம்ப...! நீ என்ன செய்யற இன்னிக்கு சாயந்திரம் என்னோட வர நாம ஆர்த்திக்கு புடவையும் நகையும், சூர்யாவுக்கு ஜம்முனு ஒரு மயில் கண் வேஷ்டியும், ஷர்ட்டும், வாங்கிண்டு வந்துடறோம். நிச்சயதார்த்தத்துக்கு வேண்டிய வெள்ளிப் பாத்திரங்களை பாலிஷ் போடக் குடுத்துடு. நிச்சயதார்த்தத்தை ஜமாய்ச்சுடணும்.''

புருஷனும் பொண்டாட்டியும் நிறைய திட்டம் போட்டார்கள். மேலே இருப்பவன் போட்ட திட்டமோ வேறு விதமாயிருந்தது. இந்தப் பேச்சு பேசிய இரண்டாம் நாள் மூர்த்தியின் கால் உடைந்தது. ராஜேஸ்வரிக்கு உயிரே போயிற்று. இது என்ன அபசகுனம் என்று மனசு பதைத்தது. மூன்று மாதம் பெட் ரெஸ்ட் என்று டாக்டர் கட்டளையிட்டபோது அழுகை வந்தது. புருஷனுக்கு காலுடைந்த சோகத்தோடு, முதல் முதல் நடக்க இருந்த ஒரு மங்களகாரியம் தடைபட்டுப் போகிறதே என்ற அதிர்ச்சியும் சேர்ந்து கொண்டது. சூர்யா ஊருக்குப் புறப்பட்டு போனபிறகு பூஜை உள்ளில் அமர்ந்து கண்ணீர் விட்டாள். திருமண நாளன்று கோயிலில் அபிஷேகத்திற்கு ஏற்பாடு செய்தாள்.

அரவிந்தன் பெயருக்கு அர்ச்சனையும் செய்தாள். அன்று முழுக்க ஏனோ அவள் மனதில் இனம்புரியாத கலக்கம் இருந்து கொண்டேயிருந்தது. காரணம் புரியவில்லை. இந்நேரம் ஜானவாசக் காரில் அரவிந்தன் ஜம்மென்று ஊர்வலம் புறப்பட்டிருப்பான். கன்னூஞ்சலாடிக் கொண்டிருப்பார்கள். பாலும் பழமும் கொடுத்து எல்லோரும் பச்சைப்பிடி சுற்றி போடுவார்கள். முகூர்த்தப் புடவையை ஆனந்தியிடம் கொடுத்திருப்பார்கள். இப்போது மடிசாரில் ஆனந்தி அம்மன் போல் வந்து அப்பா மடியில் அமர்ந்திருப்பாள். அரவிந்தன் தாலி கட்ட தயாராயிருப்பான். உச்சஸ்தாயியில் மந்திரமும் கெட்டி மேளமும் ஒலிக்க அரவிந்தன் தாலி கட்டி முடித்திருப்பான். அத்தனை பேரும் ஒருவரை ஒருவர் அணைத்துக் கொண்டு சந்தோஷத்தை பகிர்ந்து கொண்டிருப்பார்கள்.

"யாப்பா...!" கல்யாணம்தான் எவ்வளவு சந்தோஷமான. விஷயம். அதுவும் மனமொத்த இருவர் மணமேடையிலும் இணைந்துவிட்டால் அங்கு சந்தோஷத்திற்கு கேட்கவும் வேண்டுமோ...?

நிஜக் கல்யாணத்தில் நடந்த கலாட்டாக்கள் எதுவும் தெரியாமல் தன் கற்பனையிலேயே அரவிந்தனுக்கும்

ஆனந்திக்கும் கல்யாணம் நடத்தி ரசித்துப் பார்த்து விழிநீர் பெருக தன் முன்னால் தட்டில் இருந்து அட்சதையைப் போட்டு வாழ்த்தினாள். அவள் போட்ட அட்சதைகள் எதிரிலிருந்த ராதாகிருஷ்ணன் சிலை மீது விழுந்திருந்தது.

"குழந்தைகளை சௌக்யமா வை பகவானே!" என்றபடி ஸ்வாமியை நமஸ்கரித்துவிட்டு எழுந்தபோது போன் மணி அடித்தது.

"ராஜேஸ்வரி போன் அடிக்கறது பார் எங்க இருக்க?" என்ற குரலும் கேட்க பூஜையறையிலிருந்து போனை நோக்கி விரைந்தாள். ரிஸீவரை எடுத்து காதில் பொருத்தி பேசியவள் முகம் அடுத்த நிமிடம் பேயறைந்தாற்போல ஆகியது. கடவுளே இதெல்லாம் நிஜமா. என்றவள் குரல் நடுங்கியது.

❋❋❋

அத்தியாயம் 21

ராஜேஸ்வரி தளர்ந்து போய் சோபாவில் அப்படியே அமர்ந்தாள். இது உண்மையா? இல்லை... உண்மையில்லை. அரவிந்தனுக்கும் ஆனந்திக்கும் கல்யாணமாகிவிட்டது. அவள் தான் ஆரம்பத்திலிருந்து இறுதி வரை பார்த்து ரசித்தாளே அட்சதைகூட போட்டாளே... அதுதான் நிஜம். இந்த செய்தி பொய். போன் செய்த தூரத்து உறவுக்கு பைத்தியம் பிடித்து விட்டது. சாளேஸ்வரக் கண்ணுக்கு அரவிந்தனை சூர்யாவாகத் தெரிந்திருக்கிறது!

“ராஜேஸ்வரி...” மூர்த்தியின் குரல் அழைக்க ராஜேஸ்வரி தூக்கிவாரிப்போட எழுந்தாள்.

“என்ன போன்...? யார் கிட்டேர்ந்து?”

“அது...” ராஜேஸ்வரி தடுமாறினாள். சொல்வதா வேண்டாமா என்று குழம்பினாள். இந்த செய்தி எவ்வளவு தூரம் நிஜம் என்று தெரியாமல் எப்படி சொல்வது...?”

“என்ன போன் அது? ஏன் ஒரு மாதிரியாய்ட்ட?”

“கிட்டு அத்திம்பேரோட தூரத்து சொந்தக்காரா அம்பத்தூர்ல எங்கயோ இருக்காளே அவாதான்.”

“கல்யாணத்துக்குப் போய்ட்டு வந்திருப்பா..... என்ன கல்யாணம் நல்லபடியா முடிஞ்சுதாமா...? அரவிந்தனும் ஆனந்தியும் இங்கே வருவாளாமா...?”

ராஜேஸ்வரி எந்த பதிலும் சொல்லாமல் இன்னும் பிரமை நீங்காமல் நின்றிருக்க மூர்த்தி புருவம் சுருங்க அவளைப் பார்த்தார்.

"என்னடி என்ன நியூஸ்? ஏன் இப்படி இருக்க?"

"அது அவ சொன்ன விஷயம் நிஜமா பொய்யான்னு தெரியல என்னால நம்ப முடியல."

"என்ன சொன்னா அப்டி...?"

"அரவிந்தனுக்கும் ஆனந்திக்கும் நடக்கலன்னா."

"எ... என்ன டி இது..."

"அரவிந்தன் வரவேல்லயாம். சூ... சூர்யாதான்."

"சூர்யாக்கென்ன...?"

"சூர்யாதான். ஆனந்தியை... கல்யாணம் பண்ணிண்டானாம்..."

"என்ன...? மூர்த்தி விறைத்துப் போனார் மனைவியை நிலைகுத்திப் பார்த்தார்."

"என்ன நடந்ததாம். ஏன்... ஏன் இப்படி...?"

"எனக்கு ஷாக் ஆய்டுத்துன்னா என்னால் பேச முடியல. நா எதுவுமே கேக்கல."

"நீ அந்த கார்ட்லெஸ்ஸை எடு நா பேசறேன்."

ராஜேஸ்வரி கார்ட்லெஸ் போனை எடுத்து அவரிடம் கொடுக்க அவர் எண்களை அவசரமாய் அழுத்தினார்.

"நாந்தான் மூர்த்தி... கல்யாணத்துல என்ன நடந்தது...?"

மறுமுனை ஆரம்பம் முதல் விவரித்து மூர்த்தியின் முகம் பலவித உணர்ச்சிகளை பிரதிபலித்தது. - இறுதியில் அப்படியே கண்மூடிக் கொண்டார். கீழே வைத்தார். அப்படியே சாய்ந்து கொண்டார்.

"என்ன சொன்னா...?"

"எல்லாமே நிஜம்தான்."

"எனக்கு ஒண்ணுமே புரியலயே... ஏன் அரவிந்தன் வரலையாம்...? சூர்யாக்கு அப்படி என்ன நிர்ப்பந்தம்...?"

"எல்லாம் ராகவன் பண்ணின பைத்தியக்காரத்தனம்."

"பணம் பெரிசா போய்டுத்து அந்த பைத்தாரனுக்கு கட்டாயக் கல்யாணம்னு சக்கு பிள்ளை ரங்குவை திடீர் மாப்பிள்ளையாக்கியிருக்கான். முகூர்த்த நேரத்துல தாலியைப் பிடுங்கி சூர்யா ஆனந்தி கழுத்துல கட்டியிருக்கான்."

"அதான் என்னால் நம்ப முடியல..... சூர்யா அப்டி செய்வானா...? அரவிந்தன் நேசிச்ச ஒரு பொண்ணை...! எப்டி மனசு வந்துது அவனுக்கு. ஆர்த்தி முகம் கூடவா அவன் நினைவுக்கு வரலை..... பகவானே... ஆர்த்திக்கு இந்த விஷயம் தெரிஞ்சு அவசரப்பட்டு அது எந்த முடிவுக்கும் போய்டாம இருக்கணுமேன்னு கவலையார்க்கு. இப்டி பண்ணிட்டானே இந்த சூர்யா..."

மூர்த்தி தலையாட்டினார். "அவசரப்படாதே ராஜி சூர்யாமேல எனக்கு நம்பிக்கையிருக்கு. அவன் ஏதோ ஒரு நோக்கத்தோடதான் இதுக்கு துணிஞ்சிருக்கான். அரவிந்தனுக்கும் அவனுக்கும் உள்ள நட்பு எப்பேர்ப்பட்டதுன்னு எனக்கு நன்னா தெரியும். என் யூகம் சரின்னா ரங்குகிட்டேர்ந்து ஆனந்தியைக் காப்பாத்தாத்தான் சூர்யா நடுவுல புகுந்து தாலியைப் பிடுங்கி கட்டியிருப்பான். அந்த தாலியையும் மனமொப்பி கட்டியிருக்க மாட்டான். களவு போக இருந்த நண்பனோட சொத்து ஒன்னை இப்டி நூதன முறையில் காப்பாத்தியிருக்கான்."

"அப்டின்னா.....!"

"காப்பாத்தின் பொருளை உரியவன்கிட்ட ஒப்படைச்சுடுவான்."

"எ... என்ன சொல்றேள்?" ராஜேஸ்வரியின் குரல் நடுங்கியது.

"நிச்சயமா அதான் நடக்கப்போறது பார்."

"அது தப்பில்லையா...?"

"என்ன தப்பு...?"

"என்ன தப்பா...? என்ன பேசறேள் நீங்க?"

"தாலி கட்டினதுனால மட்டும் ஒரு பெண்ணை முழுக்க உடைமையாக்கிக்க முடியாது ராஜி. மனசு ரொம்ப முக்கியம்! ராகவன் தீர்மானப்படி கல்யாணம் நடந்ததுன்னா அரவிந்தன் மத்த எல்லாரையும் சும்மா விட்டுடுவான். ஆனா சூர்யாவைப் பார்த்து கேட்பான். நீயுமா இந்த அக்கிரமத்துக்கு சாட்சியா நின்னன்னு? அந்த கேள்வியைத் தாங்கிக்க சூர்யாவால முடியும்னு நினைக்கறயா? ஆனந்தியைக் காப்பாத்த அந்த நேரத்துக்கு அவனுக்கு வேற வழி தெரிஞ்சிருக்காது. ராகவன் ரங்குவுக்கு ஏலம்விட்ட பொருளை இவன் ஏலத்துல எடுத்துட்டான். ஏலம். எடுத்தது இவனுக்காக இல்ல. அரவிந்தனுக்காக."

"என்னால் நம்ப முடியலன்னா... இதுக்கு இனிமே ஆனந்தியோ அரவிந்தனோ ஒத்துப்பான்னு நினைக்கறேளா. நீங்க?"

"அப்டி ஒத்துக்கலன்னா அரவிந்தன் ஆனந்தி காதல் பொய்! அரவிந்தனோட நட்பும் பொய்! எல்லாம் போலித்தனம்னு நிரூபணமாய்டும். அரவிந்தன் நிச்சயம் சூர்யாவை புரிஞ்சுப்பான். ஆனந்தியை ஏத்துப்பான்."

"ஆனந்தி... எப்டி...? அது தப்பில்லையா?"

"மனசுல அரவிந்தனை நினைச்சுண்டு அவ சூர்யாவோட வாழ்ந்தா தாண்டி தப்பு. கற்புங்கறது உடம்பு சம்பந்தப்பட்டதில்ல. மனசு சம்பந்தப்பட்டது. ஆர்த்தியை நினைச்சுண்டு ஆனந்தியோட வாழ சூர்யாவாலயும் முடியாது. அதுவும் தப்புதான்."

"சூர்யா மேல உங்களுக்கு துளிக்கூட வருத்தமில்லையா...?"

"வருத்தமா...? சூர்யா சாதாரண மனுஷனே இல்லடி! கண்ல ஒத்திக்க வேண்டிய பிறவி!". ராஜேஸ்வரி கணவரின் நம்பிக்கையையும் அனுமானத்தையும் கண்டு பிரம்மித்தாள்.

"ராஜி... பெங்களூர்க்கு ஒரு லைன் போட்டுக்குடேன் நம்பர் அந்த டைரில இருக்கு."

"பெங்களூர்க்கா... எதுக்கு... ஆர்த்திகிட்ட பேசப் போறேளா...? வேண்டாம்னா. ஏதாவது விபரீதமாய்டப் போறது."

"ப்ஸ்...சொன்னதைச் செய்யேன்."

ராஜேஸ்வரி டைரி பிரித்து அவரிடமே கொடுத்தாள். அவரே எண்களை அழுத்தினார். எஸ்.டி.டி லைன் சட்டென்று கிடைக்கவில்லை. சலிப்போடு கீழே வைத்தார். கொஞ்ச நேரத்தில் போன் அலறியது. எடுத்து ஹலோ என்றவர் முகம் சட்டென மலர்ந்தது. மறுமுனையில் ஆர்த்தியின் குரல்.

"ஆர்த்தி... எப்டிடா இருக்க...?"

"செத்துட்ருக்கேம்ப்பா."

"என்னாச்சும்மா, ஏன் இவ்ளோ பதட்டம்?"

"தெரிஞ்சு கேக்கறேளா, தெரியாமதான் கேக்கறேளாப்பா.....?"

மூர்த்தி ஒரு க்ஷணம் தடுமாறினார். "நீங்க எப்டிப்பா இருக்கேள்? வலி குறைஞ்சிருக்கா...?"

"வலிதானே குறைஞ்சிரும்மா."

"ஆனா எனக்கு அதிகமாயிருக்குப்பா. நெஞ்சு வலி!":

யாரோ ஏதோ சொல்றதையெல்லாம் கேட்டு மனசைத் தளர விட்டுடப்படாது ஆர்த்தி."

"அப்டின்னா சூர்யாவுக்கும் ஆனந்திக்கும் கல்யாணம் நடந்த விஷயம் பொய்யா?"

"பொய்யில்லம்மா."

"அப்பறம் எப்டிப்பா...? ஏம்ப்பா சூர்யா அப்டி பண்ணினார்?"

"ஆர்த்தி கொஞ்சம் பொறுமையா..."

"முடியாதுப்பா. என்னால் முடியாது. இனி அவர். முகத்துலயே முழிக்க மாட்டேன். யாரையுமே பார்க்க எனக்கு பிடிக்கல. நல்ல காலம் ஐ. ஏ. எஸ் பரீட்சை எல்லாம் முடிச்சப்பறம் தான் இந்த தகவல் தெரிஞ்சுது. முன்னாடி தெரிஞ்சிருந்தா இந்த ஷாக்ல பரீட்சையில் கோட்டை விட்ருப்பேன்."

"ஆர்த்தி ஒரு நிமிஷம்மா."

"எதுவும் பேச வேணாம்பா. எனக்கு என் படிப்பு போதும். அவரை யாரும் தட்டிக் கேக்கல இல்ல? ஏண்டா இப்டி செய்தான்னு அவரைக் கேக்க யாருக்கும் துணிச்சல் இல்லல்ல...? எனக்கு யாருமே வேண்டாம்ப்பா. என்னைப்பத்தி யாரும் கவலைப்படவும் வேண்டாம்."

ஆர்த்தி பட்டென்று டெலிபோனை வைத்தாள். மூர்த்திக்கு சிரிப்புதான் வந்தது. என்ன பெண் இவள். எல்லாவற்றுக்கும் இப்படி படபடப்பவளால் நாளைக்கு ஒரு பொறுப்புள்ள அதிகாரியாக எப்படி பணியாற்ற முடியும்? எல்லா விஷயங்களுக்கும் பல கோணங்கள் இருக்கிறதென புரிந்துகொள்ள வேண்டாமா? சூர்யா மேல் உண்மையான அன்பிருப்பவள் இப்படி பேசுவாளா...? அவனை இவள் முழுமையாக அறியவில்லை என்றல்லவா ஆகிறது! அப்படி அறிந்து கொண்டவளாக இருந்தால் இப்படி நம்பிக்கையிழந்து படபடப்பாளா? சூர்யாவின் செயலுக்கு என்ன காரணம் என்று சிந்தித்து தன்னை அமைதிப்படுத்திக் கொண்டு, எனக்கும் நம்பிக்கையளிக்க வேண்டாமா...?

மூர்த்தி வேதனைப்பட்டார். சூர்யாவைப் பார்க்க வேண்டும் என்ற ஆவல் அவருக்கு அதிகரித்தது. பாவம் அவன் மனதில்

எவ்வளவு வேதனைகளோ? அவனுக்கு யார். ஆறுதல் சொல்வார்கள்? சூர்யா வருவான் என்று அவர் தினமும் எதிர்நோக்க பனிரெண்டு நாள் ஓடியே போய்விட்டது.

“அவன் எப்படின்னா நம்ப மூஞ்சில முழிப்பான்...? அவன் இனிமேலும் இங்க வருவான்னா நினைக்கறேள்?”

“வருவான் ராஜி.”

“ஒருவேளை மன்னிப்பு கேட்கலாம்னு வருவான். ஆர்த்திக்கு வேற இடம் பார்த்து முடிச்சுடுங்கோன்னு கெஞ்சுவான். இனிமே வேற எப்டி பேசுவான் அவன்?”

ராஜேஸ்வரி பேசி முடிக்க, அழைப்பு மணி ஒலித்தது.

“யாரது...? கதவு தொறந்துதான் இருக்கு...?” என்று கத்தியபடி எழுந்தாள். எழுந்தவள் திகைத்து நின்றாள்.

சூர்யா அறை வாசலில் நின்றிருந்தான். மாமாவின் முகம் அவனைக் கண்டதும் மலர்ந்தது,

“வா தோழா” என்றார். சூர்யா வேகமாய் வந்து அவர் அருகில் அமர்ந்து மடியில் தலை சாய்த்துக் கொண்டான். அவன் முதுகு குலுங்கியது.

“அழறயான்ன...?” மாமா பதறினார்.

❋❋❋

அத்தியாயம் 22

பரிபூரணமாய் உணர்தல் என்பது சிலருக்கு மட்டுமே சாத்தியமாயிருக்கிறது. ஒரு சின்ன அசைவுக்கு கூட எதிராளியின் அடிமனம் புரிந்துகொள்வது என்பது எல்லோருக்குமே இல்லாத அபூர்வ குணம். செய்த காரியங்களுக்கு விளக்கம் சொன்னாலே புரிந்துகொள்ள மறுக்கும் மனிதர்களுக்கு மத்தியில், அவன் எதுவும் சொல்லாமலே அவன் செயலுக்கான காரணத்தை மூர்த்தி மாமா புரிந்து கொண்டிருந்தார். அதுவும் நூற்றுக்கு நூறு சதம் அவன் மனதை படம் பிடித்து பார்த்தாற்போல் புரிந்து கொண்டிருந்தார்.

அப்படி புரிந்து கொண்டதால் தான் அவரால் அவனை வா தோழா என்று விளிக்க முடிந்தது. அந்த விளிப்பில் மாமா தன் மனதைப் புரிந்துகொண்டு விட்டதை சூர்யாவும் புரிந்து கொண்டான். எப்படி இவரால் மட்டும்? என்ற பிரம்மிப்பு சட்டென்று அழுகையாய் வெளிப்பட, அவன் ஓடி வந்து அவர் மடியில் சாய்ந்தான். "அழறயான்ன?" என்று மாமா பதற்றத்தோடு கேட்டதும் இன்னும் உடம்பு குலுங்கியது.

மூர்த்தி மாமா அவன் அழட்டும் என்று சில வினாடிகள் மௌனமாய் அவன் தலையைக் கோதினார்.

"ஆம்பளை அழுவாளா... நன்னார்க்கு... எழுந்திருப்பா" ராஜேஸ்வரி துக்கம் தோய்ந்த குரலில் சொல்ல மூர்த்தி புன்னகைத்தார்.

"அழுகை பொதுவான விஷயம் ராஜி. அழுதா உள்ள இருக்கற அழுத்தம் குறையும். அழுகை பெண்களுக்கு மட்டும்தான்னு யார் சொன்னா?"

"இவன் அழறது என்னால் சகிக்க முடியலையே"

"அது உன் சுபாவம் போய் இவனுக்கு ஏதாவது சாப்ட கொண்டு வா. சூர்யா கண்ணைத் துடைச்சுண்டு என்னைப் பாரு."

மாமா சொல்ல, சூர்யா எழுந்தான் கண்ணைத் துடைத்துக் கொண்டு அவரை ஏறிட்டுப் பார்த்தான். சில வினாடிகள் அவனை உற்றுப் பார்த்தார் அவர்.

"என்மேல உங்களுக்கும் மாமிக்கும் வருத்தம் இருக்கும்னு நினைச்சுதான் வந்தேன்."

"ஒரு வருத்தமும் இல்ல அப்படி என்ன பெரிய தப்பை நீ பண்ணிட்டன்னு வருத்தப்படணும்?"

மாமா கேட்க சூர்யா வியப்போடு அவரைப் பார்த்தான்...

"தப்பு பண்ணியிருந்தா என்னை இப்படி நேருக்கு நேர் பார்க்க உன்னால் முடியுமா...?"

"அதில்ல மாமா நான் ஏன் அப்டி..."

நீ எதுவும் சொல்ல வேண்டாம் சூர்யா நீ சரியா சாப்பிட்டு, தூங்கி பதினைஞ்சு நாளாகியிருக்கும். முதல்ல வயறு நிறைய சாப்டு, நன்னா தூங்கு மத்ததை அப்பறம் பேசிக்கலாம். மாமா அவன் முதுகைத் தட்டிக் கொடுத்து சாப்பிடப் போகச் சொன்னார்.

சூர்யா எழுந்தான். "உங்க கால் எப்படி மாமா இருக்கு?"

"பரவால்ல. அப்புறம் சூர்யா வர சனி ஞாயிறுல ஊருக்குப் போய் ஆனந்தியை இங்க கூட்டிண்டு வந்துடு."

சூர்யா திகைப்போடு அவரைப் பார்த்தான். "அரவிந்தன் வர வரைக்கும் அவ இங்க இருக்கட்டும். நா சொல்றது

புரியறதா? அவ அங்கயே இருந்தா ராகவன் உன்னை சும்மா விடமாட்டான். போய்க் கூட்டிண்டு வந்துடு. அந்த பொண்ணை இங்க சந்தோஷமா வெச்சுக்க வேண்டியது என் பொறுப்பு. அரவிந்தன்கிட்டேர்ந்து ஏதாவது தகவல் வந்துதா?''

சூர்யாவுக்கு அப்போதுதான் நினைவுக்கு வந்தது. அரவிந்தனைப் பற்றி அவரிடம் சொல்ல மறந்துவிட்டது. தான் பம்பாய்க்கு போனதைப் பற்றியும், அரவிந்தன் போயிருக்கும் முக்கியமான வேலையைப் பற்றியும் சொன்னான். மாமா சிரித்தார்.

''கப்பல் கவிழ்ந்துடுத்தான்னு எல்லாரும் ஒரு பேச்சுக்கு கேட்பா தெரியுமோ? நிஜமாவே கப்பல் கவிழ்ந்துதான் போய்டுத்துன்னு அரவிந்தன் தைரியமா சொல்லிக்கலாம்.''

''சாப்ட வரயா சூர்யா?'' மாமி அழைக்க சூர்யா அவள் பின்னால் சென்றான்.

''கப்பல் முழுக்க மூழ்கிடுத்தாமா?''

''இல்ல, ஆனா உயிர்ச்சேதம் எதுவுமில்லை, எல்லரையும் காப்பாத்தியாச்சாம். சரக்குக்களைக் கூட முடிஞ்ச வரைக்கும் எடுத்துருக்கறதா நேத்து சன் நியூஸ் சொன்னா. கப்பல் அப்டியே ஒரு பக்கமா சாஞ்சு முழுகிண்ருக்கு. இன்னொரு பக்கம் அத்தனை பேரும் கூடி நின்னு பரபரப்பா இருக்கா. சுத்தி ஃபைபர் போட்டுகளும் ஹெலிகாப்டர்களுமா நடுக்கடல்ல ஒரே அமர்க்களமார்க்கு. கொஞ்சம் விஷவுலா காட்டினான்''

''அந்த கூடத்துல அரவிந்தன் இருந்தானா பார்த்தாயா?''

''அது சரி கடுகு கடுகா மனுஷா தெரிய அரவிந்தனை எங்கே தேடறது...? லாங் ஷாட்ல இல்ல காட்டினான்.''

''எப்ப வருவான்னு தெரியலையா?''

''தெரியலையே.''

''ஹூம்! ஷேமமா வந்து சேரணும்.'' மாமி ரசத்திற்கு சாதம் போட்டாள். அவன் சாப்பிடுவதை சற்று நேரம் அமைதியாய் பார்த்தாள்.

"உங்கிட்ட ஒண்ணு கேக்கட்டுமா சூரி?"

"என்ன மாமி?"

"மாமா சொன்னார் நீ ஆனந்தியை அரவிந்தன்கிட்ட ஒப்படைச்சுடுவன்னு. அப்டியா?"

"உங்களுக்கு அது தப்புன்னு தோண்றதா?"

"மாங்கல்யத்தோட மகிமை தெரியலை உனக்கு."

"உயிரை எடுக்கவும் கத்தியை உபயோகிக்கலாம், உயிரைக் காப்பாத்தற ஆபரேஷனுக்கும் உபயோகிக்கலாம். நானும் அப்டித்தான். அவளை காப்பாத்தி அரவிந்தன்கிட்ட ஒப்படைக்கறதுக்காக அந்த திருமாங்கல்யத்தை யூஸ் பண்ணிண்டேன். அது தாலியில்ல ஜஸ்ட் கயறுதான்."

"இல்லடா சூர்யா. சாதாரண கயறில்ல! ராக்கிக் கயறுன்னு சொல்லு!" மாமாவின் குரல் அவர் அறையிலிருந்து கேட்க, சூர்யா ஒருகணம் பிரம்மித்துப் போனான்.

***

தாமிரவருணி சலசலத்து பாய்ந்து கொண்டிருக்க பாறை ஒன்றின் மீது உட்கார்ந்திருந்தாள் ஆனந்தி. மூன்று நாள் விலக்கிற்குப் பின் நான்காம் நாள் குளியல் இன்றுதான் பொய்யாய் சொன்ன விஷயம் இது. குளித்து இருபதே நாள் தான் ஆகியிருக்க மறுபடியுமா என்ற சந்தேகம் நிச்சயம் அப்பாவுக்கு ஏற்பட்டிருக்கும்.

சூர்யாவுக்காக சொன்ன பொய் இது. இதைத் தவிர வேறு வழி இல்லை. மிக இக்கட்டான சூழ்நிலைகளில் வேறு வழியே இல்லாத நிலையில்தான் விதிகளும் தர்மங்களும் மீறப்படுகின்றனவோ? இன்று நேற்றல்ல யுக யுகமாக இப்படி, தர்மத்தின் நன்மை கருதி விதிகள் மீறப்பட்ட சம்பவங்கள் நடந்திருக்கின்றன. ராமாயணத்தில் மறைந்திருந்து ராமன் வாலி வதம் செய்தது. பாரத யுத்தத்தில் துரோணரை வீழ்த்த தர்மர் கூறிய பொய்,

சிகண்டியை முன்னிறுத்தி பீஷ்மரைக் கொன்றது, இடுப்புக்கு கீழே ஆயுதம் பிரயோகித்து துரியோதனனை மண்ணில் சாய்த்தது. செய்த புண்ணியம் அனைத்தையும் தானமாய்ப் பெற்று கர்ணனைக் கொன்றது எல்லாமே யுத்த தர்மங்கள். மீறியவைதான். ஆனால் மானுட தர்மத்தை நிலைநாட்டும் நோக்கத்தினால் மீறப்பட்ட விதிகள் இவை. எனவே இவை குற்றமாகாது என்று அன்று தீர்ப்பளிக்கப்பட்டவை.

சூர்யாவும் அப்படி ஒரு தர்மத்தை நிலைநாட்டத்தான் விதிகளை மீறத் துணிந்திருக்கிறான். எல்லாம் அவனுக்காகவும் அரவிந்தனுக்காகவும்தான். அவனது உள்ளம் சாதாரணமானதல்ல, தெய்வம் வசிக்க விரும்பும் புனிதமான இடம் அது. அவனே புனிதமானவன் தான் தெய்வப்பிறவி. அந்த பிறவிக்கு அப்பாவால் எந்த சங்கடமும் ஏற்பட்டு விடக்கூடாது என்றுதான் ஒரு பொய் சொல்லி வெளியில் அமர்ந்து விட்டாள். பொய் என்று அம்மாவுக்கும் தெரிந்துவிட்டது. அப்பா இல்லாத நேரம் அம்மா அவளிடம் வந்து அழுதாள்.

"எனக்கு பயம்மா இருக்குடி ஆனந்தி. இதெல்லாம் எதுல போய் முடியப் போறதோ? உங்கப்பாக்கு தெரிஞ்சா உசிரையே விட்டுடுவார். சூர்யா விஷப் பரீட்சைக்கு தயாராய்ட்டான்னு தோண்றது. அரவிந்தனே இதுக்கு சம்மதிக்க மாட்டான்."

"அப்போ. நீ அவன் காதலி. இப்போ நீ சூர்யாவோட பொண்டாட்டி! இன்னோர்த்தன் பெண்டாட்டியைக் கூட்டிண்டு போய் வாழற அளவுக்கு அரவிந்தன், தரம் தாழ்ந்து போய்டுவான்னா நினைக்கற? நட்பு வெறில சூர்யாக்குதான் புத்தி கெட்டுப் போய்டுத்துன்னா நீயும் அவனுக்கு பக்க வாத்தியம் போடறேங்கறயே. இதெல்லாம் நடக்கற காரியமாடி ஆனந்தி கொஞ்சம் யோசிச்சு பார்.

அதுக்கப்பறம் இந்த ஊர்ல நம்மால் தலை நிமிர்ந்து வாழ முடியுமா? காதலிக்கறதும், காதல் தோல்வி ஏற்படறதும் இந்த உலகத்துல யாருக்கும் நடக்காத விஷயமா என்ன? உனக்கு

முன்னாடி எத்தனை பேர்? எல்லாரும் என்ன உடைஞ்சா போய்ட்டா? பழசை மறந்துட்டு புதுசா வாழ்க்கையைத் தொடங்கலையா என்ன? கை நழுவிப் போனதை நினைச்சுண்டு சந்தோஷமா வாழத் தெரிய வேண்டாமா? சிநேகிதன் மேல இருக்கற அன்புல சூர்யா அப்படி ஒரு முடிவு எடுத்துட்டா கூட நீயாவது அவனுக்கு எது சரி எது தப்புன்னு எடுத்து சொல்லி அவன் மனசை மாத்தி அவனோட நல்லபடியா வாழ முயற்சி எடுக்க வேண்டாமா?"

ஆனந்தி எந்த பதிலும் சொல்லாமல் அம்மாவை வெறித்துப் பார்த்தாள்.

"நா சொல்றது புரிஞ்சுதா...?"

"புரிஞ்சுது. ஆனா அது நடக்காதும்மா."

"ஏண்டி நடக்காது?"

"தொப்புள் கொடி அறுத்து, உன் பக்கத்துல என்னை படுக்க வெச்சுண்டயே அந்த நிமிஷமே இவ உனக்கு தாண்டான்னு நீ அரவிந்தன்கிட்ட சொன்ன பார் அப்பவே எனக்கும் அரவிந்தனுக்கும், நிச்சயம் பண்ணியாச்சு. சொல்லப் போனா சூர்யா தாலி கட்டினதே இன்னோர்த்தன் பெண்டாட்டிக்குத்தான்."

அவள் பதிலில் அம்மா அதிர்ந்து போனாள். தவறு உங்களுடையதே தவிர எங்களுடையதில்லை என்று சொல்கிறாளா? சின்னக் குழந்தைகளிடம் எதையும் பேசி உறுதி செய்துவிட்டால் அது பசுமரத்தாணிதான் என்று இப்போது புரிந்து என்ன பயன்? இந்த ஆணியை எடுக்க முயற்சித்தால் மரமே பிளந்து விடும் என்று பெண் எச்சரிக்கை செய்கிறாள். கற்பென்பது புருஷன் மனைவி உறவுக்கு மட்டும்தான் என்று இந்த உலகம் காலம் காலமாய் சொல்லி வந்திருக்கிறது. இன்றைய தலைமுறை அதையும் மறுக்கிறது. காதலுக்கும் கற்புண்டு என்கிறது. ஆனால் உலகம் இதை ஏற்குமா...? காலம் காலமாக தங்கள்மேல் திணிக்கப்பட்ட கருத்துக்களை அது மாற்றிக் கொள்ளுமா? இரண்டு தலைமுறைகளுக்கிடையில் இதனால் யுத்தம்

மூளுமோ-? இரண்டு பேரும் விளிம்பில் நின்று பலப்பரீட்சை நடத்துவார்களா? கயிறு இழுக்கும் இந்த போட்டியில் யார் பக்கம் யார் போய் விழுவார்கள்? யார் ஜெயிப்பார்கள்...?

ஜானகி பெருமூச்சு விட்டாள். ஒரு பக்கம் புருஷன் ஒரு பக்கம் பெண். இதில் யார் தோற்றாலும் வலிக்கும். பெண்ணுக்கு நல்வாழ்க்கை கிடைக்குமானால் புருஷனின் தோல்வியைக்கூட தாங்கிக் கொள்ளலாம். ஆனால் அடி மரத்தின் பிடிவாதத்திற்கு அடிபணிய முடியாமல் விழுதுகள் அறுந்து விட்டால்...? நினைக்கவே நடுங்கியது அவளுக்கு. அதன் பிறகு பெண்ணிடம் எதுவும் பேசக்கூட தயங்கினாள்.

"ஆனந்தியம்மா...?"

குரல் கேட்க ஆனந்தி திடுக்கிட்டு திரும்பினாள். தபால்காரர் நின்றிருந்தார். "அரவிந்தன்கிட்டேர்ந்து தபால் வந்துதுதாயி. உங்க வீட்டுக்குப் போற வழில உங்கப்பாவைப் பார்த்தேன். அவர்கிட்டயே கொடுத்துட்டேன். ஹும்... இப்பொ எழுதி என்ன பயன்? எல்லாந்தான் முடிஞ்சிருச்சே இலவு காத்த கிளியாட்டமா இல்ல ஆய்ட்டான் கடோசில!" - ஆனந்தி சட்டென்று எழுந்தாள். இறகு விரித்து பறவையாய் வீடு நோக்கி ஓடினாள். அப்பா ஈசிசேரில் கண் மூடி சாய்ந்திருந்தார்.

"லெட்டர் வந்துதாமே... போஸ்ட்மேன் சொன்னார்."

கதவருகில் நின்று கேட்க, கண் திறந்து அவளைப் பார்த்தார்.

"ஆமா கடுதாசி வந்துது. ஆனா அரவிந்தன் கிட்டேர்ந்து இல்ல." ராகவன் நிதானமாகச் சொன்னார். ஆனந்தி திகைத்தாள். போஸ்ட்மேன் கூறியது பொய்யா? இல்லை அப்பாதான் பொய் சொல்லுகிறார். அவள் அவரையே வெறித்துப் பார்த்தாள்.

***

அத்தியாயம் 23

"அரவிந்தனைத் தவிர. தபால் போடற அளவுக்கு வேற யாருப்பா இருக்கா வெளியூர்ல...?"

ராகவன் முறைத்தார். "இது வெளியூர் தபால்னு யார் சொன்னா...?"

"போஸ்ட்மேன் சொன்னாரே."

"அந்த மடையன் சொன்னா நம்பிடறதா? இப்பல்லாம் நம்ப ஊர் இன்லண்ட் கவரே அந்த மாடல்ல தான் இருக்கு. இதோ பார் இதைத்தான் அவன் குடுத்தான். தென்காசிலேர்ந்து குத்தகை விஷயமா வந்துது."

அப்பா நீட்டிய லெட்டரும் நீளமாய் ஏர் மெயில் லெட்டர் போலத்தான் இருந்தது. "ச்சட்... இந்த தபால்காரருக்கு கண் தெரியவில்லையா? இப்படி கிளறிவிட்டு விட்டாரே." ஆனந்தி ஏமாற்றத்தோடு திரும்பி நடந்தாள்

ராகவன் ஆசுவாசத்தோடு கண்களை மூடிக் கொண்டார். நல்ல காலம் ஒரே நேரத்தில் குத்தகை விஷயமாகவும் ஒரு கடிதம் வந்தது. அதுவும் வெளிநாட்டு கடிதம் போல் மூன்றாக மடிக்கும் சாதாரண உள்ளூர் கவரில் எழுதியிருந்ததோ. ஆனந்தியிடம் அதைக் காட்டி நிஜத்தை மறைக்க முடிந்ததோ... ராகவன் தன் அறைக்குச் சென்று கதவை சார்த்தி தாளிட்டுக் கொண்டு மறைத்து வைத்திருந்த அந்த வெளிநாட்டு கடிதத்தை

எடுத்து அவசரமாக பிரித்தார். அரவிந்தனின் முத்து முத்தான கையெழுத்து தெரிய கண்ணாடியை மாட்டிக் கொண்டு படிக்க ஆரம்பித்தார்.

மாமாவுக்கு அநேக நமஸ்காரம் என்று ஆரம்பித்திருந்தது.

"உங்கள் எல்லாருக்கும் என் மீது ஆத்திரமும் வருத்தமும் இருக்கக் கூடும். அது நியாயம்தான். திருமணம் என்ற மிக முக்கியமான ஒரு சடங்கிற்கு அதன் கதாநாயகனான நானே வராமல் போனது அனைவருக்கும் என்ன விதமான பாதிப்புகளை ஏற்படுத்தியிருக்கும் என்பது எனக்குப் புரிகிறது. அது உங்களுக்கு மிகப்பெரிய தலைக்குனிவைக்கூட தந்திருக்கக் கூடும். கல்யாணம் நின்று போவது என்பது ஒரு தகப்பனுக்கு எவ்வளவு வருத்தமான விஷயம் என்பதை என்னால் உணர முடியும்.

அதற்காக நான் முதலில் மன்னிப்புக் கேட்டுக் கொள்கிறேன். இது நிர்ப்பந்தம். வேண்டுமென்று செய்த செயலல்ல. ஒவ்வொரு யுகத்திற்கும் ஒரு தர்மமுண்டு. கிருத யுகம் ஆத்ம ஞானத்தைச் சார்ந்திருந்தது. திரேதாயுகம் யக்ஞத்தைச் சார்ந்திருந்தது. துவாபர யுகம் பக்தியைச் சார்ந்திருந்தது. இந்த கலியுகம் அன்னத்தைச் சார்ந்திருக்கிறது கிருத யுகத்தில் உடம்பில் எலும்பிருக்கும் வரை ஆயுள் உண்டென்பர். திரேதாயுகத்தில் மாமிசம் இருக்கும் வரை உடலில் உயிர் தங்கியது. துவாபர யுகத்தில் இரத்தம் உள்ள வரை உயிர் இருந்தது. ஆனால் இந்த கலியுகத்தில் ஆகாரம் குறையக் குறைய உயிர் பிரிந்துவிடும். எனவே உணவிற்காக மனிதன் தன் கடமையைச் செய்வதுதான் இந்த கலியுக தர்மம்.

உணவென்பது அவரவர் உத்யோகத்தையும் சார்ந்திருக்கிறது. செயலாற்ற உணவு முக்கியம்.

உணவு உண்ண செயலாற்றுதலும் முக்கியம். ஒன்றைச் சார்ந்து ஒன்று. எனவே இரண்டுமே முக்கியம் என்றாகிவிட்டது. இல்லற தர்மம் கடைபிடிக்கப்பட வேண்டியது எவ்வளவு முக்கியமோ அதேபோல் உத்யோக தர்மங்களும் உண்டு. பல பேரின் உயிரும் பல கோடி ரூபாய் பெறுமானமுள்ள சரக்குகளும், பல மனிதர்களின் சக்தியால் உருவான மிகப்பெரிய கப்பலும் நடுக்கடலில் மூழ்கத் துவங்கிய நிலையில் என் சொந்த வாழ்வின் சுகமான தருணங்களை மறக்க வேண்டிய நிர்ப்பந்தம் எனக்கு ஏற்பட்டது.

என் உத்யோக தர்மம் எதுவோ அதை ஆத்ம திருப்தியோடு செய்வதுதான் மனித தர்மம் என்பது எனக்குப் புரிந்தது. எனவேதான் ஒரு சின்ன தகவல்கூட பரிமாற இயலாத நிலையில் புறப்பட்டு விட்டேன். அனைவருக்கும் சிரமம் கொடுத்து விட்டேன். என் கடமை நல்ல விதமாக முடிந்து விட்டது. இன்றைக்கு பதினைந்தாம் நாள் நான் பம்பாயிலிருப்பேன். அதற்கடுத்தவாரம் ஊருக்கு வருகிறேன் நான் வந்த பிறகு நின்றுபோன திருமணம் இனிதே நடக்கும்.

கோயிலில் வைத்து எளிமையாய் தாலி கட்டி ஆனந்தியை என் மனைவியாக்கிக்கொள்ள விரும்புகிறேன். எல்லாரையும் விட உங்கள் நிம்மதிதான் எனக்கு முக்கியம் என்பதால் உங்களுக்கு மட்டும்தான் கடிதம் எழுதுகிறேன். நீங்களே இந்த சந்தோஷத்தை அனைவரோடும் பகிர்ந்து கொள்வீர்கள் என்பதால்தான் சூர்யாவுக்கு கூட கடிதம் எழுதவில்லை. விரைவில் வருகிறேன். இனியொரு தடங்கலும் ஏற்படாதிருக்க இறைவனை பிரார்த்திக்கிறேன்."

இப்படிக்கு
உங்கள் அரவிந்தன்

ராகவன் கடிதத்தை மடித்தார். அவர் கண்கள் கலங்கியிருந்தது. உஷ்ணமாய் பெருமூச்சு வெளிப்பட்டது. "உன் தர்மத்தை எல்லாம் நீ சொல்லிவிட்டாய் அரவிந்தா. என் தர்மம் எதுவென்று உனக்கு நான் சொல்லவேண்டாமா? வருகிறேன். அனைவரையும் நீ சந்திப்பதற்கு முன் நான் உன்னை சந்திக்கிறேன். அதன் பின் தர்மத்தைப் பற்றி நாம் விலாவாரியாகப் பேசுவோம்."

ராகவன் கடிதத்தை மடித்து மிக பத்திரமான இடத்தில் மறைத்து வைத்தார். அவனுடைய பம்பாய் விலாசத்தையும் தேடி எடுத்து வைத்தார். சரியாய் பத்து நாள் கழித்து ஊருக்குப் புறப்பட்டவரை ஜானகி வியப்போடு பார்த்தாள்.

"திடீர்னு என்ன...? சூர்யா வீடு பார்த்துட்டானான்னு பார்க்கவா?"

"ஆமாம். அவன் பார்க்காட்டி நானே பாத்துக் கொடுத்துட்டு வரேன். இன்னும் எத்தனை நாளைக்கு கல்யாணம் கழிஞ்ச பெண்ணை ஊரோட வெக்சுக்க முடியும்?"

ராகவன் அன்று இரவு பாஸஞ்சரில் சென்னைக்குப் புறப்பட்டார். விடியலில் சென்னையை அடைந்தார். அந்த விடியற்காலையில் மூர்த்தியின் வீடு அவரை எதிர்பார்க்கவில்லை. ராகவனை அமர வைத்துவிட்டு தூங்கிக் கொண்டிருந்த சூர்யாவை அவசரமாக எழுப்பினாள் மாமி. சூர்யா திகைப்போடு அவரைப் பார்த்தான்.

"என்னாச்சு மாமா? வரப்போறதா சொல்லவேல்லியே!"

"ம் மெட்ராஸ்ல. வாடகைக்கு வீடு கிடைக்காட்டா என்ன சொந்தமாவாவது வாங்கி குடித்தனம் வெச்சுடலாம்னுதான் வந்தேன்."

சூர்யாவின் முகம் சுருங்கியது "இல்ல மாமா நானே வரதாதான் இருந்தேன். பட் ஆபிஸ்ல ரொம்ப வேலை."

"அப்பொ வீடு பார்த்தாச்சா...?"

“அவன் எதுக்கு வீடு பார்க்கணும் நாங்க இங்க இருக்கும்போது?” மாமி இருவருக்கும் நுரை பொங்க காப்பி கொண்டு வந்தாள்.

“இவ்ளோ பெரிய வீடு இருக்கும்போது அவா ஏன் தனியா வீடு பார்க்கணும்? போய் ஆனந்திய அழைச்சுண்டு வந்துடுன்னு நானும் பத்து நாளா சொல்லிட்ருக்கேன் பாவம். அவனுக்கு சரியான வேலை. இந்த வாரம் தான் வரதா இருந்தான். அதுக்குள்ள நீங்களே வந்துட்டேள். வரது. வந்தேள் ஆனந்தியையும் கூட்டிண்டே வந்திருக்கலாமே.”

“ரொம்ப சந்தோஷம் வரமுடியாட்டாலும் ஒரு கடுதாசியாவது போட்டிருந்தா பொண்ணையும் கூட்டிண்டே வந்திருப்பேன்.”

“எங்கே. காலம்பற போனா ராத்திரிதான் வரான். என்ன வேலையோ...? அலுத்துப் போய் தூங்கிடறான். நீங்க வந்திருக்காட்டா இத்தனை நேரத்துக்கு புறப்பட்டு போயிருப்பான்.”

“அப்பொ நீ ஊருக்கு போறயா சூரி...?”

“ம்... போகலாம்னு இருக்கேன்.”

“வேண்டாம். நானே நாள் பார்த்து கொண்டு வந்து விடறேன். எனக்கு இங்க ஒரு வேலை இருக்கு... ஒரு வாரம் மெட்ராஸ்லதான் இருப்பேன்.”

“அதுக்கென்ன தாராளமா இங்கயே இருக்கலாமே.”

“இல்ல... வேண்டாம். தாம்பரத்துல என் சிநேகிதன் இருக்கான். குத்தகை விஷயமா அங்க ஒருத்தரை பார்க்க வேண்டியிருக்கு. அங்கயே தங்கிக்கறேன். போகும்போது போன் பண்றேன்.”

ராகவன் எழுந்து கொண்டார். “சாப்ட்டுட்டு போலாமே.”

“பொண்ணோட வந்து ஆனந்தமா சாப்பிடறேன். மூர்த்திக்கு கால் எப்டியிருக்கு?”

"பரவால்ல இன்னும் எழுந்திருக்கல. மாத்திரையெல்லாம் போட்டுக்கறதுல நன்னா தூங்கிடறார். எழுப்பட்டுமா...?"

"இருக்கட்டும் நான் வந்தேன்னு சொல்லுங்கோ. அடுத்த முறை வரும்போது பார்க்கறேன்" ராகவன் தான் வாங்கி வந்திருந்த பூ பழத்தை கொடுத்துவிட்டு கிளம்பினார். சூர்யா பஸ் ஸ்டாண்டு வரை உடன் சென்றான்.

"அரவிந்தன் கிட்டேர்ந்து லெட்டர் ஏதாவது வந்துதா?" மெல்ல கேட்டான்.

"இல்லையே... இங்க ஏதாவது வந்துதா?"

"இல்ல. போன் பண்ணினேன். இன்னும் வரலன்னு தகவல் கிடைச்சுது."

"அப்டியா...?" உணர்ச்சியின்றி கேட்டார் ராகவன்.

சென்ட்ரல் போகும் பஸ் வந்தது. "பார்க் ஸ்டேஷன்லேர்ந்து டிரெயின்ல தாம்பரம் போயிடறேன்" என்றபடி ஏறிக் கொண்டார்.

அன்றிரவு புறப்பட்ட பம்பாய் டிரெயினில் அன்ரிஸர்வ்ட் பெட்டியில் பிதுங்கியடித்துக்கொண்டு பயணப்பட்டார்.

அரவிந்தன் பம்பாய் ஏர்போர்ட்டில் இறங்கிய அன்று அவனை வரவேற்பது போல் காத்திருந்தார்.

அவரைக் கண்டதும் அரவிந்தனின் முகம் மலர்ந்தது. வேகமாய் வந்து அவர் காலைத் தொட்டு வணங்கினான்.

"உங்களை நா இங்க எதிர்பார்க்கவே இல்ல மாமா. ஊர்ல எல்லாரும் சௌக்யம்தானே. என் லெட்டர் பார்த்து எல்லார்க்கும் சந்தோஷம்தானே." "சந்தோஷம்தான் அரவிந்தா உங்கிட்ட நிறைய பேசணும் எனக்கு. அதான் நேர்ல நானே வந்துட்டேன்."

"போலாம் மாமா போய் குளிச்சு சாப்ட்டுட்டு ஆற அமற பேசுவோமே. ஆனந்தி எப்டியிருக்கா அதைச் சொல்லுங்கோ கல்யாணம் நின்னுடுத்தேன்னு ரொம்ப அழுதாளா...?"

அவன் கேட்டதற்கு அவர் பதில் சொல்லாமல் சிரித்தார்.

கம்பெனியிலிருந்து கார். வந்திருந்தது. செல்லுலரில் யாரிடமோ பேசிவிட்டு அவரையும் அழைத்துக் கொண்டு வீட்டுக்குப் போனான். ஒரு மாதமாய் ஆளில்லாததால் வீடு தூசி படிந்திருந்தது.

"ஒரு நிமிஷம் மாமா" என்றவன். வேக்வம் க்ளீனரைக் கொண்டு பத்து நிமிடத்தில் வீட்டை சுத்தப்படுத்தினான். தனக்கும் மாமாவுக்கும் டெலிபோனிலேயே டிபனுக்கு ஆர்டர் செய்துவிட்டு குளிக்கப் போனான்.

.உப்புக் காற்றிலேயே ஒரு மாதம் இருந்ததில் தோல் வறண்டு கருத்து விட்டது போலிருந்தது. அலுப்பு தீர சுடு நீரில் நன்கு குளித்தான். மாமாவையும் குளிக்கச் சொன்னான்.

டிபன் சாப்பிட்டு முடிக்கும் வரை இருவரும் பொதுவான விஷயங்கள்தான் பேசினார்கள்.

சாப்பிட்ட பிறகு மாமாவுக்கு ஒரு பீடாவை நீட்டிவிட்டு அவர் எதிரில் உட்கார்ந்தவன் "நா கேட்டதுக்கு நீங்க பதிலே சொல்லலையே" என்றான்.

"என்ன கேட்ட நீ?"

"கல்யாணம் நின்னதுக்கு ஆனந்தி அழுதாளா? என்னைக் காணலைன்னு பயந்துட்டாளா?"

மாமா தலையாட்டினார்.

"இல்ல அரவிந்தா கல்யாணம் நின்னாதானே?" அரவிந்தன் திடுக்கிட்டான். அவரை பதற்றத்தோடு பார்த்தான்.

❋❋❋

அத்தியாயம் 24

வாய் திறந்து எதுவும் கேட்கக் கூட நடுக்கமாயிருந்தது. மனதிற்கு மகிழ்ச்சியளிக்காத எதையாவது அவர் சொல்லிவிடப்போகிறார் என்ற பயத்தில் எதுவும் கேட்கக்கூட பயந்து அவரையே வெறித்துப் பார்த்தான் அரவிந்தன். அவர் மேற்கொண்டு எதுவும் பேசுவதற்குள் எங்காவது ஓடி விடலாம் போலிருந்தது. ஆழ்கடலுக்கு மத்தியில் உப்புக் காற்றில் பட்ட சிரமங்களைவிட இந்த நிமிடம் அவர் முன்னால் அமர்ந்திருப்பது சிரமமாய்த் தோன்றியது. அவன் பயமும் தவிப்பும் அவருக்கும் புரியவே செய்தது. அந்த தவிப்பு கண்டு ஒரு வினாடி அவருக்கே மனம் உருகியது. தான் அவசரப்பட்டு ரங்குவை மாப்பிள்ளையாக்கியது தான் எல்லாவற்றுக்கும் காரணம் என்பது புரிய குற்ற உணர்ச்சியில் ஒரு சில நிமிடம் அவரால் பேச இயலவில்லை. காலம் மிக கனமாக மௌனத்தில் கரைந்தது.

"நா தப்பு பண்ணிட்டேன் அரவிந்தா" சற்று நேரம் கழித்து சொன்னவர் குரல் துக்கத்தில் தோய்ந்து வெளிப்பட்டது. அரவிந்தன் கலக்கத்தோடு அவரை ஏறிட்டுப் பார்த்தான்.

"உன்னைக் காணும்னதும் என் பொறுமை போய்டுத்து அரவிந்தா. ஒரு சாதாரண மனுஷனாய்ட்டேன். முதமுதல்ல நடக்க இருக்கற கல்யாணம் நிக்கறதான்னு சென்டிமென்டலா யோசிக்க ஆரம்பிச்சுட்டேன். கல்யாணத்தை தள்ளிப்போட

எனக்கு இஷ்டமில்ல. எவ்ளோ ஏற்பாடுகள்! ஊர் முழுக்க கூடி நிக்கறது. உன்னைக் காணும். ஆளாளுக்கு கூடிக்கூடிப் பேசிக்கறா. ஸ்டேஷனுக்கும் சத்திரத்துக்கும் நடந்து நடந்து சோர்ந்து போய்ட்டான் சூர்யா. நீ என்ன ஆனங்கற கவலையைவிட, ஆனந்தியோட சந்தோஷத்தைவிட என் மானப்பிரச்சனை தான் அப்போ எனக்கு பெரிசா இருந்துது. கல்யாணத்தை நிறுத்தறது அபசகுனமா தோணித்து. எனக்கு தூபம் போட்டாப்போல சக்கு ஏதோ பேசி என் மனசைக் கலைச்சுட்டா.எனக்கும்புத்திகெட்டுடுத்துன்னுதான்சொல்லணும். அவ பிள்ளை ரங்குவை திடீர் மாப்பிள்ளையாக்கிட்டேன்.''

''மாமா...'' அரவிந்தன் துடித்துப் போய் அவரைப் பார்த்தான். உயிர் போவது போலிருந்தது அவனுக்கு.

''ஆனா தாலி கட்டற நேரத்துல நா நினைச்சபடி ரங்கு தாலி கட்டல. கண் இமைக்கற வினாடில எங்கேர்ந்தோ வந்த சூர்யாதான் ஆனந்தி கழுத்துல தாலி கட்டினான்.''

''சூர்... நோ... நா நம்ப மாட்டேன் மாமா. நா நம்ப மாட்டேன்'' அரவிந்தன் தீனமாய் அலறினான்.

''நாங்களும் நம்பல அரவிந்தா. ஆனா இதான் நிஜம். சில நேரம் உண்மை கசப்பாதான் இருக்கும். முழுங்கித்தான் ஆகணும்.''

அரவிந்தன் முகத்தை மூடிக்கொண்டான். ''நா நம்பமாட்டேன் மாமா. என் சூர்யா அப்டி செய்திருக்க மாட்டான். ஆனா நீங்க சொல்றது நிஜம்னா அந்த நிஜத்துக்கு பின்னாடி இன்னோரு நிஜம் கண்டிப்பா இருக்கும். எனக்கு சூர்யாவைப்பத்தி நன்னா தெரியும், காரணமில்லாம அவன் ஆனந்தி கழுத்துல தாலி கட்டியிருக்கவே மாட்டான்.''

பேசிக் கொண்டேயிருந்த அரவிந்தன் சட்டென்று நிறுத்தினான். அவன் கண்கள் திடீரென்று பளிச்சிட்டது. ''யெஸ்...'' என்று தலையாட்டினான்.

''நீங்க சொல்றது நிஜம்தானே மாமா...?''

''இன்னுமா உனக்கு நம்பிக்கை ஏற்படல? நாம் நினைக்கறது எதுவும் நடக்கறதில்ல அரவிந்தா. ஆனந்தி உன்னை நினைச்சா. நா ரங்குவை மாப்பிள்ளையாக்க நினைச்சேன். ரெண்டுமே கடசீல நடக்கல. சூர்யாக்கு தான் பகவான் அவளை முடிச்சு போட்ருக்கான்.''

''இல்ல மாமா இல்ல... சூர்யா அவ கழுத்துல தாலி கட்டியிருக்கலாம். ஆனா நிச்சயம் தனக்காக கட்டியிருக்க மாட்டான். எனக்காகத்தான் கட்டியிருப்பான். ரங்குவுக்கு அவ மனைவியாகத்தைத் தடுக்கத்தான் கண்டிப்பா இப்படி செய்திருப்பான். எனக்கு சூர்யாவை உடனே பார்க்கணும் மாமா. அவன் பரிதவிச்சுண்டு இருப்பான். தன் உயிரைக் கொடுத்து காப்பாத்தி முத்தை எங்கிட்ட சேர்த்துடணும்னு தவமிருப்பான். இதுதான் நிஜம். அவளோட நிழலைக்கூட அவன் தீண்டியிருக்க மாட்டான் மாமா. எனக்கு அவனை உடனே பார்க்கணும். இப்ப அவன் எங்க இருக்கான்? மெட்ராஸ்லயா இல்ல நம்ம ஊர்லயா...?''

அவன் பேசப் பேச ராகவனின் முகம் மாறியது. இப்படியும் ஒரு சிநேகமா என்ற பிரம்மிப்பு ஏற்பட்டது. கூடவே எங்கே அவன் சூர்யாவை சந்தித்துவிடப் போகிறானோ என்ற பயமும் பொங்க, மறுநிமிடம் அவர் அரவிந்தனின் காலடியில் நெடுஞ்சாண் கிடையாக விழுந்தார். அரவிந்தன் பதறிப் போய் அவரைப் பார்த்தான்.

''எ... என்ன மாமா இது?'' என்றபடி வேகமாய் நகர்ந்து கொண்டான்.

எழுந்து நின்ற ராகவனின் கண்கள் குளமாகி நீர் வடிந்தது. அரவிந்தனைப் பார்த்து கை கூப்பினார் அவர்.

''இனிமே நீ அவாளைப் பார்க்க வேண்டாம் அரவிந்தா. நீ வந்தா நிச்சயமா அவன் ஆனந்தியை உன்னோட அனுப்பிடுவான். எம்பொண்ணை ஒழுக்கங்கெட்டவன்னு

உலகம் காறித் துப்பும். ஊர்ல என்னால தலை நிமிர்ந்து நடக்க முடியாது. மானம் போன பின்னால ஒரு நிமிஷம் கூட நா உயிர் வாழ மாட்டேன். என் சாவுலதான் உங்களுக்கு சந்தோஷம் கிடைக்கும்னா சொல்லு இங்கயே நா உசிரைப் போக்கிக்கறேன். அதுக்கப்புறம் ஆனந்தியைக் கூட்டிண்டு எங்க வேணா போய்ச் சந்தோஷமா இரு."

"மா... மா என்ன மாமா... என்னென்னவோ பேசறேள்...?"

"நீ உன் சிநேகிதன் மேல வெச்சிருந்த நம்பிக்கை வீண் போகல அரவிந்தா. சூர்யா உங்கிட்ட அவளை ஒப்படைக்கற எண்ணத்துல அவ கழுத்துல தாலி கட்டினாலும் என்னைப் பொறுத்தவரை அவன்தான் அவளுக்கு ஆம்படையான். அவனோடதான் அவ வாழ்ந்தாகணும். இது பகவான் போட்ட முடிச்சு. நாம எல்லாருமே இதுக்கு கட்டுப்பட்டு தான் ஆகணும். காதல் தோல்விங்கறது இந்தப் பூமில நடக்காத ஒண்ணில்ல. தோல்வியை மனசுக்குள்ள அழுத்திண்டு எத்தனையோ பேர் நல்லபடியா வாழ்ந்துண்டுதான் இருக்கா. ஆனந்தியும் அப்டி வாழத்தான் வேணும். சூர்யாவோட. இன்னிக்கில்லாட்டாலும் நிச்சயம் ஒரு நாள் அவா ரெண்டு பேருமே தன் மனசை மாத்திண்டு நல்லபடியா வாழ்வாங்கற நம்பிக்கை எனக்கிருக்கு. ஆனா உன்னைப் பார்த்துட்டா நிச்சயம் அவ மனசு தடுமாறும். தன் லட்சியம் தான் பெர்சுன்னு சூர்யாவும் நம்ம பண்பாட்டை சாகடிச்சுடுவான். அப்டி. மட்டும் நடந்துட்டா அடுத்த நிமிஷம் என் உசிர் போய்டும். உனக்கு எது நடக்கணும் அரவிந்தா? எது வேணும்...? என் சாவா இல்ல அவா வாழ்வா...? ரெண்டுல ஒண்ணு இப்பவே தீர்மானம் பண்ணிச் சொல்லு. உன் முடிவைத் தெரிஞ்சுண்டுதான் நா என் அடுத்த காரியத்தை செய்யணும். அதாவது உசிரை விடணும் அல்லது ஊருக்கு போணும்."

மாமா நிறுத்த அரவிந்தன் திக்பிரமை பிடித்தவனாய் நின்று விட்டான்.

ஆயிரம் கனவுகளோடும், கற்பனைகளோடும் திருமணத்திற்காக ஊருக்குக் கிளம்பிக் கொண்டிருக்கையில் செல்லுலரில் உடனே வா என்ற உத்திரவு வர, அடுத்த அரை மணியில் தன் மேலதிகாரியின் முன் நின்றவனிடம் கப்பல் மூழ்கத் தொடங்கியிருக்கும் ஆபத்தான நிலையைத் கூறி உடனே நீ அந்த இடத்துக்குப் புறப்பட வேண்டும் என்று கூறியபோதுகூட இந்த அளவு அதிர்ச்சியடையவில்லை.

தன் சொந்த சுகத்தைவிட உத்யோக கடமைகள் பெரிதென்பதால் எந்தவித முகச்சுளிப்போ துக்கமோ இன்றி, யாருக்கும் தகவல்கூட சொல்ல முடியாத நிலையில் மிக அவசரமாக விமானம் ஏறினான். போன இடத்தின் சூழ்நிலையிலும், ஆபத்தான பணியிலும், மற்ற அவதிகளிலும், உணவு உறக்கமில்லாத இடைவிடாத பணியிலும் சுத்தமாய் தன் திருமணமோ, அதனால் மற்றவர்களுக்கு ஏற்படும் சங்கடங்களோ எதுவும் அவன் நினைவில் இல்லை.

ஓரளவுக்கு சேதமின்றி பொருட்களும், ஆட்களையும் காப்பாற்றிய பிறகு ஆபத்து இனி அதிகமில்லை என்று ஆன பிறகுதான் ஒரு நிதானமான நேரத்தில் தன்னால் ஊரில் என்னென்ன அமளிகள் ஆகியிருக்குமோ என்று நினைத்தான். அப்போதுகூட, அவனுக்கு என்ன ஆயிற்றோ என்று எல்லோரும் கவலைப்பட்டிருப்பார்கள் என்றும், அந்த கவலையினாலும் அவன் வராத நிலையினாலும் கல்யாணம் நின்று போயிருக்கும் என்றும் ஆளாளுக்கு அவனைத் தேடி புறப்பட்டிருப்பார்கள் என்றும்தான் நினைத்தானே தவிர, ராகவன் இப்படி பைத்தியக்காரத்தனமாய் ரங்குவை மாப்பிள்ளையாக்கி, இக்கட்டான ஒரு சூழ்நிலைக்கு எல்லாரையும் தள்ளிவிடுவார் என்று நினைக்கவில்லை, அப்படிப்பட்ட சூழலில் சூர்யா மிக நல்ல எண்ணத்தோடு நண்பனுக்காக செய்த ஒரு செயலைவிட, அதன் பின்விளைவாக இன்று மாமா அவனிடம் பேசும் பேச்சுதான் அவனை மிகுந்த அதிர்ச்சிக்குள்ளாக்கியிருந்தது. சூர்யாவின் மனமும் அவன்

நோக்கமும் சிறிதும் சந்தேகத்திற்கிடமின்றி புரிந்தாலும்கூட மாமா போட்ட கண்டிஷன் அவனை தடுமாறச் செய்தது.

மாமாவின் கண்டிஷனுக்குக் கட்டுப்பட்டால் தனக்காக மிகப்பெரிய காரியம் செய்திருக்கும் சூர்யாவை கடைசி வரை அந்த நாடகச் சிறையிலேயே அடைத்து வைத்து ஆயுள் தண்டனையளித்தது போலாகும். உனக்கு உதவப் போய் எனக்கு இப்படி ஒரு நிலையை அளித்துவிட்டாயே என்று சூர்யா வேதனைப்படுவான். நண்பனுக்கு துரோகம் செய்ய மனமின்றி அவன் லட்சியத்தில் அவன் வெற்றி பெறும் வகையில் ஆனந்தியை ஏற்றுக்கொண்டால் மாமா மறுவினாடி உயிரை விட்டுவிடுவேன் என்று மிரட்டுகிறார். மாமாவுக்காக நட்பை புறக்கணிப்பதா அல்லது நட்பும், ஆனந்தியும்தான் பெரிதென்று மாமா செத்தாலும் பரவாயில்லை என்று அவரை அலட்சியப்படுத்துவதா... இதில் எது சரி? எது தவறு?

அரவிந்தன் தடுமாறினான். மாமாவைப் பரிதாபமாகப் பார்த்தான். "கடவுளே நான் என்ன முடிவெடுக்கட்டும்...? மாமா அப்படி செத்துப்போய்விட்டால் ஆனந்தியோடு என்னால் சந்தோஷமாக வாழ்ந்துவிட முடியுமா? விஷயம் தெரிந்தால் இவ்வளவு சுயநலமியா நீங்கள் என்று அவளேகூட என்னை கேட்பாளே! ஏன் இப்படி ஒரு சோதனையான கட்டத்தில் என்னை நிறுத்தி விட்டாய்...?"

என்ன முடிவெடுப்பது என்று புரியாமல் மறுபடியும் மாமாவைப் பார்த்தான். அவன் கஷ்டம் புரிந்தாற்போல் அவரே அவன் உதவிக்கு வந்தார்.

"நா சொல்றதெல்லாம் உனக்கு கஷ்டமாதான் இருக்கும் அரவிந்தா. ஆனா ஒரு தகப்பனா என் நிலமைல நின்னு பார்த்தாதான், என் பக்கத்து தர்மம் உனக்கு தெரியும். எந்த சூழ்நிலைல கட்டினாலும் தாலி, தாலியாதான் மதிக்கப்படணும். அதைக் கட்டினவன் தான் புருஷன்னு மனசை மாத்திக்கத் தெரியணும். நா வளர்ந்த சூழல் அப்டி. உங்க கோட்பாடுகளையும்

புரட்சிகளையும் என்னால் சகிச்சுக்கவோ ஜீரணிக்கவோ முடியாது என்னை மாத்திக்கவும் முடியாது. காலம் காலமா காப்பாத்திண்டு வர பண்பாட்டை ஒரு நொடில வேண்டாம்னு தூக்கியெறியவும் முடியாது. என்னை நீயும் புரிஞ்சுக்கணும். நிதானமா யோசிச்சுப் பார்த்தா என் வார்த்தைகள்ள இருக்கற சத்தியம் புரியும் தர்மத்தைபத்தி விலாவாரியா லெட்டர்ல எழுதற உனக்கு எது தர்மம்னு சொல்லித்தான் தெரியணுமா என்ன...?''

''நா என்ன செய்யணும் மாமா...?'' அரவிந்தன் தீனமான குரலில் கேட்டான்.

''நீ ஊருக்கு வந்துடாத. அரவிந்தா அவா ரெண்டு பேரும் ஒண்ணு சேர்ந்து வாழ ஆரம்பிச்சுட்டான்னா நானே உனக்கு தகவல் சொல்றேன். அதுக்கப்பறம் வா போதும். அதுவரை அவா கண்லகூட படக்கூடாது.''

''அம்மா அப்பாவை நா எப்டி மாமா வேண்டாம்னு வெக்க முடியும்?''

''நீ ஒரு முடிவெடுத்தா உன்னைப் பெத்தவா அதுக்கு கண்டிப்பா கட்டுப்படுவா அவாளையும் உன்கூட கூட்டிண்டு வந்தாலும் சரி, அல்லது கொஞ்ச காலம் அவாளுக்கும்கூட தெரியாம எங்கயாவது தூர தேசத்துக்கு போனாலும் சரி. பேசணும்னு தோணித்துன்னா இருக்கவே இருக்கு போஸ்ட் ஆபீஸ். அங்க கூப்ட்டு பேசிக்கலாம். உன்னை மீறி உங்கம்மா உன்னைப்பத்தி சூர்யாக்கு எதுவும் சொல்லாம பார்த்துக்க வேண்டியது உன் கைலதான் இருக்கு.''

அரவிந்தன் மௌனமாய் நின்றான்.

''இதெல்லாம் உன்னால முடியலன்னா இன்னோரு வழியும் இருக்கு அரவிந்தா.''

அது என்ன என்பதுபோல் பார்த்தான் அவன்.

"உடனடியா நீயும் ஒரு பெண்ணைப் பார்த்து கல்யாணம் பண்ணிண்டு ஊருக்கு வந்தாலும் எல்லா பிரச்சனையும் தீர்ந்துடும்."

மாமா சொல்ல அரவிந்தன் நிலைகுலைந்து போனான்.

✻✻✻

அத்தியாயம் 25

இதை விதி என்பதா? சோதனை என்பதா...? அது எதுவாயினும் அதை ஜெயிக்க இயலுமா அல்லது பலியாகத்தான் வேண்டுமா? இது மிகப் பெரிய பொறி. யாரோ ஒருவரை இது பலி கொள்ளக் காத்திருக்கிறது. ஒன்று அவன் அல்லது மாமா, அல்லது ஆனந்தியும் சூர்யாவும். இவன் எடுக்கும் முடிவு எதுவாயினும் பலி நிச்சயம். இந்த முடிவில் சுயநலம் பார்த்தால் வாழ்நாள் முழுக்க மனசாட்சிக்கு பதில் சொல்லிக் கொண்டு ஆயுள் கைதியாய் வாழ வேண்டியிருக்கும். அதைவிட இங்கே மற்றவர் நலனே பெரிதென்று மாமாவின் விருப்பப்படியே கண்காணாமல் போய் விடுவது உத்தமம்.

அவர் சொல்வதுபோல் நாளாவட்டத்தில் இந்த உலகத்தின் சராசரி அலைகளில் சூர்யாவும் ஆனந்தியும் கரைந்து கலந்து விடலாம். இப்போது இருக்கும் உறுதியும் பிடிவாதமும் மெல்ல மெல்ல வீரியமிழக்கலாம். காலம் அவர்களுக்குள் நெருக்கத்தை ஏற்படுத்தலாம். புருஷன் மனைவி என்ற உறவும் உரிமையும் வெளியுலகில் மட்டுமல்லாது நான்கு சுவர்களுக்குள்ளும்கூட மெல்ல மெல்ல வளரும் வாய்ப்பிருக்கிறது.

அப்படி மாமா சொல்வதுபோல் அவர்கள் சந்தோஷமாக வாழ ஆரம்பித்துவிட்டால் அதில் துக்கப்பட என்ன இருக்கிறது. அவர்களின் நல்வாழ்வுதானே இவன் குறிக்கோளும்! குறிக்கோள் எப்படி ஈடேறினால் என்ன...?

யாருக்கு எது என்று எழுதி வைத்திருக்கிறதோ அது, யார் தடுத்தாலும் போய்ச் சேரும். இதுதான் இவர்கள் வாழ்க்கையில் நடந்திருக்கிறது. மனித விருப்பமும் தெய்வ விருப்பமும் வேறு வேறாயிருக்கிறது. தெய்வத்தின் முடிவுக்கு கட்டுப்பட வேண்டியது மனிதனின் கடமை. அதுதான் தர்மமும் கூட.

அரவிந்தன் ஒரு தெளிவோடு மாமாவைப் பார்த்தான்.

உங்க தர்மத்தை நா மதிக்கறேன் மாமா. கல்யாணத்தைப்பத்தி நினைச்சுப் பார்க்கற நிலமைல நான் இப்பொ இல்ல. ஆனா நீங்க சொல்றாப்போல அஞ்ஞாத வாசம் போக என்னால முடியும். ராமாயணத்துலயும் மகாபாரதத்துலயும் பதினாலு வருஷம் வனவாசம். எனக்கும் அதேதான். இன்னும் பதினாலு வருஷம். உங்கமேல சத்தியமா யார் கண்ணுலயும் பட மாட்டேன். எங்கயாவது வெளிநாட்டுக்குப் போயிடறேன். பிறந்த கடமைக்கு அம்மாக்கு மட்டும் ஒரு லெட்டர் தரேன். நீங்க கொடுக்க வேண்டாம். மெட்ராஸ் போய் போஸ்ட் பண்ணிடுங்கோ. நான் பம்பாய்க்கு வந்தது யாருக்கும் தெரிய வேண்டாம். நீங்க என்னைப் பார்த்ததும் யாருக்கும் தெரிய வேண்டாம். குழம்பட்டும். குழம்பினாதான் தெளியும்.

"எனக்கு ஆனந்தி ஒரு கண், சூர்யா இன்னொரு கண் ரெண்டு பேரும் நன்னார்க்கணும். அதுக்காக உலகத்துல எந்த மூலைக்கு வேணும்னாலும் போக நான் தயாரா இருக்கேன். எந்த மூலையில் இருந்தாலும் அம்மா அப்பாக்கு பணம் அனுப்பிண்ருப்பேன். முடியும்போது உங்களுக்கு போன் பண்ணி எல்லாரோட சௌக்யத்தையும் கேட்டுத் தெரிஞ்சுக்கறேன்."

அரவிந்தன் நிறுத்தினான். ராகவனின் கண்கள் பொங்கியது, அவனைப் பார்த்து கைகூப்பினார். கூப்பிய கைகள் நடுங்கியது. "நீ ரொம்ப பெரியவண்டா அரவிந்தா. ரொம்ப உத்தமமானவன். உன் விஸ்வரூபத்தை என்னால பார்க்க முடியல. உடம்பெல்லாம் கூசிக்குறுகி நிக்கறேன். நா சாதாரண

மனுஷன் என்னால இப்டி விஸ்வரூபமெல்லாம். எடுக்க முடியாது. செக்கு மாடு மாதிரி ஒரே வட்டத்துக்குள்ள சுத்தி வரதுக்காகவே படைக்கப்பட்ட ரொம்ப சின்ன பிறவி நான். உங்க ஆசாபாசங்களை புரிஞ்சுக்க முடிஞ்ச அளவுக்கு அதை நிறைவேத்தி வைக்க முடியாத சாதாரண மனிதப்புழு நான். என்னை மன்னிச்சுடு. எது தப்பு எது சரிங்கறது மனசுக்கு மனசு மாறுபடும். அதை தீர்மானிக்கறவன் பகவான் ஒருத்தன்தான். நா செய்யறது தப்புன்னு அவன் கோர்ட்ல தீர்ப்பாய்டுத்துன்னா இதுக்கான தண்டனையை அவனே எனக்கு கொடுக்கட்டும்."

"மாமா ப்ளீஸ்... நீங்க அனுபவத்துலயும் வயசுலயும் பெரியவர். இப்டி நீங்க கை கூப்பி கண்ணீர் விடறதைப் பார்த்தா எனக்கு கஷ்டமார்க்கும். தயவுசெய்து சாதாரணமா இருங்கோ. எல்லாம் நன்மைக்குன்னா இதெல்லாமும்கூட நன்மைக்குதான். இன்னும் ஒரு மாசத்துல நா வெளிநாட்டுக்குப்போய் செட்டிலாய்டறேன். என்னை ஆசீர்வாதம் பண்ணுங்கோ. என் சார்பா அப்பா அம்மாக்கு இனிமே நீங்கதான் பக்க பலமா இருந்து அவாளுக்கு தைரியமும் ஆறுதலும் சொல்லணும். சூர்யாவும் அவாளுக்கு பிள்ளை மாதிரிதான். அவனைப் பார்த்து அவா என் பிரிவுவைத் தாங்கிக்க பழகிக்கணும். சூர்யா அவாளை என்னைவிட நன்னாவே பார்த்துப்பான். விட்டுடமாட்டான்."

அரவிந்தன் ராகவனின் காலில் விழுந்து நமஸ்கரித்தான்.

அவர் கண் மூடி பிரார்த்தனை செய்தார். கை நடுங்க அவனைத் தூக்கினார். "நீ ரொம்ப நன்னார்க்கணும் அரவிந்தா. நிச்சயம் நன்னார்ப்ப. இந்த கிழவனை மன்னிச்சுடு." என்றபடி அவனைத் தழுவிக் கொண்டவர் தேகம் அழுகையால் குலுங்கியது.

அன்று மாலை அவரை ஊருக்கு அனுப்பி வைத்தான். அரவிந்தன்.

சென்னையில் இறங்கியதும் அரவிந்தன் கொடுத்தனுப்பிய கடிதத்தை தபால் பெட்டியில் போட்டுவிட்டு சூர்யாவுக்கு போன் பண்ணினார்.

"என்ன மாமா... நாலு நாளா இந்தப் பக்கம்கூட வர முடியாம அப்டி என்ன வேலை?"

"வேலை பெரிசா இல்ல. ஆனா வந்த இடத்துல கொஞ்சம் உடம்புக்கு அசௌகர்யமா போயிடுத்து. அதான் வர முடியல."

"உடம்புக்கென்ன...?" சூர்யா கவலையோடு கேட்டான்.

"லேசா ஜுரம். அதோட தலைவலி, இப்ப ஒண்ணும் இல்ல. வந்த வேலை முடிஞ்சுடுத்து. நா இன்னிக்கு ஊருக்கு கிளம்பறேன் சூர்யா. போனதும் நாள் பார்த்து ஆனந்தியைக் கொண்டுவந்து விட்றேன். அதுக்கு முந்தி கார்டு எழுதிப் போடறேன்."

"செய்ங்கோ" என்ற சூரியாவின் குரலில் எவ்வித உணர்ச்சியும் இல்லை. வேஷம் போட்ட பின் மேடையேற மாட்டேன் என்று எப்படி சொல்வது! கண்ணுக்கும் தெரியாத நூலினால் அமானுஷ்யமாய் ஒருவன் ஆட்டி வைக்கிறபடி ஆடித் தீர வேண்டிய பொம்மைகள் தானே எல்லோரும்!

சூர்யா போனை வைத்தான். வைத்த மறு நிமிடம் போன் மறுபடியும் அடித்தது. அவனே எடுத்து "ஹலோ" என்றான்.

"யார் பேசறது...?" மறுமுனையில் ஆர்த்தியின் குரல் அதட்டலாய் ஒலிக்க அவன் முகம் மலர்ந்தது.

"ஆர்த்தி நா சூர்யாதான் பேசறேன்." மறுமுனை ஒரு வினாடி மௌனித்தது.

"ஹலோ... ஹலோ... ஆர்த்தி... கேக்கறதா? நா சூர்யா...!"

"சூர்யான்னு எனக்கு யாரையும் தெரியாது. அது மூர்த்தியோட வீடுதானே? மூர்த்திங்கறது எங்கப்பா. அவர்கிட்ட போனைக் கொடுங்க."

"ஆர்த்தி என்னாச்சு ஆர்த்தி... எங்கிட்ட பேச மாட்டயா...?"

"தயவுசெய்து போனைக் கொடுக்கறீங்களா இல்ல நா வெச்சுடவா?"

சூர்யா வேறு வழியின்றி வேதனையோடு மாமாவிடம் கார்ட்லெஸை நீட்டினான்.

“யாருப்பா.....?”

“ஆர்த்தி! உங்ககிட்ட பேசணுமாம்” சூர்யா நகர்ந்து விட்டான்.

மாமா அவனையே பார்த்தவாறு போனை வாங்கி ஹலோ என்றார்.

“கால் எப்டிப்பா இருக்கு?”

“ஏம்மா சூர்யாட்ட பேசலையா...”

“உங்க கால் எப்டிப்பா இருக்கு!”

“வாக்கிங் ஸ்டிக் வெச்சுண்டு நடக்கறேம்மா. சூர்யா மேல ஒரு கை போட்டுப்பேன். அவன் இல்லாட்டா நடக்கறது கஷ்டம். அவனோட பேசறயா?”

“ஆனந்தியையாவது கடைசி வரை கைவிடாம பத்திரமா வெச்சுக்கச் சொல்லுங்கோப்பா. என்னை மாதிரி திராட்டுல விட்டுடப் போறார்!”

“பைத்தியம் மாதிரி பேசாதே ஆர்த்தி. நடந்தது என்னன்னு புரிஞ்சுக்காம நீயா எதையாவது கற்பனை பண்ணிண்டு பேசாத! கண்ணைக் கட்டிண்டு கண்மண் தெரியாம வாளை வீசி எல்லாரையும் ரத்தக் களறியாக்கிடாதே.”

“ஏம்ப்பா, என் காயங்களும், நா சிந்தற ரத்தமும் உங்களுக்குத் தெரியலையா? உங்க கண்ணை நீங்க இறுகக் கட்டிண்டாச்சா?”

“முடிஞ்சா இங்க வா ஆர்த்தி, உங்கிட்ட நா நிறைய பேசணும்.”

“யாரைப் பத்தி? சூர்யாவைப் பத்திதானே? இனிமே அதைப் பத்தி பேச எதுவும் இல்லப்பா. எவ்ரிதிங் இஸ் ஓவர். நா இப்ப போன் பண்ணினது உங்க கிட்ட ஒரு விஷயம் கன்ஸல்ட் பண்ணத்தான். ஐ. ஏ. எஸ். ரிஸல்ட் வர வரைக்கும் ஏதாவது வேலை பார்க்கலாம்னு

ரெண்டு மூணு பிரைவேட் டிவிக்கு அப்ளை பண்ணியிருந்தேன். அதுல ஒரு டிவி. லேர்ந்து வரச் சொல்லி வந்திருக்கு."

"ஜனங்களுக்கு விழிப்புணர்ச்சி ஏற்படுத்தறாப்போல ஏதாவது புரோக்ராம் செய்ய உன்னால் முடியுமான்னு கேட்டாங்க. முடியும்னு சொல்லியிருக்கேன். எனக்கு பத்து நாள் அவகாசமும் புரோகிராம்க்கு தேவையான எல்லா உதவியும் தரதா சொல்லியிருக்காங்க. இந்த புரோக்ராம் பார்த்துத்தான் என்னை அக்ஸெப்ட் பண்றதா ரிஜெக்ட் பண்றதான்னு டிஸைட் பண்ணுவாங்களாம். எனக்கு உங்களோட அட்வைஸ் வேணும்ப்பா. எந்தமாதிரி பண்ணலாம்னு சொல்லுங்களேன்."

"சொல்றேம்மா. யோசிக்க எனக்கும் அவகாசம் கொடு. முடிஞ்சா இங்க வாயேன் ஆர்த்தி. நேராவே இதைப்பத்தி டிஸ்கஸ் பண்ணுவோம்."

"வரேம்ப்பா. ஆனா சூர்யா அங்க இருக்கக்கூடாது."

"அவன் உன் விரோதியில்ல தோழி! மன்னிக்கத் தெரியாட்டாலும் பரவால்ல. மனுஷியா நடந்துக்க வேண்டாமா? வீட்டுக்கு வந்திருக்கிற ஒருத்தனை நீ விரட்டற அளவுக்கு நீ கீழ இறங்கலாமா? மனுஷனை மனுஷனா மதிக்க வேண்டாமா? ஆனா ஒண்ணு மட்டும் சொல்வேன் ஆர்த்தி. தெய்வம் தான் மனுஷனை மன்னிக்கணும். தெய்வத்தை மன்னிக்கணும்னு உங்கிட்ட சொல்றதுகூட தப்புதான். நீ மன்னிக்கற அளவுக்கு அப்டி எந்த தப்பையும் சூர்யா செய்துடல. அவனைப் புரிஞ்சிக்க முடியாட்டாலும் பரவால்ல, தூஷிக்காம இரு. போதும். என்மேல் உனக்கு நம்பிக்கையிருந்தா இங்க வா. ஆனா சூர்யா இங்கதான் இருப்பான். அந்த புத்தனோட நிழல் எனக்கு குளிர்ச்சியார்க்கு. அதனால் அவனை நா எங்கயும் அனுப்ப மாட்டேன்."

மூர்த்தி போனை வைத்துவிட்டு நிமிர, அறை வாசலில் சூர்யா நின்றிருந்தான். அவன் கண்கள் கலங்கி நெகிழ்ந்திருந்தது.

***

அத்தியாயம் 26

விடியற்கால பாஸஞ்சரில் ஊருக்கு வந்து இறங்கிய போது மனம் மிக லேசாகியிருந்தது. ஒரு பெரிய கவலை நீங்கியதால் லேசாகியிருந்தது. ஆனாலும் அடி மனதில் புதுக்கவலையும் கனமும் உருவாகியிருந்தது. பெற்றவர்களை விட்டு அரவிந்தனை வெகுதூரம் பிரித்து அனுப்பிவிட்ட கவலை, ராமனைக் காட்டுக்கனுப்பிய கைகேயி, பஞ்சபாண்டவர்களை வனத்திற்கு விரட்டிய சகுனி, இவர்கள் வரிசையில் இன்று அரவிந்தனை அவரும் வனவாசம் அனுப்பியிருக்கிறார். பிள்ளையைப் பிரிந்து தசரதனைப் போல் வைத்தியும் துடித்து வாடுவாரோ...? வாடினால் சரி ஆனால் உயிரை விட்டுவிட்டால்...? நினைக்கவே நடுங்கியது ராகவனுக்கு.

பழியல்லவா வந்து சேரும்... கடவுளே நான் மேலும் மேலும் தவறு செய்து கொண்டே போகிறேனா? ஒன்றைச் சரி செய்ய ஒன்று என்று நான் செய்வதெல்லாமே தவறுகள் தானா...? இது எங்கே போய் முடியும்...? யாரை பலி வாங்கும்...? நினைக்க நினைக்க சற்றுமுன் தெளிந்து லேசாகியிருந்த மனம் மறுபடியும் குழம்பி கனக்கத் தொடங்கியது. மனம் விசித்திரமானது. அது எதையும் மிகைப்படுத்தியே சொல்கிறது. சின்ன வெற்றிக்கு மிகப்பெரிய சந்தோஷமும் சிறு குழப்பத்தை மிகப்பெரிய கலக்கமாகவும் காட்டும்.

ராகவன் மிகச் சாதாரண முகத்தோடு வீட்டுக்குப் போனார்.

"என்னது. இவ்ளோ நாள் எங்கயும் நீங்க இருந்ததில்லையே... சூர்யா என்ன சொன்னான்? வீடு பார்த்தாச்சாமா? எப்பொ வரானாம்."

ஜானகி அவர் பையை வாங்கிக் கொண்டு கால் கை அலம்ப ஜலம் கொடுத்தாள். பாலை சுட வைத்து காப்பி போட்டுக் கொண்டு வந்தாள்.

"பஞ்சாங்கத்தை எடுத்து அடுத்த வாரத்துல ஒரு நல்ல நாள் பாரேன்."

"வீடு பார்த்தாச்சா...?"

"மூர்த்தி வீடு பார்க்க வேண்டாம். அங்கதான் ரெண்டு பேரும் இருக்கணும்னு சொல்றார். ராஜியும் ரொம்ப ஆசையா சொன்னா. சரி அடுத்த வாரம் நானே ஆனந்தியைக் கொண்டு வந்து விடறேன்னு சொல்லிட்டு வந்தேன். ஆனந்தியோட முக்கியமான சாமான் எல்லாம் மட்டும் ரெடி பண்ணி வெச்சுடு. மிச்சமெல்லாம் இங்கயே அவ மாமியாராத்துல இருக்கட்டும். நான் போய், மீனாட்சி, வைத்தி ரெண்டு பேர்ட்டயும் சொல்லிட்டு வந்துடறேன்."

"சாப்ட்டுட்டு போகலாம். மொதல்ல குளிச்சுட்டு வாங்கோ; வெறுங்கையோட போக வேண்டாம். நானும்கூட வரேன் ரெண்டு பேரும் போவோம்."

"அதுவும் சரிதான்" ராகவன் குளிக்கப் போனார்.

கிணற்றடியில் துணி துவைத்துக் கொண்டிருந்த ஆனந்தியை கொல்லை வாசற்படியில் நின்றபடியே பார்த்தாள் மீனாட்சி.

மீனாட்சி நிற்பதை பார்த்த ஆனந்தி "தண்ணி வேணுமா உள்ளுக்கு?" என்றாள்.

"ப்ஸ... இல்ல வேற ஒரு விஷயம்..."

ஆனந்தி துவைத்த துணிகளை கொடியில் ஈரம் வடிய தொங்க விட்டாள். மீனாட்சியின் அருகில் வந்தாள்.

"அப்பா சொல்லிட்டு போன விஷயம்தானே."

"ம்... உனக்கு அதுல ஏதாவது சங்கடம் வருமோன்னு கவலையார்க்கு நிஜமாகவே உனக்கு சென்னைக்குப் போக விருப்பம் தானா...?"

"என்ன அத்தை இது... எனக்கு என்ன சங்கடம் வந்துடும்? யாரால் வந்துடும்...? இந்த ஊரும், இந்த மனுஷாளையும் பார்த்தா தான் எனக்கு பயம்மார்க்கு. அவா மாமா மாமியைப்பத்தி அரவிந்தன் நிறைய சொல்லியிருக்கார். அங்கதானே இருக்கப்போறேன் அப்பறம் என்ன...?"

"அதில்ல ஆனந்தி... சூர்யாவும் அங்கதான் இருப்பான். அவங்கிட்ட நீ..."

ஆனந்தி அத்தையை உற்றுப் பார்த்தாள். "சூர்யாவுக்கு என்னால் எந்தக் கஷ்டமும் ஏற்படாது அத்தை."

"அய்யோ நா அப்டி சொல்லல ஆனந்தி..."

"நா சூர்யாவை முழுமையா நம்பறேன் அத்தை. இங்க இருக்கறதைவிட அவரோட இருக்கறது இன்னும் பாதுகாப்புன்னு தெரிஞ்சுதான் போறேன்னு சொல்றேன்."

மீனாட்சி சற்று நேரம் எதுவும் பேசாமல் இருக்க ஆனந்தி அத்தையிடம் வந்தாள்.

"மனசு விட்டு சொல்லுங்கோ அத்தை நா சூர்யாவைவிட்டு போய்டப் போறேங்கறதுல உங்களுக்கு உடன்பாடில்லைதானே...?"

"நா அந்த காலத்து மனுஷி ஆனந்தி. இதெல்லாம் சட்டுனு ஜீரணம் பண்ண முடியாது. ஆனா அதே நேரம் உன் சந்தோஷம் எனக்கு ரொம்ப முக்கியம் பெண்ணே பண்பாடு அது இதுன்னு சொல்லிண்டு மனசுக்கு விருப்பமில்லாத வாழ்க்கையை ஆயுள் பரியந்தம் ஒரு கைதியா வாழறதைவிட, அந்த விலங்குகளை உடைச்சுண்டு வெளில போயிடறது நல்லதுதான்னு தோணறது.

இந்த லோகத்துல எல்லா சாஸ்திரமும், சட்டமும் மனுஷன் தான் ஏற்படுத்தி வெச்சிருக்கான்.

தன் சௌகர்யத்துக்கு ஏத்தாப்போல அதை மாத்திண்டும் வந்திருக்கான். கூண்டுப் பறவை வானத்துல பறக்கற பறவையைப் பார்த்து, என்னைப் பாரு நான் ஆபத்தில்லாம இருக்கேன். ஆனா உன்னைச் சுத்தி எப்பவும் ஆபத்து சூழ்ந்திருக்கே. பேசாம நீயும் ஒரு கூண்டுக்குள்ள பத்திரமா இருக்கறதை விட்டுட்டு எதுக்கு இப்டி ரிஸ்க் எடுத்துக்கறன்னு கேட்டுதாம். பதிலுக்கு அந்தப் பறவை இதைப் பார்த்து இரக்கப்பட்டுதாம். இப்டி சிறையிலிருந்து ஏன் வாடிப்போற உன்னைப் பார்த்தா எனக்கு பரிதாபமா இருக்குன்னு. அதே மாதிரிதாம்மா நாம்பளும். சாஸ்திரம் சம்பிரதாயம்ங்கற கூண்டுக்குள்ள நாங்க நிக்கறோம். இதுதான் சௌகர்யம்னு எங்களுக்கு ஆய்டுத்து. வெளில பறக்கறவாளைப் பார்த்தா கவலையார்க்கும். எந்த ஆபத்தும் வந்துடக்கூடாதே அவாளுக்குங்கற கவலை! இது கவலைதானே தவிர இதனால் அன்போ மதிப்போ குறைஞ்சுடுத்துன்னு அர்த்தமில்ல.''

ஆனந்தி அத்தையின் தோளில் சாய்ந்து கொண்டாள். ''நீங்கள்ளாம் என்னை புரிஞ்சுக்காட்டி என்னால் பறக்க முடியுமா அத்தை...? நானும் கூண்டுப் பறவையாதானே இருந்திருப்பேன்? உங்க எல்லார்க்கும் நடுல பொறந்திருக்கேன்னா அது நா செஞ்ச புண்ணியம். நீங்கள்ளாம் மனுஷா இல்ல தெய்வங்கள்.''

''அப்டியா அப்பொ ரெண்டு படி பாலுக்கு ஏற்பாடு பண்ணு.''

''எதுக்கு...?''

''அபிஷேகம் பண்ணத்தான்.''

''நிஜமா பண்ணிடுவேன்...'' அத்தை சிரித்தாள்.

துணிமணிகளை மடித்து வைத்தாகிவிட்டது. சீர் பாத்திரங்கள் எல்லாவற்றையும் கள்ளிப்பெட்டியில் போட்டு

பரணில் ஏற்றினார்கள். வெள்ளி சாமான்களை ஒரு தோல் பையில் வைத்து கட்டி பீரோவில் வைத்தார்கள்.

புறப்படுவதற்கு முன் எல்லோரிடமும் சொல்லிக் கொண்டாள்.

"அரவிந்தன் கிட்டேர்ந்து ஏதாவது தகவல் வந்தா உடனே எனக்கு தெரிவிப்பேளா அம்மாயி...?" கற்பகத்திடம் கேட்டபோது தொண்டை அடைத்தது.

"ஆகட்டும். அங்க தகவல் வந்தாலும் நீ எனக்கு உடனே தெரிவி."

கற்பகம் ஸ்வாமி மாடத்திலிருந்து குங்குமம் எடுத்து அவள் நெற்றியில் இட்டுவிட்டாள்.

இரவு பாஸஞ்சரில் அப்பாவோடு வண்டியேறினாள் ஆனந்தி.

அன்றிரவு கற்பகம் தன் பெட்டியில் மறைத்து வைத்திருந்த கடிதத்தை எடுத்து மறுபடியும் படித்தாள். இரண்டு நாளுக்கு முன்புதான் வந்திருந்தது அது. அரவிந்தனே நேரில் இருப்பதுபோல் கற்பகம் அதைத் தடவிக் கொடுத்தாள். கண்ணீர் பொங்கியது. அழாதம்மா ப்ளீஸ் அரவிந்தனின் குரல் காதுக்கருகில் கேட்டது. கற்பகம் கடிதத்தைப் பார்த்தாள்.

"என் வனவாசம் ஆரம்பித்துவிட்டது. ஆனால் வருந்த வேண்டாம் அம்மா எல்லாம் நன்மைக்கே, எல்லா விஷயமும் தெரிந்து கொண்டேன். என் வாழ்க்கை என்பது எங்கள் இருவர் மட்டுமே சம்பந்தப்பட்டதல்ல. அத்தனை உறவுகளுமே ஒன்றுக்கொன்று சங்கிலியால் பிணைக்கப்பட்டிருக்கிறது."

"இந்த உறவுச் சங்கிலியிலிருந்து அறுபடுவது அத்தனை எளிதல்ல என்பது புரிகிறது. இதில் யாரேனும் ஒருவருக்கு வேதனை என்றாலும் சந்தோஷம் என்பது எட்டாத தொலைவுக்கு போய்விடும். ஒருவர் துக்கப்பட, ஒருவர் சுகத்தில் ஆழ முடியாது. நிச்சயமாக எனக்கு அது இயலாது.

அந்த ஒருவர் யாரென்பது உனக்கு தெரிய வேண்டாம். ஒருவேளை அந்த ஒருவரின் எண்ணங்கள் ஈடேறலாம். அப்படி ஈடேறிவிட்டால் என் வனவாசம் முடிந்துவிடும். எனவே அவர் எண்ணம் விரைவில் ஈடேற நீயும் வேண்டிக்கொள். உன்னைப் பார்க்காமல் என்னால் வெகு நாள் இருக்க முடியாது. சூர்யாவையும் கூடத்தான்! என்னால் எந்த புயலும் வீச வேண்டாம் என்பதால் கரை கடந்து போகிறேன். எங்கிருந்தாலும் உன்னோடு கடிதத் தொடர்பு வைத்திருப்பேன். தயவு செய்து என் இருப்பிடத்தை எவருக்கும் வெளிச்சம் போட்டு காட்டி விடாதே. நான் எங்கோ இருப்பது உனக்கு மட்டும் தெரிந்தால் போதும்.''

கற்பகம் கடிதத்தை மடித்து பெட்டிக்கடியில் வைத்தாள். அரவிந்தன் சொல்லாவிட்டாலும் அந்த ஒருவர் யாரென்பது புரிந்தது. அவரைச் சொல்லிக் குற்றமில்லை. பெற்ற மனம் அப்படித்தான் இருக்கும். அவரவர் கோணத்தில் அவரவர் நினைப்பது சரிதான். கற்பகத்திற்கு அவர் மீது எந்த வருத்தமும் ஏற்படவில்லை. எப்படியோ இதனால் எல்லோரும் நல்லபடியாக இருந்தால் சரிதான். ஏமாற்றம், என்பதும் நினைப்பது நடக்காமல் போவதும் இந்த உலகத்தில் புதிதாகவா நடக்கிறது.

காலப்போக்கில் எல்லார் காயங்களுமே ஆறிவிடக்கூடும். வாழ்வின் தாத்பர்யமே அதுதான். எதுவும் கடைசி வரை ரணமாவதில்லை. இது மனிதனுக்கு இறைவன் கொடுத்திருக்கும் வரம். இதில் துக்கப்பட ஏதுமில்லை. சீக்கிரமே அரவிந்தனின் வனவாசம் முடிய வேண்டும். அவனும் வாழ்வில் பூத்துக் குலுங்க வேண்டும். அதோடு இந்த நாடகம் முடிந்து விடும். சுபம் போட்டு விடலாம்.

''பெட்டிக்கு முன்னாடி உட்கார்ந்து என்ன யோசனை.....?''

கற்பகம் திரும்பினாள். கிட்டு ஷர்ட்டை கழற்றி அணியில் மாட்டினார்.

''ரயில் ஏத்தியாச்சா. இடம் சௌகர்யமா கிடைச்சுதா.?''

“ம்... ராகவனுக்கு கொள்ளை சந்தோஷம் ஆனந்தி ரொம்ப அழுத்தக்காரி எந்த உணர்ச்சியும் வெளில காட்டிக்கல. அப்புறம் கற்பகம் நா வேணா ஒரு நடை பம்பாய் போய்ட்டு வர வா...?”

“எதுக்கு...?”

“என்னடி இப்டி கேட்கற... அரவிந்தன். வந்துட்டானான்னு தெரியல. எப்போ வருவான்னு தெரியல. குழந்தை எங்க இருக்கானோ... எப்டி இருக்கானோன்னு நினைச்சா சாதம் இறங்க மாட்டேங்கறது அதான் பார்த்துட்டே வந்துடலாம்னு. இன்னுமா வந்துர்க்க மாட்டாங்ற...!”

“வேண்டாம்னா... வந்தா அவனே இங்க வந்துடுவானே... உங்களை அனுப்பிட்டு நாவேற. கவலைப்படணும். அவனுக்கென்ன அவன் எங்க இருந்தாலும் க்ஷேமமா இருப்பான்” கற்பகத்தின் பார்வை பெட்டியின் மீது படிந்தது.

❋❋❋

அத்தியாயம் 27

ஆட்டோ சப்தம் கேட்க ராஜேஸ்வரி வாசலுக்கு வந்தாள். மீட்டர் பணம் கொடுத்துக் கொண்டிருந்த ஆர்த்தியைப் பார்த்ததும் முகம் மலர்ந்தாள். இந்த ஒரு மாதத்தில் பெண் இளைத்திருப்பது கண்கூடாகத் தெரிய கூடவே கவலையும் படர்ந்தது. ஆர்த்தி உம்மென்ற முகத்தோடு உள்ளே வந்தாள்.

"வா தோழி" என்றழைத்த அப்பாவைப் பார்த்துகூட ஒப்புக்குதான் சிரித்தாள்.

"எதுக்காகப்பா என்னை வரச் சொன்னேள்."

"நீ ஏம்மா வரமாட்டேன்னு சொன்ன?"

"என்னைவிட சூர்யா உங்களுக்கு உசத்தியா போய்ட்டதுக்கப்பறம் எதுக்கு வரணும்னு தோணித்து!"

"போய் மொதல்ல பெட்டிய வெச்சுட்டு குளிச்சு டிபன் சாப்பிட்டுட்டு வாம்மா அப்புறம் பேசுவோம்."

ஆர்த்தி உள்ளே போனாள். வேண்டாம் வேண்டாம். என்றாலும் கண்கள் சூர்யாவைத்தான் தேடியது. அவன் கண்ணில் பட்டுவிடப் போகிறான் என்று படபடத்தது. அவனைப் பார்க்கும் தைரியம் சுத்தமாய் அவளுக்கு இல்லை. என்னமோ தான்தான் ஏதோ தவறு செய்துவிட்டார்போல் தன்னை நினைத்து அவளுக்கே வியப்பாக இருந்தது. சூர்யா வருவதற்கு முன் அப்பாவோடு பேசிவிட்டு படுக்கப் போய்விட

வேண்டும். நாளை அவன் விழிப்பதற்குள் புறப்பட்டுவிட வேண்டும். இதுதான் அவள் திட்டம்.

அம்மா கொடுத்த டிபன் இறங்கவில்லை. பெயருக்கு சாப்பிட்டுவிட்டு கையலம்பினாள். காப்பி மட்டும் தொண்டைக்கு இதமாயிருந்தது. ராஜேஸ்வரிக்கு பெண்ணிடம் என்ன பேசுவதென்று தெரியவில்லை. பேசாமல் பார்த்துக் கொண்டிருந்தாள். சூர்யாவைப் பற்றி அவள் ஏதாவது கேட்பாள் என்று நினைத்தாள். ஆர்த்தி ஒப்புக்குகூட கேட்கவில்லை. காப்பி குடித்ததும் நேராக அப்பாவின் எதிரில் போய் அமர்ந்தாள். அப்பா அவளை லேசான புன்னகையோடு உற்றுப் பார்த்தார்.

"அப்டின்னா சூரியா செய்தது சரிங்கறேளா நீங்க?" தானாகவே பேச்சை ஆரம்பித்தாள்.

"சூர்யாவை நீ சரியா நேசிக்கல மகளே. உன் காதல் உண்மையானதில்ல. உண்மைக் காதல் சந்தேகப்படாது. காரணமில்லாம அவன் அப்படி செய்திருக்க மாட்டாங்கற அண்டர்ஸ்டாண்டிங் உனக்கில்லன்னா உன் காதல் உண்மையானதில்லன்னு தானே ஆறது!"

ஆர்த்தியின் முகம் சிவந்தது. உதட்டை கடித்துக் கொண்டாள்.

"சூர்யாவையும் என்னையும் சமாதானப்படுத்தி ஒண்ணு சேர்க்கறதுதான் உங்க எண்ணம்னா, அதை மறந்துடுங்கோப்பா."

"கண்டிப்பா இல்ல ஆர்த்தி!" அப்பா நிறுத்த ஆர்த்தி பின் என்ன என்பது போல் அவரைப் பார்த்தாள்.

"உன்னைப் பொறுத்த வரை சூர்யா உன்னை ஏமாத்திட்டான். உனக்கு துரோகம் பண்ணிட்டான்னே வெச்சுப்போம். இனிமே உன்னோட எதிர்காலத் திட்டம் என்ன...?"

"திட்டம்னா...?"

"அதாவது கல்யாணம் கார்த்தி ஏதாவது உண்டா..... இல்ல வாழ்நாள் பூரா இப்படியே இருந்துடறதுன்னு ஏதாவது சென்ட்டிமெண்ட்ஸ் இருக்கான்னு கேட்டேன்."

"ஏன்...? ஏன் நாமூலேல மூக்கு சிந்திண்டு உட்காரணும்? கண்டிப்பா. நா கல்யாணம் செய்துப்பேன் என்னை ஏமாத்தின சூர்யாவுக்கு முன்னால் வாழ்ந்து காட்டுவேன். கொஞ்ச நாள்ல ரிஸல்ட் வந்துடும். கண்டிப்பா நா ஐ. ஏ. எஸ் ஆய்டுவேன். என்னை இழந்ததுக்காக சூர்யா ஒவ்வொரு நிமிஷமும் துடிக்கத்தான் போறார்."

"ரொம்ப சந்தோஷம் மகளே. அப்டின்னா உன் ஜாதகத்தை நாங்க யாருக்காவது கொடுக்கலாமா அல்லது நீயே ஒரு பையனைப் பார்த்துப்பயா?"

ஆர்த்தி அப்பாவை வெறித்துப் பார்த்தாள். எந்த பதிலும் சொல்லாது எழுந்து சென்றாள்.

சூர்யா வருவதற்கு ஒன்பது மணியாயிற்று. அதற்குள் ஆர்த்தி படுத்துவிட்டாள்.

"சாரி மாமா கொஞ்சம் லேட்டாய்டுத்து" என்றபடி மாமாவின் காலுக்கு ஆயில் மஸாஜ் பண்ண அமர்ந்தான் சூர்யா.

"சாப்ட்டுட்டு வந்தா போதுமே சூர்யா."

"பரவால்ல காலைக் காட்டுங்கோ" சூர்யா வலது கையில் எண்ணை எடுத்து மாமாவின் காலில் தடவி இதமாய் மஸாஜ் செய்தான். மாமா அவனையே பார்த்தார்.

"அரவிந்தனைப்பத்தி ஏதாவது தகவல் தெரிஞ்சுதா சூர்யா?"

"இல்ல மாமா சாயங்காலம் கூட பம்பாய்க்கு போன் பண்ணினேன். ஒரு ரெஸ்பான்சும் இல்ல."

"வீட்டுக்கு பண்ணினயா...?"

“ம்.”

“ஆபீஸ்க்கு பண்ணிப் பாக்கறதுதானே.”

“அதுவும் சரிதான். நாளைக்கு பண்ணிடறேன்.”

“அப்டி அவன் வந்திருந்தான்னா இத்தன நேரம் அவனே தொடர்பு கொண்டிருப்பானே!”

“இன்னும் வந்துர்க்க மாட்டான்றேளா?”

“அப்படித்தான் தோண்றது.”

மாமா யோசனையில் ஆழ்ந்தார். அரவிந்தன் மஸாஜை முடித்துவிட்டு கை கழுவிக் கொண்டான். ஆர்த்தி வந்திருப்பதை மாமா மாமி இருவருமே அவனிடம் சொல்லவில்லை.

இரவு முழுக்க ஆர்த்தி தூங்கவில்லை. வாயைக் கட்டுப்படுத்தலாம். கண்களை மூடிக்கொள்ளலாம். ஆனால் மனசைக் கட்டுப்படுத்த முடியுமோ? அது பாட்டுக்கு தறி கெட்டு ஓடிக் கொண்டிருந்தது.

“எங்கூட ஒருமுறை பெங்களூர்க்கு வரயா சூர்யா...?”

“எதுக்கு...?”

“ஆங்... உன்னைக் கடிச்சு தின்னத்தான்.”

“அதுக்கெதுக்கு பெங்களூர்க்கு? இங்க தின்னா டேஸ்ட்டா இருக்காதா?”

“கடிக்காத சூர்யா. என்ன சொல்லு அரவிந்தன் துணிச்சல் உனக்கு வராது. அவனைப் பார். நினைச்சா ஆனந்தியைப் போய்ப் பார்த்துட்டு வரான் நீ ஒரு முறையாவது என்னை வந்து பார்க்கறயா? நாந்தான் ஓடி ஓடி வர வேண்டியிருக்கு.”

“அடிக்கடி பார்த்துண்டாதான் ஆசையா ஆர்த்தி.....?”

“அப்டின்னா என்னைப் பார்க்காம வருஷக்கணக்காகூட உன்னால் இருக்க முடியுங்கறயா?”

"அப்படியில்ல நீ உலகத்துல எந்த மூலையில் இருந்தாலும் உன்னை நேசிக்க முடியுங்கறேன். நல்ல காதலுக்கு ஸ்தூல சரீரம் ரெண்டாம்பட்சம்தான்."

"ச்சட். கப்ஸா வேணாம் சூர்யா கல்யாணத்துக்கப்பறம் இந்த ஸ்தூல சரீரத்தை ரெண்டாம்பட்சமா வை! அப்பறம் ஒத்துக்கறேன்."

"பைத்தியம் மாதிரி பேசாதே ஆர்த்தி."

"நீதான் பேசற. ஆத்மால தொடங்கற எல்லா காதலும் உடம்புலதான் முடிஞ்சாகணும் சூர்யா."

"யாரில்லைன்னு சொன்னா? ஆனா வெறும் உடம்பு மட்டுமே ஹிம்சையா இருந்துதுன்னா அதுக்கு பேர் காதல் இல்ல...?"

"நீ சொல்றதைப் பார்த்தா ஒருவேளை நாம் கல்யாணமே பண்ணிக்காட்டாலும் பரவால்லன்னு சொல்றாப்பல இருக்கு...!"

"திடீர்னு ஏன் இப்படி ஒரு சந்தேகம்...?"

"நிஜமாதான் கேக்கறேன் சூர்யா. உன் காதல் நிஜம்தானே...? எந்த சூழ்நிலையிலயும் என்னை மறந்துடமாட்டயே."

"நீ என்னை நம்பல ஆர்த்தி."

"நம்பிக்கை ஏற்படுத்தறாப் போல உன் நடத்தை இல்லயே!"

"எப்டி நடந்துண்டா உனக்கு நம்பிக்கை ஏற்படுங்கற?"

"லேசான சீண்டல்களும், தீண்டல்களும் இல்லாத காதலை எப்டி நம்பறது சூர்யா. இதுவரை மறந்து போய்க்கூட நீ என்னைத் தொட்டதில்ல."

"கடவுளே எப்டி இவ்ளோ கீழே உன்னால போக முடிஞ்சுது ஆர்த்தி!"

"இது கீழ்த்தரம் இல்ல சூர்யா. இயற்கை! காதலிக்கற எந்த பெண்ணும் எதிர்பார்க்கற சாதாரண விஷயங்கள். நா ஒண்ணும் மரக்கட்டை இல்லையே... ஒரு சின்ன தழுவல்,

பட்டும்படாம ஒரு முத்தம்... இதுக்கெல்லாம் ஏங்கற சாதாரண காதலித்தான் நானும்.''

சூர்யா அதிர்ந்து போனான். ஆர்த்தியை நினைத்து அவன் கவலைப்பட்டான். காதலுக்கு எல்லை இருக்கிறது என்று இவளுக்கு எப்படி புரிய வைப்பது? அதே நேரம் அவன் மௌனம் அவளை வதைத்தது.

''ஏன் மௌனமாய்ட்ட... அரவிந்தனோட உன்னை ஒப்பிட்டது பிடிக்கலையா?''

''எல்லை மீறிடாதடான்னுதான் நா அரவிந்தனுக்கே சொல்லுவேன் ஆர்த்தி.''

''உனக்கு நம்பிக்கையில சூர்யா. அதான் பயப்படற. அரவிந்தன் நம்பறான். ஆனந்திதான் தன் மனைவியாகப் போறவன்னு முழுசா நம்பறான். அதனாலதான்.''

''ஷட் அப் ஆர்த்தி......!'' சூர்யா முகம் சிவக்க கத்தினான்.

''எனக்கு பயம்மார்க்கு சூர்யா... நம்ம கல்யாணம் நடக்குமா...?''

''நா கடவுள் இல்ல ஆர்த்தி. தீர்க்கதரிசியும் இல்ல. எதுவா இருந்தாலும் நாம் ஒத்துக்கணும்னு மட்டும் தான் சொல்லுவேன்.''

''அப்டின்னா........?''

''நம்ம கல்யாணம் நடக்கலாம். நடக்காமயும் போகலாம். மனுஷா நினைக்கறாப்போல எதுவும் நடக்கறதில்லை. நல்லதே நடக்கணும்னு நாம் வேண்டிக்கலாமே தவிர வேற எதுக்கும் நமக்கு உரிமையில்ல ஆர்த்தி. எல்லாத்துக்கும் தன்னை தயார்படுத்திக்கறவன் தான் விவேகி.''

இன்னிக்கு ஏன் இப்படியெல்லாம் பேசற சூர்யா என்னைப் பிரியறதை சுலபமா ஏத்துக்க உன்னால முடியுங்கற மாதிரி

பேசறயே... இதே உன் நண்பனைப் பிரியணுங்கற நிலை, வந்தா இதே மாதிரி பேசுவயா...?"

"நட்பு வேற காதல் வேற ஆர்த்தி."

"நீ காதலைவிட நட்புக்கு முக்கியத்துவம் கொடுக்கறவன் சூர்யா. அதான் பயம்மார்க்கு!"

"நீ சொன்னாலும் சொல்லாட்டியும், காதலைவிட எனக்கு நட்புதான் பெரிசு ஆர்த்தி. அரவிந்தனுக்கப்பறம் தான் எல்லாருமே."

"இப்டி பேசற உன்னை நம்பி எப்டி கழுத்தை நீட்டறது சூர்யா?"

"உனக்காக என்னை மாத்திக்க முடியாது ஆர்த்தி. என்னுடைய இந்த குணத்தை உன்னால ஏத்துக்க முடியலன்னா, நமக்குள்ள விரிசல்தான் வரும்."

ஆர்த்தி பெருமூச்சு விட்டாள். அன்று அவன் சொன்னது போல் விரிசல் ஏற்பட்டுதான் விட்டது. நட்பு காதலை அழித்துவிட்டது. அதே நேரம் நட்பு, நட்பையும் அழித்துவிட்டது என்பதை சூர்யா உணரவில்லை போலும். இல்லையென்றால் தன் உயிரினும் மேலான நண்பனின். உயிருக்குயிரான காதலியை மணந்திருப்பானோ...? ஊர் என்ன நினைக்கும், உலகென்ன நினைக்கும், முக்கியமாய் தன் நண்பன் என்ன நினைப்பான் என்ன நினைத்துப் பார்த்திருந்தால் இப்படி செய்திருப்பானா...? காதல் நட்பு, இரண்டையுமே கேலிக் கூத்தாக்கி விட்டவனுக்குப் பரிந்து கொண்டு அப்பா பேசுவதைத்தான் அவளால் தாங்க முடியவில்லை.

தன்னை ஏமாற்றிவிட்ட சூர்யா தன் வீட்டிலேயே சுவாதினமாய் வந்து இருப்பதும், அப்பாவும் அம்மாவும் அவன் மீது தொடர்ந்து அன்பு செலுத்துவதும் அவளால் சகிக்க முடியாததாய் இருந்தது. சூர்யாவை எப்படி மனம் நோக வைக்கலாம் என்பதே அவள் சிந்தனையாய் இருந்தது.

எல்லா மனிதருக்குள்ளும் பைசாசம் இருக்கிறது. எந்நிலையிலும் அதை அடக்கி செயலிழக்க வைத்து அமைதியாய் உறங்க வைப்பவன் விவேகி. தன் மனம் போல அதை எழுப்புவதும், அடக்குவதுமாக இருப்பவன் சாதாரணன். தான் ஏமாற்றப்பட்டுவிட்ட துக்கத்தில் தனக்குள் உறங்கிக் கொண்டிருக்கும் பைசாசத்தை தட்டி எழுப்பினாள் ஆர்த்தி. அது தலை விரித்தாடத் தயாராகியது. அதன் முதல் கட்டமாய் அது அவள் நாவில் வந்து சௌகர்யமாய் அமர்ந்து கொண்டது. ஒரு பைசாசம் விழித்துக் கொண்டு தன்னைத் தாக்கத் தயாராகி விட்டதை அறியாமல் அமைதியாய் உறங்கிக் கொண்டிருந்தான் சூர்யா.

இரவு நகர்ந்து உலகை சூர்யன் அக்கிரமித்துக்கொள்ள தயாரான நிலையில், ஆனந்தியையும் ராகவனையும் சுமந்து கொண்டு ஸ்டேஷனிலிருந்து ஒரு ஆட்டோ அவர்கள் வீடு நோக்கி விரைந்து வந்தது.

ஆர்த்தி பெங்களூருக்கு புறப்பட்டுக் கொண்டிருந்தாள். அவள் வந்திருப்பதே விடியற்காலையில் தான் தெரிந்தது சூர்யாவுக்கு. முகம் மலர அவளை நோக்கிச் சென்றான்.

“எப்பொ வந்த ஆர்த்தி?”

“என் வீட்டுக்கு நான் எப்போ வேணா வருவேன் போவேன்.”

“என்ன ஆர்த்தி கோவமா பேசற...?”

“கோவமாவாவது பேசறேனே!” ஆர்த்தி சூட்கேஸை அறைந்து சார்த்தி பூட்டினாள் அவள் கோவத்திற்கு காரணம் புரிந்தது சூர்யாவுக்கு. அந்த கோவம் நியாயமானது என்றும் புரிய அவளை சமாதானப்படுத்த முயன்றான்.

“உங்கிட்ட மனசு விட்டு நிறைய விஷயம் பேசணும் ஆர்த்தி.”

"மனம் விட்டு பேசத்தான் ஆள் வந்தாச்சே அப்பறம் எதுக்கு நான் வேற...?"

"ப்ளீஸ் ஆர்த்தி அதைப்பத்தி தான் பேசணும்."

"எனக்கு டிரெயினுக்கு நாழியாறது" ஆர்த்தி சூட்கேஸை எடுத்துக் கொண்டு எழுந்து வெளியில் வர சூர்யா பரிதவிப்போடு அவள் பின்னால் வந்தான்.

அவள் காரில் ஏறி அமரப்போன நேரம் ராகவனும் ஆனந்தியும் வந்த ஆட்டோ உள்ளே வந்து நின்றது. ஆனந்தியைப் பார்த்ததும் ஆர்த்தியின் முகம் சுருங்கியது. "அட ஆர்த்தியா? என்னம்மா நாங்க வர நேரம் எங்கம்மா புறப்பட்டுட்ட. ஆனந்தியைத் தெரியும் இல்லையா உனக்கு.....? இவ கல்யாணத்துக்குதான் உன்னால் வரமுடியல... ஹ்ம்... என்னென்னமோ ஆய்டுத்து. இப்பொ இவளை இவ ஆம்படையான் கிட்ட விட்டுட்டு போகத்தான் வந்திருக்கேன். இனிமே இங்கதான் இருப்பா."

ஆர்த்தி அனைவரையும் ஒரு பார்வை பார்த்தாள். "இருக்கட்டும். அப்பா பெரிய சத்திரமாதான் கட்டி வெச்சுருக்கார்! எவ்ளோ பேர் வேணா வந்து தங்கட்டுமே! தாராளமா தங்கட்டும்! பட் எனக்கு சத்திரத்துல தங்க சௌகர்யப்படாது. நா வரேன்." ஆர்த்தி கார்க்கதவை அறைந்து சார்த்திக்கொள்ள வண்டி புறப்பட்டது. ஆனந்தியும் சூர்யாவும் சிலையாக நின்றுவிட்டார்கள்.

❋❋❋

அத்தியாயம் 28

"நீ உள்ள வா ஆனந்தி. அவ பேசினதை மனசுல வெச்சுக்காதே. தன் ஏமாற்றத்துல அது பேசத் தெரியாம பேசிட்டு போறது." மாமி ஆரத்தி தட்டை சுற்றி கொட்டிவிட்டு அவளை உள்ளே அழைத்தாள்.

"சின்னஞ்சிறிசுதானே போகப் போக சரியாய்டும்" ராகவன் சமாளித்துக் கொண்டார். இருந்தாலும் சூர்யாவை தனியே அழைத்துச் சென்று, "அந்த பொண்ணு இப்டி பேசிட்டுப் போனப்பறமும் நீ இந்த வீட்டுல ஆனந்தியோட இருக்கறது கௌரவமில்ல சூர்யா. கூடிய சீக்கிரமே தனி வீட்டுக்கு குடி போறதுதான் நல்லது" என்றார். சூர்யா எந்த பதிலும் சொல்லவில்லை.

"இந்த வீடு உன் வீடு மாதிரி ஆனந்தி சுதந்திரமா இரு சந்தோஷமா இரு. மனசைக் குழப்பிக்காதே புரிஞ்சுதா. உள்ள மாமா இருக்கார் போய்ப் பாரு. சூர்யா அழச்சுண்டு போடா."

சூர்யா அவளை மாமாவிடம் அழைத்துப் போனான்.

"வா தோழி" என்ற மாமாவின் அழைப்பில் ஒரு வினாடி வியந்தாள் ஆனந்தி. அவர் கண்களில் இருந்த சிநேகமும் பரிவும் அவளை என்னமோ செய்தன.

"உட்காரும்மா" என்றவரின் அருகிலிருந்த ஸ்டுலில் தயக்கத்தோடு அமர்ந்தாள்.

"உன் பொழுது போக்கு என்ன தாயி...?"

"புஸ்தகம் படிப்பேன்."

"என்ன மாதிரி புஸ்தகம்...?"

"கதைப் புஸ்தகமும் படிப்பேன். ராமாயணம். மகாபாரதம் இந்த மாதிரியும் படிப்பேன்."

"அப்டியா...? அதுல எனக்கு சில சந்தேகம் எல்லாம் இருக்கு. கேட்கலாமா...?"

"எங்கிட்டயா...? உங்களுக்குத் தெரியாததா...? நீங்க பெரியவா... உங்களைவிட எனக்கென்ன...?" மாமா சிரித்து விட்டு கேட்டார்.

"மகாபாரதத்துல உனக்கு யாரை ரொம்ப பிடிக்கும் தாயி...? ஐ மின் உன்னை ரொம்ப கவர்ந்தது யார்...?"

"பீஷ்மர்" ஆனந்தி சிறிதும் யோசிக்காமல் சொன்னாள்.

"ஏன் தோழி?"

"அந்த கம்பீரமும், ஆண்மையும், பெருந்தன்மையும் வேற யாருக்கு வரும்? இளமையின் தலைவாசல்ல நின்னுண்டு தன் ஆசாபாசங்களை மறைச்சுண்டு, அப்பாவோட காதலை பூர்த்தி செய்து வைக்கற அந்த குணமும், நாடாளும் உரிமைய விட்டுக்கொடுக்கற அந்த பெருந்தன்மையும், அப்பாவோட சந்தோஷத்துக்காக கடசி வரை இல்லற சந்தோஷமே வேண்டாம்னு பிரம்மச்சாரியம் கடைபிடிச்ச அந்த வைராக்கியமும் மரண சமயத்துலகூட ஒளியிழக்காத அந்த தேஜசும் சாட்சாத் பரந்தாமனே கையெடுத்து வணங்கின மகாபுருஷனுமான அவரைவிட வேற யார் உயர்ந்தவரா இருக்க முடியும் சொல்லுங்கோ."

"ஆனா அம்பைக்கு அவர் தானேம்மா எதிரி.....? ஏன் அவ மனசுல மட்டும் உயர்ந்தவரா அவரால நிக்க முடியல...?"

"அது அம்பையோட தப்புதான் மாமா. சால்வனைத் தான் நேசிக்கற விஷயத்தைச் சொல்ல அவளுக்கு துணிச்சல் இல்ல. சொல்லியிருந்தா பீஷ்மர் அவளை விட்ருப்பார். சொல்லாதது அவ தப்பு. முதல்ல மௌனமா அவர் பின்னால் போய்ட்டு, அப்பறம் புருஷனும் வேண்டாம்னு சொல்ல, காதலனும் வேண்டாம்னு சொல்ல, சரி நீயாவது என்னைக் கல்யாணம் பண்ணிக்கோன்னு ஒரு மகாபுருஷனை, பிரம்மச்சாரிய விரதம் கடைபிடிக்கற ஒரு உத்தம புருஷனைப் போய் கேட்டது அவ தப்பு."

"ஒரு பெண் இப்டி வெட்கங்கெட்டு அலையலாமா...? பேர் பேரா போய் என்னை ஏத்துக்கோன்னு கெஞ்சலாமா? அப்பறம் அவ காதலுக்கு என்ன அர்த்தம்...? தன் காதலனோட காதல் உண்மையானதில்லன்னு புரிஞ்சப்பறம் அவனை இல்ல அவ பழி வாங்கியிருக்கணும்...? எதுக்கு பீஷ்மர் மேல பகை...? காரணம் பீஷ்மரோட விதின்னு தான் சொல்லணும். அவர் சாவுக்கு ஏதாவது காரணம் வேணுமே! இது காரணமாய்டுத்து! நா மட்டும் அம்பையார்ந்திருந்தா சால்வனைக் கொன்னுட்டு பீஷ்மரை பூஜிச்சிருப்பேன்."

"அடேங்கப்பா...!" மாமா வியந்தார். ஒரு உண்மை. தெரியணும் ஆனந்தி...? உன் கண்ணுக்கு சூர்யா எப்டி தெரியறான் சொல்லு...?"

"இதுல என்ன சந்தேகம்? சாட்சாத் பீஷ்மனாட்டம் தான் தெரியறார். அங்க அப்பா! இங்க சிநேகிதன்."

"ஆனா என் பொண்ணுக்கு இவன் சால்வன்தானே.....? காதலன் ஏமாத்திட்டதா நினைக்கறா வார்த்தையால் கொல்லத் துடிக்கறா. அவ செய்யறது தப்பா இல்ல சரியாம்மா.....?"

சட்டென்று அங்கே ஒரு கனத்த மௌனம் சூழ்ந்தது. ஆனந்தி லேசான அதிர்ச்சியோடு மாமாவையும் சூர்யாவையும் மாறி மாறிப் பார்த்தாள். மாமா அவளைக் கனிவோடு பார்த்தார்.

"பார்வைகள் வித்யாசப்படும் ஆனந்தி. எல்லார் பார்வையும் ஒரு போல இருக்காது. தன் செயல்களை நியாயப்படுத்தற

பிரயத்தனத்துலயே மனுஷ வாழ்க்கை பாதி கழிஞ்சுடறது. தன்னை எதுக்கு நியாயப்படுத்திக்கணும் சொல்லு...? மத்தவா அபிப்ராயத்துலதான் நம்ம வாழ்க்கை நிம்மதியா இருக்கும்னு ஏன் நினைக்கணும்...?''

''மாமா... நீங்க... இதெல்லாம் எதுக்கு சொல்ல வரேள்?'' சூர்யா கம்மிய குரலில் கேட்டான்.

''நீ பீஷ்மன் தாண்டா? அதை நிருபிக்க ஏன் பிரயத்தனப்படற? விட்டுடேன் உன் தேஜஸ் என்னிக்கு அவ கண்ணுக்குத் தெரியறதோ தெரியட்டுமே. அவ மாயையை ஏன் விளக்க பாடுபடற?''

''மாமா நான்...''

''பீஷ்மனோட கம்பீரம் அம்புப்படுக்கையில் கூட குறையப்படாதுடா!''

மாமா அவன் கையைப் பற்றிக்கொண்டு சொல்ல ஆனந்தி அதைப்பார்த்து நெகிழ்ந்து போனாள்.

''என் பொண்ணு இனிமே சரம் சரமா அம்பு தொடுப்பாடா சூர்யா. நீ தாங்கிண்டுதான் ஆகணும். ஆனா எக்காரணத்தைக் கொண்டும் அவ முன்னாடி கூனிக் குறுகிடாதே. அப்டி குறுகிட்டா உன் லட்சியத்துக்கு அர்த்தமே இல்லாம போய்டும். ஒரு நாள் அவ மாயை தானா விலகும். விலகணும். அப்படி விலகாட்டி நஷ்டம் அவளுக்குத்தான்.''

ஆனந்தி அவரை பிரமிப்போடு பார்த்தாள். பெண்ணைப் பெற்ற எந்த தகப்பன் இப்படிச் சொல்லுவான்! இவருக்கு பெண்ணாய்ப் பிறந்தும் ஏன் ஆர்த்தி பொறுமையிழந்துவிட்டாள். புறத்தோற்றம் மட்டும் தான் மரபியலில் கடத்தப்படுமா? குணங்கள் கடத்தப்படுவதில்லையா?

''என்ன யோசனை தோழி...?''

''ம்... ஒண்ணுல்ல மாமா...''

"போய் குளிச்சு சாப்ட்டுட்டு ரெஸ்ட் எடும்மா. சாயங்காலம் உன்னை கிட்டக்க இருக்கிற இடத்துக்கெல்லாம் கூட்டிண்டு போய்க் காட்டுவா மாமி. அப்பறம் சூர்யா, ஏதானும் லைப்ரரில் சொல்லி ஆனந்திக்கு வேணுங்கற புக்ஸ் வர வழிச்சு கொடு."

சூர்யா தலையாட்டி விட்டு எழுந்தான்.

ஆனந்தி வந்த பிறகு வீடு கொஞ்சம் கவகலப்பாயிற்று. முக்கியமா மாமிக்கு பொழுது நன்கு போயிற்று. ஆர்த்திக்கு செய்து பார்க்க முடியாததையெல்லாம் ஆனந்திக்கு செய்து பார்த்து சந்தோஷப்பட்டாள். தோட்டத்தில் கேட்பாரற்று கிடந்த மல்லிகைப்பூவையும் கனகாம்பரத்தையும் பறித்து அடர்த்தியாய் தொடுத்து அவள் தலை நிறைய வைத்தாள். தன் நகைகள் பூராவும் போட்டு, பட்டுப் புடவை கட்டி அழகு பார்த்தாள். இன்னொரு நாள் குஞ்சலம் வைத்து நீளமாய் தலை பின்னி ஜடை தைத்துவிட்டாள். புதராய் வளர்ந்திருந்த மருதாணி இலையைப் பறித்து மையாய் அரைத்து அவள் கை கால்களெல்லாம் இட்டு விட்டாள். மருதாணி இட்டுக் கொண்டவளுக்கு தானே சாப்பாடு பிசைந்து ஊட்டி விட்டாள்.

சூர்யா காலையில் போனால் இரவுதான் வந்தான். மாமாவுக்கு ஆனந்தியே சிச்ருஷை செய்ததால் அந்தக் கவலையும் அவனுக்கில்லை. அவரைக் கைத்தாங்கலாகப் பிடித்துக் கொண்டு தினமும் கொஞ்சம் நடக்க வைத்தாள் அவள். காலையில் நியூஸ் பேப்பர் படித்துக் காட்டினாள். வேளைக்கு மருந்து, காலுக்கு ஆயில் மஸாஜ் என்று மாமாவை கருத்தோடு கவனித்துக் கொண்டாள்.

"உனக்கு பாட்டு பாடத் தெரியுமா தோழி?"

"சுமாரா பாடுவேன்."

"எந்த மாதிரி பாட்டு? ஏதாவது பாடேன் கேட்போம். தூக்கம் வரமாட்டேங்கறது."

ஆனந்தி குரலைச் செருமிக் கொண்டு பாடினாள்.

"காக்கைச் சிறகினிலே நந்தலாலா
நிந்தன் கரிய நிறம் தோன்றுதயே நந்தலாலா"

மாமா கண்ணை மூடிக் கொண்டு ரசித்தார். அவர் இதழ்களில் இளநகை படர்ந்தது.

"தீக்குள் விரலை வைத்தால் – நந்தலாலா
நின்னை தீண்டும் இன்பம்
தோன்றுதடா நந்தலாலா..."

கண்கள் மூடி பாடியவளின் விழிவழியே நீர் கசிந்து வழிந்தது.

பாட்டு முடிந்ததும் மாமா அவளைப் பார்த்து புன்னகைத்தார்.

"எதைப் பார்த்தாலும் அரவிந்தன் ஞாபகம் வரதா தோழி...?" என்று கேட்க அவள் முகம் சிவந்தது.

"உன் தவம் வீண் போகாதும்மா. அரவிந்தன். வந்துருவான்."

மாமா சொல்லி முடிக்கும்போது சூர்யா உள்ளே வந்தான். அவன் முகம் ஒரு மாதிரியிருந்தது. "அரவிந்தன் ஆபீஸ்க்கு போன் பண்ணினேன் மாமா..."

"என்னாச்சு... வந்துட்டானா? பேசினானா?"

"இல்ல மாமா..." என்ற சூர்யா ஏதோ சொல்ல வந்து தயங்கினான்.

"இன்னும் வரலையா? வந்துடுவான். வேலை முடிஞ்சிருக்காது. ஆனந்தி கொஞ்சம் தண்ணி கொண்டாம்மா."

ஆனந்தி எழுந்து போனதும் மாமா அவனைப் பார்த்தார். "என்னடா சொல்ல வந்த?"

"அரவிந்தன் வேலையை ராஜினாமா பண்ணிட்டானாம் மாமா."

மாமா அதிர்ந்துதான் போனார்.

“என்னப்பா சொல்ற நீ...? ராஜினாமா பண்ணிட்டு எங்க போனானாம்.”

“தெரியாதாம். ஏதோ வெளிநாட்டுல போய் செட்டிலாய்டப் போறதா மட்டும் சொல்லிட்டுப் போனானாம்.”

“அப்டின்னா அரவிந்தன் பம்பாய்க்கு வந்துட்டுதான் போயிருக்கான். அப்பறம் ஏன் நம்பளோட தொடர்புகொள்ளல. ஏன் இங்க வரல? ஆனந்தியைப்பத்தி ஏன் கவலைப்படல...? ஏன் இப்படி பண்ணினான்?”

“எனக்கு எதுவும் புரியல மாமா. ஒருவேளை நா ஆனந்தி கழுத்துல தாலி கட்டின விஷயம் தெரிஞ்சிருக்குமோ...? அதான் என்னைப் பார்க்க பிடிக்காம போய்ட்டானோ?” சூர்யாவின் குரல் கம்மியது.

“ச்சீச்சீ..... என்ன சந்தேகம்டா உனக்கு? கண்டிப்பா அரவிந்தனுக்கு உன் நல்ல நோக்கம் புரிஞ்சிருக்கும். உன்மேல சந்தேகப்பட்டு அவன் போயிருக்கவே மாட்டான். அவன் போனதுக்கு வேற ஏதோ காரணம் இருக்கணும்” மாமா சிந்தனையோடு சொன்னா

“ஆனந்தி வரா மாமா. அவளுக்கு இப்போதைக்கு இந்த விஷயம் தெரிய வேண்டாம்.”

“என்ன சூர்யா. அரவிந்தன் எப்பதான் வருவாராம்” ஆனந்தி தண்ணியை மாமாவிடம் கொடுத்தபடி கேட்டாள்...

“வந்துடுவான் ஆனந்தி” சூர்யாவின் குரல் சுரத்தின்றி வெளிப்பட்டது.

இரவு முழுக்க அவன் தூங்கவில்லை. ஏதோ ஒரு ஏக்கம் மனதை வாட்டியது. எது எப்படியோ ஏதோ ஒரு வழியாக இந்த விஷயம் அரவிந்தனுக்குத் தெரிந்துதான் போயிருக்கிறான் அல்லது விரட்டப்பட்டிருக்கிறான். யார் அது...? யாருக்காக இந்த வனவாசம் அரவிந்தா.....? எப்படி எங்களைப் பிரிந்து போக உனக்கு மனம் வந்தது? உன் சொத்தை என்று வந்து

நீ பெற்றுச் செல்லப்போகிறாய்? எத்தனை நாள் எனக்கு இந்த பாரம்...? என்னால் முடியவில்லை நண்பனே. ஆனந்திக்கு இருக்கும் அளவுக்குகூட எனக்கு பொறுமை இல்லை. ஒவ்வொரு நிமிடமும் இந்தப் பாரம் சுமக்க முடியாமல் தடுமாறும் என் அவதியை உனக்கு எப்படி புரிய வைப்பேன்?

சூர்யா முதல் முறையாக சத்தமின்றி அழுதான்.

***

அத்தியாயம் 29

துன்புறுத்துவது என்று முடிவெடுத்த உடன் தூரமாக இருப்பது சௌகர்யப்படவில்லை ஆர்த்திக்கும். எனவே சென்னைகே போய்விட அவள் முடிவெடுத்த நேரம் ஐஏஎஸ் தேர்வில் அவள் தேர்ச்சி பெற்ற செய்தியும் வந்தது. மனமெல்லாம் மலர்ச்சியும் கர்வமும் சேர்ந்து பொங்கியது. நேர்முகத் தேர்வுக்கான தேதி இனி தெரிவிக்கப்படும். நேரில் சென்று அப்பாவிடம் தெரிவிக்க வேண்டும் என்றும் நேர்முகத் தேர்வுக்கு போகும் வரை சென்னையிலேயே இருப்பது என்றும் முடிவெடுத்தாள். தாத்தா பாட்டியிடம் சொல்லிக் கொண்டு மறுநாளே தன் அத்தனை துணிமணிகளோடும் சென்னைக்குப் புறப்பட்டாள்.

அவள் போன நேரம் அம்மா ஆனந்தியை அழைத்துக் கொண்டு கோயிலுக்குக் கிளம்பிக் கொண்டிருந்தாள். அம்மாவின் நகைகளும் பட்டுப்புடவையும் ஆனந்தியின் உடலை அலங்கரித்திருந்தது.

ஆட்டோவிலிருந்து இறங்கிய பெண்ணைப் பார்த்ததும் தாயின் முகம் மலர்ந்தது.

"வாடி ஆர்த்தி என்ன திடீர்னு சொல்லாம கொள்ளாம வந்திருக்க....."

ஆர்த்தி ஆனந்தியை ஓரக்கண்ணால ஏற இறங்கப் பார்த்துவிட்டு அம்மாவையும் பார்த்தாள்.

"இங்க நடக்கறதெல்லாம் தெரிஞ்சுக்கணும்னா சொல்லாமதானே வரவேண்டியிருக்கு!" - சொல்லியபடி...

ஆனந்தியின் அருகில் வந்து அவளை உற்றுப் பார்த்தாள்... "இன்னும் என்னல்லாம் சுருட்டிண்டு போக இங்க வந்திருக்க ஆனந்தி? முதல்ல என் காதலன், இப்போ எங்கம்மா நகைகளா...? அப்பறம் இந்த வீடும் சொத்துமா...?"

"ஆர்த்தி..... என்ன பேசற நீ...?" ராஜேஸ்வரி அதட்டினாள். ஆனந்தி அந்த வார்த்தைகள் தாங்க முடியாமல் துடித்தாள்.

"ஏம்மா... உனக்கு நா பெண்ணா? இவ பெண்ணா...? என்னைவிட இவ உனக்கு உசத்தியா போய்ட்டாளா...?"

"வந்ததும் வராததுமா எதுக்கு இப்டி பொறியற ஆர்த்தி. கை கால் அலம்பிண்டு என்கூட கோவிலுக்கு வா. தக்ஷிணாமூர்த்திக்கெதிரே கொஞ்ச நாழி நில்லு. கோவம் போய்டும்னு உங்கப்பா சொல்லுவார் வரயா...?"

"நல்ல புத்தி தேவைப்படறவாதான் கோவிலுக்குப் போகணும். நா எதுக்கு...? அப்டி நா யார் குடியையும் கெடுக்கலையே!"

ஆனந்தி அழுகையை அடக்கிக் கொண்டாள். ராஜேஸ்வரி பெண்ணை எரிச்சலோடு பார்த்தாள்,

"நீ வா ஆனந்தி மெட்ராஸ் வெயில் சுட்டுப் பொசுக்கறது போறாதுன்னு பெங்களூர்லேர்ந்து இவ வேற வந்து சேர்ந்திருக்கா! பகவான்தான் நல்ல புத்தியைக் கொடுக்கணும்!"

ராஜேஸ்வரி ஆனந்தியை இழுத்துக் கொண்டு வெளியேற ஆர்த்தி அவர்களை எரித்து விடுவதுபோல் பார்த்துவிட்டு உள்ளே போனாள். ஹாலில் உட்கார்ந்திருந்த அப்பா அவளைப் பார்த்துவிட்டு எதுவும் பேசாமல் புத்தகம் படிப்பதைத் தொடர ஆர்த்தியால் அப்பாவின் அந்த அலட்சியத்தைத் தாங்க முடியவில்லை.

“நீங்க கூடவாப்பா?” என்றாள் அழுகை தெறித்த குரலில். மூர்த்தி அமைதியாக அவளை ஏறிட்டுப் பார்த்தார்.

“நீ கூடவான்னு நா பதிலுக்கு கேட்க மாட்டேன். ஆர்த்தி. நீ மட்டும்தான் இப்டி வேற குணத்தோட இருக்கன்னு தெரிஞ்சப்புறம் என்னத்தைப் பேச...? நீ ஆயுதம் எடுத்தாச்சு. பதிலுக்கு ஆயுதம் எடுக்க எங்களுக்கு விருப்பமில்ல. அதனால நெஞ்சை நிமிர்த்தி நின்னுண்டு உன் அம்புகளைத் தாங்கிக்க வேண்டியதுதானே? நீ ஆரம்பி உன் யுத்தத்தை!”

“என் வேதனை ஏம்ப்பா உங்களுக்குப் புரியமாட்டேங்கறது ஏன் பொல்லாதவளாவே பார்க்கறேள்?”

“ஆமை புகுந்த வீடு அழிஞ்சுடும் ஆர்த்தி. உன் மனசுல ஒரு ஆமை புகுந்திருக்கு பொறாமை! ஒண்ணு அதை அழி இல்லாட்டி நீ அழிஞ்சுடுவே!”

“எனக்கு வேணும்ப்பா. பெத்த பெண்ணைப் பார்த்து அழிஞ்சு நாசமாப்போன்னு சொல்ற தகப்பனை இப்பதான் பார்க்கறேன். நா ஐ ஏ எஸ் பாஸ் பண்ணின சந்தோஷத்தை நேர்லயே வந்து சொல்லி உங்களோடு பகிர்ந்துக்கலாம்னு ஓடி வந்தேன் பாருங்கோ, என்னை செருப்பாலதான் அடிச்சுக்கணும்.”

“உன் சந்தோஷத்தை நாம் பகிர்ந்துக்கணும்னு நீ நினைக்கிறது எவ்ளோ நியாயமோ அதே மாதிரி மத்தவா கஷ்டத்தை நீயும் பகிர்ந்துக்கணும்னு நா நினைக்கறதும். நியாயம்தானே...?”

“இப்ப யாருக்கு என்ன கஷ்டம்ங்கறேள்? எல்லாரும். நன்னாதானே இருக்கா.”

“அப்டின்னு உனக்கு தோணினா அட்லிஸ்ட் அந்த சந்தோஷத்தை பகிர்ந்துக்க ஏம்மா உன்னால முடியல?”

“எனக்கு நம்பிக்கை துரோகம் பண்ணினவாளோட சந்தோஷத்தை எப்டிப்பா என்னால பகிர்ந்துக்க முடியும்?”

“நீ மகாபாரதம் படிச்சதில்லையா தாயி...? கர்ணனைப்பத்தி உனக்குத் தெரியாது? பெத்த தாய், உடன் பிறந்த தம்பிகள் எல்லாரும் இருந்தும் அனாதையானான். யாரையும் உறவுன்னுகூட தெரியாம தேரோட்டி மகனா வளர்ந்தான். அள்ளி அள்ளி தானம் பண்ணி புகழ் பெற்றவன் ஒரு கட்டத்துல பகவானுக்கே தானம் பண்ணினான். எதை...? தன் புண்ணியம் எல்லாத்தையும் எந்த மடையனாவது பண்ணுவானா...? புண்ணியத்தை தானம் பண்ணினா மறு நிமிஷம் தான் சாகப்போறது நிச்சயம்னு தெரிஞ்சும் பண்ணினான். அவ்ளோ பெரிய மனசெல்லாம் உனக்கு இருக்கணும்னு நா எதிர்பார்க்கல. ஆர்த்தி ஆனா அவன் பறிகொடுத்ததை விடவா நீ பெரிசா பறிகொடுத்துட்ட...? அவனை ஏமாத்தி எத்தனை பேர் எத்தனை வரம் வாங்கிண்டு போனா.....? உன்னை யாரும்மா ஏமாத்தினா? ஏமாந்துட்டதா நீ நினைக்கறது மாயை ஆர்த்தி. உன் கண்ணுக்கு இப்பொ அப்டி தோண்றது அரவிந்தன் வந்ததும் நிஜம் உனக்கு புரியும். உன் மாயை விலகும். அதுவரை இப்டி உன் நாக்கால் யாரையும் சுட்டெரிக்காம இருந்தா போதும்.”

“அரவிந்தன் வரமாட்டார்” ஆர்த்தி சட்டென்று சொல்ல அப்பா அவளை அதிர்ச்சியோடு பார்த்தார்.

“நா போன் பண்ணினேம்ப்பா. இந்த கண்றாவி கல்யாணத்தைப்பத்தி அவங்கிட்ட சொல்லணும்னுதான் போன் பண்ணினேன். ஆனா இதெல்லாம் ஏற்கனவே தெரியும் போலருக்கு. அதான் வேலையை ரிஸைன் பண்ணிட்டு எங்கயோ போய்ட்டார்,”

அப்பா ஸ்தம்பித்துப் போனவராய் அவளையே பார்த்தார். கடவுளே இந்த பெண் ஆத்திரத்தில் ஆனந்தியிடம் இந்த உண்மையை வாய் விட்டுவிட்டால் என்னாவது...? சூர்யா பட்ட கஷ்டமெல்லாம். வீணாகவல்லவா ஆகிவிடும்.

மூர்த்தி மிகவும் கவலைப்பட்டார்.

“என் பொண்ணுக்கு சித்த வாய் அதிகம்தான் எனக்காக அவள் பேசினதெல்லாம் மறந்துடு ஆனந்தி. உங்க ரெண்டு பேரையும் அவ சரியா புரிஞ்சுக்கலம்மா. கூடிய சீக்கிரம் புரிஞ்சுண்டுடுவா. அதுவரை கொஞ்சம் அவளை நீங்க பொறுத்துண்டுதான் ஆகணும்...” மாமி எவ்வளவுதான் சொன்னாலும் ஆனந்தியால் ஆர்த்தியின் சொல்லம்புகளைத் தாங்க முடியவில்லை. மாற்றி மாற்றி சூர்யாவையும் அவளையும் அவள் விஷக் கத்தி தாக்கியதில் இருவரும் கருகிச் சுருண்டுதான் போனார்கள். தாள முடியாத ஒரு கட்டத்தில் ஆனந்தி சூர்யாவிடம் வாய்விட்டு கெஞ்சினாள்.

“நாம இங்கேர்ந்து போய்டலாம் சூர்யா”

சூர்யா அதிர்ந்தான். “நீ என்ன சொல்ற ஆனந்தி? நாம் எங்க போறது...?”

“எங்கயாவது போய்வோம் சூர்யா. வேற வீடு பாருங்க... நாம தனியா போய்டுவோம்.”

சூர்யா இன்னும் பலமாக அதிர்ந்தான். “நீ என்ன பேசற ஆனந்தி தனியா போனா இந்த உலகம் நம்பளை எப்டி பார்க்கும்னு தெரிஞ்சுதான் பேசறயா நீ...? கஷ்டமோ நஷ்டமோ நாம இங்க இருக்கறதுதான் உனக்கு நல்லதும்மா. உன்னை அரவிந்தன்கிட்ட சேர்க்கற வரை எந்த கஷ்டத்தையும் சகிச்சுக்க நாம் தயாராதான் இருக்கேன்.”

“நா உன்னை நம்பறேன் சூர்யா. உலகத்தைப்பத்தி எனக்கு கவலையில்ல. ஆனா ஆர்த்தி உன்னோட காதலி. அவ பார்வையைத் தாங்கிக்கற சக்தி எனக்கில்லையே. நா என்ன செய்யட்டும்?”

“அப்டின்னா மெட்ராஸ் ஒத்துக்கலன்னு ஊருக்கே போயிடறயா...?”

“அங்க அப்பா என்னை இருக்க விடமாட்டார். சூர்யா. இதுக்கு ஏதாவது ஒரு வழி பண்ணித்தான் ஆகணும் நீ”

சூர்யா குழம்பினான். என்ன வழி சொல்ல என்று புரியாமல் திகைத்தான். ஆனால் தனியே அவளை அழைத்துப் போகும் தைரியம் மட்டும் அவனுக்கில்லை. காரணம் தன் மீது கொண்ட பயமல்ல. உலகத்தை நினைத்தும் பயப்படவில்லை. ஆர்த்தியை நினைத்துதான் பயந்தான். அவள் கற்பனையிலேயே இவர்களுக்கு அனைத்தையும் நடத்தி முடித்துவிடுவாள். அரவிந்தன் வந்தால் நிச்சயம் ஏதாவது கலாட்டா பண்ணுவாள்.

அதற்கு இடமே கொடுக்கக் கூடாது என்று நினைத்தான் அவன். தான் நேசித்த பெண்ணே தன் வாழ்வில் இப்படி ஒரு வில்லியாய் உருமாறுவாள் என்பதை அவன் கனவிலும் எதிர்பார்க்கவில்லை. இப்படிப்பட்ட குணம் கொண்டவளை எப்படி மணந்து கொண்டு வாழப் போகிறோம் என்ற பயம் அவனுக்குள் எழும்பியது. மாமாவுக்காக மட்டும் தான் அவளை மணக்க வேண்டி வரும். இல்லாவிட்டால் அவர் மனம் வருந்தும். என்ன இருந்தாலும் அவள் அவர் பெண். அவளை அவன் நேசித்தது நிஜம். அவன் நேசமும் நிஜம்தான்.

அவளால் அதைப் புரிந்துகொள்ள முடியவில்லை. ஒரு நாள் புரிந்துகொண்டு விடுவாள். யாருமே தொடர்ந்து நல்லவர்களாகவும் இருப்பதில்லை. தொடர்ந்து தீயவராகவும் இருப்பதில்லை. தன் மனதுக்கு பிடித்தவை நடந்தால் நல்லவராகவும் பிடிக்காதவை நடந்தால் தீயவராகவும் மாறுவது ஒரு சிலர் இயல்பு.

ஆர்த்தியும் அப்படிப்பட்டவள்தான். மறுபடியும் இவள் மனம் மிருதுவாகக் கூடும். இயற்கையே பல குணங்களை காட்டும்போது மனிதர்கள் காட்டக் கூடாதா...? அதற்காக அவர்களை வெறுத்துவிட முடியுமா? புயலையும், மழையையும், வெயிலையும் வஸந்தத்தையும், நடுக்கும் குளிரையும் ஏற்றுக்கொண்டு வாழப் பழகிக்கொள்ளவில்லையா? அதேபோல் விதவிதமான மனிதர்களையும் ஏற்றுக்கொள்ளத்தான் வேண்டுமே தவிர ஏன் பயந்து விலக வேண்டும்?

அவன் ஒரு தெளிவுக்கு வந்தான்.

"நாம இங்கதான் இருக்கணும் ஆனந்தி வேற வழியில்ல" என்றான் உறுதியாக. ஆனந்தியின் முகம் அதைக்கேட்டு வாடியது.

"ஒரு நிமிஷம் சூர்யா" மாமாவின் குரல் அவனை அழைக்க சூர்யா அவரருகில் போனான்.

"இப்டி ஒரு நரகத்துல எந்த பெண்ணும் இருக்க விரும்பமாட்டா சூர்யா."

"இது நரகமா.....? என்ன மாமா சொல்றேள்? அவதான் தெரியாம ஏதோ..."

"இல்ல சூர்யா. இப்பொ இது நரகம்தான். ஆனந்தி சொல்றாப்போல நீ வேற வீடு பார்க்கறதுதான் நல்லது."

"மாமா!..." சூர்யா அதிர்ந்தான்.

"கொஞ்சம் வசதியான வீடாவே பார். ஏன்னா உங்களோட, நானும் மாமியும் கூட வந்துடறதா இருக்கோம்" மாமா நிதானமாகச் சொல்ல அப்போதுதான் உள்ளே வந்த ஆர்த்தி அதிர்ந்து நின்றாள்.

❋❋❋

அத்தியாயம் 30

டைனிங் டேபிள் மிக அமைதியாக இருந்தது. ஒருவரும் பேசவில்லை. ஆனந்தி கோழிக் குஞ்சு போல் அமர்ந்திருந்தாள். அடுத்தாற்போல் எவ்வளவு பெரிய நெருப்புத் துண்டம் வந்து விழுமோ என்ற அச்சத்தில் தலை குனிந்து அமர்ந்திருந்தாள். சூர்யா ஒரு முடிவெடுத்தான் என்றால் மாமா அதைவிடப் பெரிய முடிவு எடுத்தபோது அவளுக்கு ஆச்சர்யமும் அதிர்ச்சியும் ஒரு சேர எழும்பியது. இவர்களுக்காக தன் மாளிகையையும் மகளையும்கூட இழக்க முன்வருகிறார் என்றால் எப்பேர்ப்பட்ட மனிதர் இவர் என்ற பிரம்மிப்பு.

அவர் சொல்வது போல் வேறு வீடு பார்த்து அவர்களையும் அழைத்துச் சென்றால் உலகம் சும்மா இருக்குமா...? அட இரக்கமற்றவர்களே நீங்கள் சிரமப்படுவது போதாதென்று எதற்கு இந்த பெரிய மனிதரையும் சித்ரவதைப்படுத்துகிறீர்கள் என்றல்லவா நீட்டி முழக்கும். அப்படியானால் இந்தப் பிரச்சனைக்கு என்னதான் தீர்வு...? சூர்யா சொல்வது போல் ஆர்த்தியின் கொடுஞ்சொற்களை; தாங்கிக்கொள்வதைத் தவிர வேறு வழியில்லையா? ஆனந்தி பரிதாபமாக சூர்யாவைப் பார்க்க.

சூர்யா சங்கடத்தோடு மாமாவைப் பார்த்தான். அவர் ஏதோ சொல்ல வாய் திறப்பதற்குள் உள்ளே நுழைந்த ஆர்த்தி

கத்தினாள். அவள் கத்தியதிலேயே அந்த பிரச்சனைக்கு ஒரு வழியாகத் தீர்வும் கிடைத்தது.

"எனக்காக யாரும் வீட்டை விட்டுப் போக வேண்டாம் நானே போய்த் தொலையறேன். நீங்க எல்லாரும் இங்கயே சந்தோஷமா இருங்கோ." ஆர்த்தி வேகமாய் தன் அறைக்குச் சென்று தன் சூட்கேஸில் துணிமணிகளை அடைத்துக் கொண்டு வந்தாள்.

"சாப்ட்டுட்டு போடி..." அம்மா சொல்ல ஆர்த்தி அவளை முறைத்துப் பார்த்தாள்.

"பரவால்லயே சாப்ட்டுட்டு போன்னு சொல்ற அளவுக்கு என்மேல கரிசனம் கூட இருக்கே." - எகத்தாளமாக சொன்னபடி டைனிங் டேபிளில் அமர்ந்தாள்.

"எல்லாருமே உட்காரலாமே" மாமா சொல்ல மாமி எல்லாருக்கும் தட்டு வைத்தாள். சூர்யா மாமாவைக் கைத்தாங்கலாக அழைத்து வந்து அமர வைத்தான். ஆனந்திக்கு சாப்பிடப் பிடிக்கவில்லை என்றாலும் மாமாவுக்காக நடுங்கியபடி வந்து அமர்ந்தாள் ஆர்த்தி. எவர் முகத்தையும் பார்க்காமல் வேகமாக சாப்பிட்டுவிட்டு முதலில் எழுந்து விட்டாள். கை கழுவிக் கொண்டு அப்பாவிடம் வந்தாள்.

"எனக்கு ஐ. ஏ. எஸ் இன்டர்வியூ வந்திருக்குப்பா. நா. இப்பொ டெல்லிக்குப் போறேன். அங்கேர்ந்து நேரா பெங்களூர் போய்டுவேன். இனிமே இங்க வரமாட்டேன். என்னைப் பார்க்கணும்னு தோணித்துன்னா நீங்க ரெண்டு பேரும் அங்க வாங்கோ. இல்ல வரப்பிடிக்காட்டா ஒரு சொம்பு ஜலம் விட்டுண்டு குளிச்சுடுங்கோ. இந்த வீடு வாசல் எல்லாம்கூட இவாளுக்கே எழுதிக் கொடுத்துட்லாம். நா வேணா நோ அப்ஜக் ஷன் லெட்டர் அனுப்பி வெக்கறேன். வரட்டுமா? வரேம்மா" ஆர்த்தி பெட்டியை எடுத்துக் கொண்டு நடந்தவள் ஆனந்தியின் அருகில் ஒரு வினாடி நின்றாள். ஆனந்தி அந்த வினாடியில் நடுநடுங்கினாள்.

"இப்ப திருப்தியா ஆனந்தி? பரவால்ல நீ இந்த வீட்ல. கால் வெச்ச நேரம் நல்ல நேரம்தான். முதல்ல சூர்யா. அப்பறம் எங்க அம்மா அப்பா, இப்போ இந்த வீடே உனக்குதான்னு ஆக்கிண்டாச்சு. இந்த வித்தையெல்லாம் எனக்கு தெரியாம போய்டுத்து பார் பரவால்ல நீயே நன்னாரு பட் ஒன் திங் எங்கப்பா அம்மாவைப் பிரிச்சு என்னை இந்த வீட்டை விட்டு பிரிச்சு அனுப்பற பாவத்துக்கு ஒரு நாள் நீ பதில் சொல்லித்தான் ஆகணும்."

ஆர்த்தி ப்ளீஸ்... ஆனந்தி கண்ணீரோடு அவள் கையைப் பிடிக்க, அவள் கைகளை உதறிவிட்டு புயலாக வெளியேறினாள் ஆர்த்தி. அனைவரும் ஒரு வினாடி ஸ்தம்பித்து நின்றார்கள். ஆனந்தி விக்கி விக்கி அழ ஆரம்பித்தாள். அவளை சமாதானப்படுத்தக்கூட யாருக்கும் தோன்றவில்லை.

"எப்பேர்ப்பட்ட பெண்ணைப் பெத்திருக்கோம்டி ராஜி! அடிச்சுக்க எட்டு கை வேணும் போலருக்கே" மாமாவின் குரலில் வேதனை கொப்புளித்தது.

"இன்னும் எத்தனை நாளைக்கு எங்களால் உங்களுக்கு கஷ்டம்? உடனடியா இதுக்கு ஏதாவது செய்தாகணும் மாமா. அரவிந்தன் இந்த உலகத்துல எந்த மூலைல இருந்தாலும் உடனே அவனைக் கண்டுபிடிக்கணும். அவனோடு தொடர்பு கொண்டு உடனே அவனை வரவழைக்கணும். அவன் வந்தாதான் மாமா இந்த பிரச்சனை தீரும்."

ஒரு நிமிடம் யோசித்த மாமாவின் முகத்தில் மறுகணம் ஒரு வெளிச்சம் படர்ந்தது.

"இன்னிக்கு கம்யூனிகேஷன் ரொம்ப சுலபம்டா சூர்யா. உலகம் பூரா ஒரு வலையே இதுக்காக இருக்கு, நா சொல்றது புரியறதா? இன்டர்நெட்...!"

மை காட் சூர்யாவின் முகமும் பளிச்சிட்டது எப்படி இதை மறந்தோம் என்று வியந்தான்.

"நிச்சயமா அரவிந்தன் ஏதோ ஒரு கோடில் இருந்தாலும் தன் தொழில் ரீதியா கண்டிப்பா இன்டர்நெட் கனெக்ஷன் வெச்சிருப்பான். அவனுக்குப் புரியறா மாதிரி ஒரு மெஸேஜை உடனே அனுப்பிடு. எவ்ரி ஒன் அவர்க்கு அந்த மெஸேஜ் இன்டர்நெட்ல வரணும். அதைப் பார்த்ததும் அவன் எங்க இருந்தாலும் நம்பளோட தொடர்பு கொள்ளணும். மெஸேஜ் என் பேர்லயே கொடு புரிந்ததா...?" சூர்யா தலையாட்டினான். இரவு முழுக்க கண்விழித்து அரவிந்தனுக்கு அனுப்ப வேண்டிய மெஸேஜ் தயாரித்தான். நிறைய பேப்பர் கிழித்துப் போட்டான். இறுதியாக எழுதியதை மாமாவிடம் கொடுத்தான். அவர் அதில் சில திருத்தங்கள் செய்து கொடுத்தார். மறுநாளே அதை எடுத்துக் கொண்டு கிளம்பினான் சூர்யா.

அவர்கள் நினைத்தது தவறவில்லை. உலகத்தில் மிகப் பெரிய கம்ப்யூட்டர் சாப்ட்வேர் நிறுவனத்தின் லண்டன் கிளையில்தான் வேலையில் சேர்ந்திருந்தான் அரவிந்தன். எனவே இன்டர்நெட்டில் சூர்யா கொடுத்த மெஸேஜை முதல் முறை வந்தபோதே பார்த்து விட்டான் அரவிந்தன். பார்த்ததும் ஒரு வினாடி வியந்து முகம் மலர்ந்தான். இன்டர்நெட் என்ற அற்புதம் எவ்வளவு அதிசயங்களை நிகழ்த்துகிறது என்று பிரம்மித்தான்.

"கரை கடந்து நீ யாருக்காக வனவாசம் சென்றாயோ அவர்கள் நன்றாக இல்லை அரவிந்தா. அவர்கள் நல்லபடியாக இருக்க வேண்டும் என்றால் உடனடியாக நீ வர வேண்டும். அல்லது தொடர்புகொள்ள வேண்டும். இல்லையெனில் மீளாத துயரத்தை தவிர நமக்கு மிஞ்சப்போவது ஒன்றுமில்லை என்றாகிவிடும். ரிஸ்க் எடுக்காமல் உடனடியாக வரவும் அல்லது தொடர்பு கொள்ளவும்."

மூர்த்தி மாமா... கடவுளே... சூர்யாவுக்கும் ஆனந்திக்கும் என்ன கஷ்டம்...? என்னைப் பிரிந்த கஷ்டமா... அல்லது வேறுவித கஷ்டமா...? மாமா எதைக் குறிப்பிடுகிறார்.

அரவிந்தன் துடித்தான். குழம்பினான். ராகவ மாமாவுக்கு செய்து கொடுத்த சத்தியத்தை மீறி எப்படிச் செல்வது என்று யோசித்தான். ஒரு நாள் முழுக்க முடிவெடுக்க முடியாமல் தவித்தான். அதற்குள் அதே மெஸேஜ் ஏழெட்டு முறை இன்டர்நெட்டில் வந்துவிட்டது. மாமாதான் அவனுக்கு குரு என்றால் அவரே இந்தப் பிரச்சனைக்கு தீர்வு சொல்லட்டும் என்று நினைத்தான். அவரிடம் மனம்விட்டு பேசினால் ஏதோ ஒரு தெளிவு ஏற்படும் என்று அவனுக்குத் தோன்றியது. அவன் வெளிநாடு வந்திருப்பதன் நோக்கத்தை மறைக்காமல் சொன்னால் அவர் நிச்சயமாகப் புரிந்துகொள்வார். சூர்யாவுக்கும் ஆனந்திக்கும்கூட புரிய வைப்பார். அவர்கள் மனம் மாறுவார்கள். இந்த உலக. நியதிகளுக்கு உட்பட்டு வாழ்வார்கள்.

அரவிந்தனின் போன் நள்ளிரவில் மூர்த்தி மாமாவின் தூக்கத்தைக் கெடுத்தது. அருகிலிருந்த கார்ட்லெஸ்ஸை எடுத்து ஹலோ என்றவர் குரல் அடுத்த வினாடி சூரியனை விழுங்கினாற்போல் ஒளிர்ந்தது. அரவிந்தா என்றார் குரல் நடுங்க.

"நானேதான் மாமா."

"ஏன்? ஏன் தோழா இப்டி பண்ணிட்ட...?"

"எல்லாரோட நன்மைக்காகவும் தான் மாமா. நீங்க கூடவா என்னைப் புரிஞ்சுக்கல?"

"யாருக்காக போன அரவிந்தா? எங்கிட்ட தயவுசெய்து எதையும் மறைக்காம சொல்லு. என்னால முடிஞ்ச வரை உங்களுக்கு நா உதவத் தயாரா இருக்கேன்."

"வாழ்க்கைங்கறது சீசா ஆட்டம் போலத்தான் மாமா. நாம ஒருத்தரை உயர்த்த நினைச்சா இன்னோரு பக்கம் உட்கார்ந்திருக்கறவாளுக்கு தாழப்போக வேண்டிய கட்டாயத்தை ஏற்படுத்திடறோம்."

"உன்னால யார் தாழ்ந்துடுவான்னு பயப்படற அரவிந்தா.....?"

"நா வாழறதுக்காக ஒருத்தர் சாகறதுக்கு எப்டி மாமா நா சம்மதிக்க முடியும்...?"

"மை காட்...! செத்துடுவேன்னு சொல்லி உன்னை யாராவது பிளாக்மெயில் பண்ணினாளா...? யாரது அரவிந்தா.....? அந்த முட்டாள் யார்...? ராகவனா...?"

அரவிந்தன் வியந்தான். "மாமா எப்படி அவ்வளவு துல்லியமாகக் கண்டுபிடித்தார்" என்று பிரம்மித்தான்.

"அது பிளாக்மெயில் இல்ல மாமா. வேண்டுதல், இறைஞ்சுதல். அவர் ஸ்தானத்துல யாரார்ந்தாலும் இப்டித்தான் நடந்துப்பா. அவர் வளர்ந்தவிதம் அப்டி. தாலியை புனிதமா நினைக்கறவா அவா. இஷ்டத்துக்கு கட்டறதும் அவுக்கறதும் தன் பெண் விஷயத்துல நடக்கப்படாதுன்னு நினைக்கறார். அதுல எந்தத் தப்புமில்லையே. நம்ம அளவுக்கு அவரால் வேகமாக நடக்க முடியல. நம்ம வேகத்தை சரின்னு ஒத்துக்கவும் அவரால முடியல. கண்ணீர் விட்டு அழுதார். வயசுல சின்னவன்னு பார்க்காம என் கால்ல விழுந்து யாசகம் கேட்டார். நான் துடிதுடிச்சு போய்ட்டேன். அதுக்கப்புறம்தான் இந்த முடிவுக்கு வந்தேன். நா செய்தது தப்பா மாமா...?"

"தப்பில்லடா அரவிந்தா. ஆனா எங்கிட்ட ஒரு வார்த்தை நீ முன்னாடியே இதைப்பத்தி சொல்லியிருந்தா ராகவனோட நான் பேசியிருப்பேனே!"

"பிரயோஜனப்படாது மாமா. நிச்சயமா அவர் யாருக்கும் மசியறாப்போல இல்ல. நீங்க தோற்றுதான் போயிருப்பேள். நீங்க யார்கிட்டயும் தோற்பதை என்னால தாங்க முடியாது."

அந்தப் பதிலில் மாமா நெகிழ்ந்து போனார். அதற்குள் அவர் போனில் பேசும் சப்தம் கேட்டு சூர்யா, ஆனந்தி, மாமி எல்லோருமே ஒவ்வொருவராய் விழித்து எழுந்து அறை

வாசலில் வந்து நின்றுவிட்டனர். எல்லோர் முகத்திலும் ஏதோ ஒரு பரபரப்பும் பரவசமும் படர்ந்திருந்தது. சூர்யா மாமாவின் அருகில் வந்தமர்ந்து போனுக்கு கை நீட்டினான்.

கொஞ்சம் இரு என்று சைகை காட்டிய மாமா தொடர்ந்து பேசினார்.

"அரவிந்தா. நீ பேசிண்ருக்கற இந்த நிமிஷம் எல்லார் முகத்துலயும் பொங்கி வழியற சந்தோஷத்தையும் பரவசத்தையும் சொல்ல எனக்கு வார்த்தைகள் போறாதுடா இந்த சந்தோஷம் இந்த முகங்கள்ள நிலைச்சிருக்கணும்னா நீ உடனடியா வரணும்டா! வருவயா?"

"எனக்கு புரியறது மாமா... ஆனா..."

"ராகவனை நினைச்சு கவலைப்படாதே அரவிந்தா எல்லா விஷயத்தையும் போன்ல பேசிட முடியாது ஒருமுறை நீ வா நா சொல்றதையெல்லாம் ஆழமா கேளு நல்லா யோசி அதுக்கப்பறம் உன் மனசுக்கு எது சரின்னு படறதோ அதைச் செய். நா தடுக்க மாட்டேன்."

சற்று நேர மௌனத்திற்குப் பிறகு அரவிந்தன் சரி மாமா என்று சொல்ல அவர் முகம் மலர்ந்தது.

"எப்பொ வர?"

"இன்னும் ஒரு மாசத்துல வந்துடறேன். டிக்கெட் கிடைக்கறதைப் பொறுத்து இருக்கு வரதுக்கு முந்தி மறுபடியும் போன் பண்றேன். அப்பறம். சூர்யா எப்படியிருக்கான் மாமா...?"

"பேசறயா? அவங்கிட்டு குடுக்கறேன் பேசு."

மாமா கொடுத்த போனை வாங்கும்போது சூர்யாவின் கைகள் நடுங்கியது. கண்கள் பொங்கியது. ஒரு வினாடி பேச்செழும்பவில்லை மாமா ஆறுதலாக அவன் முதுகில் தட்டிக் கொடுத்து பேசு தோழா என்று சிரித்தார்.

"ஹலோ... நா... சூ... சூர்யா. எப்டி இருக்க அரவிந்தா...?"

"சூர்யா... எவ்ளோ நாளாச்சுடா உங்ககூட பேசி...!" அரவிந்தனின் குரல் கம்மியது. அழுகையை அவன் அடக்குவது புரிந்தது. இருவராலும் பேச முடியவில்லை. பொங்கி வழிந்த நீரை துடைக்கக்கூட முடியாமல் நின்றிருந்தான் சூர்யா.

"ஏமாத்திட மாட்டயே அரவிந்தா...? வரேன்னு சும்மா எங்க சமாதானத்துக்காக சொல்லலையே."

"சத்தியமா இல்லடா... மாமா சொல்லி நா எதை மீறியிருக்கேன்...? ஆனந்தி எப்டி இருக்கா...?"

"தூசி படிஞ்ச ஓவியம் போல இருக்காடா. நீ வந்தாதான் அது பிரகாசமாகும். உன் சொத்தை வாங்கிண்டு போக நீ யாருக்குடா பயப்படணும்? காப்பாத்தினதால அது என்னோடதா ஆய்டுமா...? ராகவ மாமாக்குதான் இது தெரியலன்னா... அவர் பேச்சைக் கேட்டுண்டு நீயும் போய்டலாமா...? ஒவ்வொரு நிமிஷமும் அக்னி முனையில் நின்னுண்ருக்கேண்டா அரவிந்தா. நீ வந்தாதான் அதுலேர்ந்து நா இறங்கி வர முடியும். இல்லாட்டா அப்படியே ஆயுசுக்கும் நின்னுட வேண்டியதுதான்."

"நா வரேன் சூர்யா. நா வந்ததும் பேசிப்போம். ஆனா இன்னமும் எனக்கு குழப்பம் தீரல. எது சரி எது தப்புன்னு புரியல!"

"கண்டிப்பா அதை மாமா உனக்கு புரிய வெப்பார்டா வராம மட்டும் இருந்துடாதே ஆனந்திகிட்ட பேசறயா...?"

"என்னால முடியாதுடா சூர்யா. என்னைப் புரிஞ்சுக்கோ அவகிட்ட பேசற சக்தி எனக்கில்ல."

சூர்யா கனத்த மனதோடு போனை வைத்தான். ஆனந்தி முகத்தை மூடிக் கொண்டு அழுதாள். அரவிந்தன் அவளோடு பேசாத வருத்தம் அந்த அழுகையில் வெளிப்பட்டது.

"அரவிந்தன் வந்துடுவான் ஆனந்தி. அவன் வந்ததும் எல்லார்க்கும் நல்லபடியா விடிஞ்சுடும். தயவுசெய்து இன்னும் கொஞ்ச நாள் பொறுத்துக்கோ."

சூர்யா அவளை சமாதானப்படுத்தினான். அரவிந்தனோடு போனில் பேசியதிலேயே ஒரு பெரிய பாரம் நீங்கி விட்டாற்போல் மனது லேசாகி இருந்தது. இன்டர்நெட் என்ற மிகப்பெரிய விஞ்ஞான சாதனைக்கு மனமாற நன்றி சொன்னான்.

அரவிந்தனுகாக மிகத் துடிப்போடு அனைவரும் காத்திருந்தார்கள்.

❋❋❋

அத்தியாயம் 31

அரவிந்தன் வருவதற்கு இடைப்பட்ட காலத்தில் மாமா நிறைய காரியம் செய்தார். சூர்யாவுக்கு தன் அலுவலகத்தின் லண்டன் கிளையில் ஒரு நல்ல வேலைக்கு ஏற்பட்டு செய்தார். அதன் முதல் கட்டமாக தன் நிறுவனத்தின் உயர் அதிகாரியிடம் நேர்முகத்தேர்வுக்கு அனுப்பினார். அரவிந்தன் அளவுக்கு உயர் படிப்பில்லாவிட்டாலும் சூர்யாவின் ஆழ்ந்த அறிவும், பொறுமையும் நிதானமும், அனுபவமும் அவனுக்கு அந்த வேலை கிடைக்க உதவின.

மிகப் பெரிய நிறுவனம் என்பதால் அதன் செல்வாக்கினால் பாஸ்போர்ட் விஸா எல்லாம் வாங்க முடிந்தது. அதோடு ஆனந்திக்கும் ஆறு மாத டூரிஸ்ட் விசா வாங்க ஏற்பாடு செய்தார். எந்தவித சட்டச் சிக்கல்களும் ஏற்படாமல் இருக்க ஆனந்தியும் சூர்யாவும் தாங்கள் முழுச்சம்மதத்தோடு பிரிந்து விடுவதாக கடிதம் எழுதச் சொல்லி ஒரு வக்கீல் மூலம் அவர்களுக்கு விவாகரத்து கிடைக்க ஏற்பாடு செய்தார்.

மாமாவின் போக்கு எதுவும் சூர்யாவுக்கு புரியவில்லை. ஆனந்திக்கு டூரிஸ்ட் விஸா வாங்கியது சரி தன்னை எதற்கு வெளிநாட்டுக்கு அனுப்புகிறார் என்று புரியவில்லை அவனுக்கு. இருப்பினும் எந்த கேள்வியும் கேட்காது அவர் சொன்னபடியெல்லாம் செய்தான். இவை ஒருபுறமிருக்க, ஊருக்கும் சில கடிதங்கள் எழுதினார். மாமா ராகவனுக்கு

தனியாக, மீனாட்சிக்கு தனியாக, கற்பகம் கிட்டுவுக்கு தனியாக என்று அவரவர் விலாசத்திற்கு ரிஜிஸ்தர் தபால் அனுப்பினார்.

கடிதம் கிடைத்த நேரம் கற்பகம் அரவிந்தனை நினைத்து பூஜையில் ஆழ்ந்திருந்தாள். போஸ்ட்மேன் குரல் கேட்டதும் எழுந்து வாசலுக்கு வந்து கையெழுத்து போட்டுவிட்டு கடிதத்தோடு உள்ளே வந்து ஸ்வாமிக்கு முன்னால உட்கார்ந்து பரபரப்போடு கடிதத்தைப் பிரித்தாள்.

அருமைத் தங்கை கற்பகத்திற்கு என்று ஆரம்பித்திருந்த அண்ணாவின் கையெழுத்தைக் கண்டதும் வேகமாய் கடிதத்தை படித்தாள்.

"உன் பிள்ளை வரான் கற்பகம் இன்னும் பத்து பதினஞ்சு நாள்ள வரான். நீயும் கிட்டுவும் இன்னும் ஒரு வாரம் கழிச்சு இங்க புறப்பட்டு வரவும். உங்கிட்ட நான் நிறைய பேசணும் மீனாட்சி வைத்திக்கும் தனியே லெட்டர் போட்டிருக்கேன். அவாளையும் அழச்சுண்டு வரவும். இந்த கடிதம் பத்தி ராகவனிடம் எதுவும் பேசிக்க வேண்டாம். எல்லா விவரமும் நேரில் கூறுகிறேன். எல்லாம் நல்லபடியே நடக்கிறது எனவே சந்தோஷமாக இரு. பிள்ளையைப் பார்க்கத் துடிக்கிறது அல்லவா. இன்னும் கொஞ்ச நாள் தான். பொறுத்திரு."

"கடவுளே...!" கற்பகம் கடிதத்தை நெஞ்சோடு அணைத்துக் கொண்டாள். ஸ்வாமி காலடியில் வைத்து நமஸ்கரித்தாள். புருஷன் வந்ததும் ஓடிப்போய் கடிதத்தை கொடுத்து அவர் முகம் மலர்வதை ரசித்தாள்.

"நம்ம வேண்டுதல் வீண் போகலடி நம்ம குழந்தை கிடைச்சுட்டான்."

"இன்னும் ஒரு வாரம் ஒரு யுகமா இருக்கும்."

"அரவிந்தனுக்கு வேணுங்கற பட்சணம் பண்ணினா ஓடியே போயிடறது!"

“அதுவும் சரிதான் போய் சாமானுக்கு சொல்லிடுங்கோ நா மீனாட்சியைப் பார்த்துட்டு வந்துடறேன்” கற்பகம் புடவை சரி செய்து கொண்டு மீனாட்சி வீட்டுக்குப் புறப்பட்டாள். அவள் போன நேரம் உள்ளே ராகவனின் குரலும் கேட்டது.

“என்ன நம்ப முடியலையா...? நிஜம்தான் மீனாட்சி. இதோ பார் மூர்த்தி லெட்டர் போட்ருக்கான். சூர்யாவுக்கு லண்டன்ல வேலை கிடைச்சிருக்காம். கூடிய சீக்கிரமே ஆனந்தியைக் கூட்டிண்டு லண்டன் போறானாம். அதுக்கு முந்தி ஒருமுறை வந்து பொண்ணு மாப்பிள்ளையைப் பார்த்து ஆசீர்வாதம் பண்ணிட்டு போகச் சொல்லி எழுதியிருக்கான். எனக்கு எவ்ளோ சந்தோஷமார்க்கு தெரியுமா...? ஒரு வழியா என் வேண்டுதல் நிறைவேறிடுத்து. ரெண்டு பேரும் மனசு மாறிட்டா. இனிமே சந்தோஷமா இருப்பா. நா பட்ட பாடெல்லாம் வீண் போகல. அரவிந்தனை நினைச்சா ஒரு பக்கம் வேதனையா தான் இருக்கு. அவன் எங்க இருந்தாலும் சௌக்யமா இருக்கணும்.”

ராகவன் குரல் நெகிழ ஆசீர்வதிக்க மீனாட்சி அவரையே வியந்துபோய் பார்த்தாள். அந்நேரம் கற்பகமும் உள்ளே நுழைய ராகவன் அவளிடமும் தன் சந்தோஷத்தைப் பகிர்ந்து கொண்டார்.

“அது சரி சூர்யா வெளிநாடு போற விஷயத்தை உனக்கு எழுதலையா மூர்த்தி?” அவர் திடீரென்று கேட்க தடுமாறினாள் மீனாட்சி...

“ஓ... எழுதியிருக்கார் ஒரு நடை வந்து குழந்தைகளை ஆசீர்வாதம் பண்ணச் சொல்லி எழுதியிருக்கார். அந்த லெட்டரை எடுத்துண்டு உங்காத்துக்கு நானே வரலாம்னு இருந்தேன் அதுக்குள்ள நீயே வந்துட்ட...?”

“நீ என்னிக்கு வரப்போற...? என்னோடயே வந்துடறயா...? நா இன்னும் ரெண்டு நாள்ள போறேன். அவன் என்னிக்கு புறப்படறான்னு தெரியல. அறுவடை நேரம் வேற. அதிக

நாள் இருக்க முடியாது. அதனால போய்ட்டு அவாளைப் பார்த்துட்டு ரெண்டு நாள்ள திரும்பிடுவேன்.''

''இவர் ஊர்ல இல்ல ராகவா. நீ போ. நீ வந்ததும், நா போய்ப் பார்த்துக்கறேன் இன்னும் நாளிருக்கே.''

''அப்ப சரி நா வரேன். சாயங்காலம் சிவங்கோயில்ல அம்பாளுக்கு அபிஷேகத்துக்கு ஏற்பாடு பண்ணியிருக்கேன். முடிஞ்சா வா கற்பகம் நீயும்தான் வந்துடு. அரவிந்தன் நல்லபடியா வரட்டும். எல்லாரும் சேர்ந்து அவனுக்கும் ஒரு கல்யாணத்தை பண்ணி வெச்சுடுவோம்.''

ராகவன் உற்சாகமாகப் புறப்பட்டுச் சென்றார். அவர் போனதும் கற்பகமும் மீனாட்சியும் ஒருவரை ஒருவர் பார்த்துக் கொண்டார்கள்.

''என்னையும் உன்னையும் ஒரே நேரத்துல வரணும்னு எழுதியிருக்கார் கற்பகம்.''

''உனக்கு என்னன்னு லெட்டர் எழுதியிருக்கார் மீனாட்சி...?''

''நீயே படிச்சுப்பாரேன்.'' மீனாட்சி கடிதத்தைக் கொண்டு வந்து கற்பகத்திடம் கொடுத்தாள்.

''தன் சிநேகிதனுக்காக எந்தச் சிறைக்குள். சூர்யா சிறைப்பட்டானோ அதிலிருந்து விரைவிலேயே அவனுக்கு விடுதலை கிடைக்கப் போகிறது. பிரிந்தவர்கள் அனைவரும் ஒன்று சேரப் போகிறார்கள், உன் பிள்ளையை நான் வெளிநாட்டுக்கு அனுப்பப் போகிறேன். அவன் புறப்பட்டு போகும்போது நீ அருகில் இருக்க வேண்டாமா? கற்பகமும் கிட்டுவும் வரும்போது அவர்களோடு சேர்ந்து நீயும் வைத்தியும் கூட புறப்பட்டு வரவும். இந்த கடிதத்தைப்பற்றி ராகவனிடம் எதுவும் பேச வேண்டாம்.''

''ம்?... இந்த அண்ணா என்ன மூடு மந்திரம் போட்டாப்போல எழுதியிருக்கார்...?எனக்கும் எதுவும் புரியல... ராகவன் சொல்றதைப் பார்த்தா சூர்யாவும் ஆனந்தியும் சேர்ந்து

வெளிநாடு போறதா அவருக்கு லெட்டர் எழுதியிருக்கார். எனக்கோ சூர்யா மட்டும் போறதா எழுதியிருக்கார் உனக்கென்ன வந்திருக்கு..."

"எம்பிள்ளை வரான்னு எழுதியிருக்கார் மீனாட்சி."

"என்ன... அரவிந்தன் ஒரு வழியா வரானாமா...? குழந்தையைப் பார்த்து எத்தனை நாளாச்சு! சௌக்யமார்க்கானாமா...? அரச மர பிள்ளையாருக்கு நூத்தி எட்டு தேங்காய் உடைக்கணும் கற்பகம். அரவிந்தனை நல்லபடியா அனுப்பினா உனக்கு உடைக்கறேண்டாப்பான்னு வேண்டிண்டேன். என் வேண்டுதலை அவன் நிறைவேத்திட்டான்." மீனாட்சி உற்சாகமாக பேசினாள்.

"ஆனால் இது விஷயம் ராகவனுக்குத் தெரிய வேண்டாம்னு எழுதியிருக்கார்."

"தெரியவே தெரியாது நீ கவலைப்படாதே. போய் பிள்ளைக்கு வேண்டியதை எல்லாம் ரெடி பண்ணிக்கோ. நானும் சாமானோட வரேன். ரெண்டு பேர்க்கும் சேர்த்தே பண்ணுவோம்."

கற்பகம் போனதும் மீனாட்சி வீட்டைப் பூட்டிக் கொண்டு கடைக்குப் போனாள்.

இரண்டு நாளில் ராகவனும் ஜானகியும் சென்னைக்கு கிளம்பினார்கள். அவர்கள் போய்ச் சேர்ந்த நேரம் சூர்யாகூட வீட்டில்தான் இருந்தான். மாமாவோடு உட்கார்ந்து அரட்டையடித்துக் கொண்டிருந்தார்கள்.

"ஒரு புதிர் சொல்றேன் விடை சொல்றயா ஆனந்தி?"

"ம் சொல்லுங்கோ."

"ஒரு பையன் கிளாஸ்ல எல்லாத்துலயும் பஸ்ட்தான் வருவான். எல்லாத்துலயும் நூத்துக்கு நூறு மார்க்தான் வாங்குவான். இருந்தாலும் வாத்தியார் அவனை கிளாஸ்க்கு வெளிலதான் நிறுத்தி வெப்பார். ஏன்னு சொல்லு.?"

ஆனந்தியோடு சேர்ந்து சூர்யாவும் யோசித்தான். ம்ஹூம். சுத்தமாய் விடை தெரியவில்லை.

"தினமும் லேட்டா வருவானா...?"

"இல்ல..."

"ரொம்ப அமக்களம் பண்ணுவானா?"

"இல்ல."

"கிளாஸ்ல பேசுவான். சரியா?"

"இல்லவே இல்ல."

"ப்ஸு... தெரியல மாமா நீங்களே சொல்லிடுங்கோ."

ஆனந்தி உதட்டை பிதுக்கினாள்.

"ஏன்னா... அவன் அவுட்ஸ்டாண்டிங் ஸ்டூடண்ட் அதனாலதான்!"

மாமா சொல்ல மறு வினாடி கொல்லென்ற சிரிப்பு எழும்பியது. ஆனந்தியும் சூர்யாவும் விழுந்து விழுந்து சிரித்தார்கள். தன் பெண் சிரிப்பதை ரசித்துப் பார்த்தபடி உள்ளே நுழைந்தார்கள் ராகவனும் ஜானகியும்.

"அடடே வா ராகவா... வாம்மா ஜானகி..." மாமா வரவேற்றதும் திரும்பிய ஆனந்தி அம்மாவைப் பார்த்ததும் முகம் மலர்ந்து ஓடிப் போய் அவளைக் கட்டிக் கொண்டாள். சூர்யா ராகவனின் காலைத் தொட்டு கண்ணில் ஒற்றிக் கொண்டான்.

"நன்னார்க்கணும்" ராகவன் நெஞ்சார ஆசீர்வதித்தார்.

"ஆனந்தியைக் கை பிடிச்ச நேரம் சூர்யா வெளி நாட்டுக்குப் போகப் போறான். உனக்கு சந்தோஷம்தானே ராகவா? உம் பொண்ணு லண்டனுக்குப் போகப் போறா. இனிமே இப்படி நினைச்சாப் போல அவளைப் பார்க்க முடியாது. லெட்டர்லதான் பேசிக்கலாம். அதனால் ஒரு

வாரமாவது இங்கயே தங்கி அவளோட திருப்தியா பேசிட்டு போ. உன் ஆசீர்வாதத்துல் குழந்தைகள் நன்னார்க்கணும்."

"நீங்க இருக்கும்போது அவாளுக்கு என்ன குறை? சௌக்யமார்ப்பா. என்னிக்கு புறப்படறா?"

"டிக்கெட் கன்ஃபார்ம் ஆனதும் புறப்பட்டுட வேண்டியதுதான். இன்னும் பத்து பதினஞ்சு நாளாகும்."

"பத்து பதினஞ்சு நாளா...? அவ்ளோ நாள் இருக்க முடியாதே. அறுவடை நேரம் வேற! வந்ததுக்கு ரெண்டு நாள் இருக்கலாம். வேணும்னா ரெண்டு நாள் கழிச்சு போய்ட்டு, புறப்படற தேதிக்கு கடிதாசி எழுதினா அன்னிக்கு வந்து சேர்ந்துடுவேன்."

"அதுவும் சரிதான். ராஜி... எல்லாரும் பசியோட வந்திருப்பா எல்லாம் ரெடி பண்ணிட்டயா?"

"அதுசரி மன்னிக்கு சொல்லணுமா? தலையைப் பார்த்ததும் உலையை வெச்சிருப்பாளே!" ஜானகி சிரித்தபடி உள்ளே போய் ராஜேஸ்வரிக்கு உதவத் தயாரானாள்.

எல்லோரும் சேர்ந்து அமர்ந்து சாப்பிட்டார்கள். ஆனந்தியின் முகத்தில் இருந்த சந்தோஷமும் பூரிப்பும், பார்த்ததும் ராகவனுக்கு மனம் நிறைந்தது திருப்தியாக சாப்பிட்டார். சூர்யாகூட வெகு நாள் கழித்து சிரித்து பேசியபடி வயிறு நிறைய சாப்பிட்டான். ஆனந்தியோடு அவன் சகஜமாகப் பேசியதை ராகவன் முகம் மலர ரசித்துப் பார்த்தார்.

இரண்டு நாள் அங்கு தங்கியவர்களை அழைத்துக் கொண்டு சூர்யா சென்னையைச் சுற்றிக் காட்டினான். ஆனந்தியும் உடன் சென்றாள். ராகவனுக்கும், ஜானகி மாமிக்கும் நிறைய சாமான்கள் வாங்கிக் கொடுத்தான் சூர்யா.

இரண்டு நாள் மிகச் சந்தோஷமாகக் கழிந்தது. மூன்றாம் நாள் புறப்படுவதற்கு முன்பு ராகவன் எங்கோ வெளியில் சென்றிருந்த நேரம் மூர்த்தி ஜானகியை அழைத்துப் பேசினார்.

"உன் புருஷன்கிட்ட சொல்ல முடியாத விஷயத்தை உன்கிட்ட சொல்லப் போறேன் ஜானகி. கண்டிப்பா நீ அதுக்கு தடை போட மாட்டன்ற நம்பிக்கைல உங்கிட்ட சொல்றேன். இந்த விஷயத்தை கடைசி வரை ராகவன்கிட்ட சொல்ல மாட்டேன்னு சத்தியம் பண்ணு. புருஷன் பெண்டாட்டிக்குள்ள ரகசியம் இருக்கப்படாதுதான். இருந்தாலும் வேற வழியில்ல. குழந்தைகளோட சந்தோஷத்துக்காக மட்டும் நா உன்கிட்ட இந்த சத்தியத்தை கேட்கல. ராகவனோட சௌக்யத்துக்காகவும் சேர்த்துதான் கேட்கிறேன்."

மூர்த்தி பீடிகையோடு நிறுத்த ஜானகி ஒரு க்ஷணம் திகைத்தாள். பிறகு மூர்த்தியின் மீதிருந்த அதீத நம்பிக்கையாலும், அவர் யாருக்கும் கெடுதல் நினைக்காத உத்தமர் என்பதில் எந்த சந்தேகமும் இல்லாததாலும் எதுவும் பேசாமல் அவர் கையிலடித்து சத்தியம் பண்ணிக் கொடுத்தாள். அவர் கண்கள் பனித்தது.

"நீ உத்தமி ஜானகி. கடசி வரை நீ இப்டியே பூவோடயும் பொட்டோடயும் இருக்கணும். இந்த பூவுக்கும் பொட்டுக்கும் ஆபத்து வந்துடப்படாதுன்னுதான் அரவிந்தன் கடல் கடந்து போனான் யார்கிட்டயும் சொல்லிக்காம."

அவர் நிறுத்த ஜானகி அதிர்ந்தாள்.

"எனக்காகவா...?"

***

அத்தியாயம் 32

"உனக்காகத் தான் ஜானகி. தப்பு ராகவன் மேல இல்ல. எல்லா மனுஷாளுக்கும் ஒரே குணம் இருந்துடுமா? குணங்கள் வேறுபடறதுதானே இந்த லோகத்துல பல பிரச்சனைகளுக்கு காரணமே. ஆனா ஒண்ணு. எந்த ஒரு காரியத்துக்கு எதிர்ப்பு இருக்கோ அந்தக் காரியத்தை இன்னும் பலமுறை யோசிச்சு நல்லபடியா செய்ய முடியும். அதான் நானும் யோசிச்சேன். எல்லாரும் நன்னார்க்கணும். இதனால் யாருக்கும் துளிக்கூட பாதிப்பு இருக்கக்கூடாதுன்னு யோசிச்சு ஒரு முடிவுக்கு வந்தேன். அதன் முதல் கட்டமா அரவிந்தனோட இன்டர்நெட்ல தொடர்பு கொண்டேன். பகவான் அனுக்கிரஹத்துல அரவிந்தனுக்கு என் செய்தி போய்ச் சேர்ந்துது. அவனும் எனக்கு போன் பண்ணினான். உடனே வரேன்னு சொல்லிட்டான். என்னிக்குன்னு தெரியல. ஆனா இன்னும் பத்து பதினஞ்சு நாள்ள வந்துடுவான். அவன் வந்ததும் உன் பெண்ணுக்கு மறுபடியும் கல்யாணம் நடக்கும். ஆனா இந்த கல்யாணத்தை உன்னால் கிட்ட இருந்து ரசிக்க முடியாது. நா வீடியோ எடுத்து வெக்கறேன். பின்னால் ஒரு சமயம் உனக்குப் போட்டுக் காட்டறேன்."

ஜானகி வாயடைத்துப் போனாள். அவளால் எதுவும் பேச முடியவில்லை.

"பாவம் ஜானகி சூர்யா. ரொம்பக் கஷ்டப்பட்டுட்டான். இனிமேலும் அவனுக்கு சிரமம் கொடுக்கப்படாதுன்னுதான்

இந்த ஏற்பாடு. நடந்த கல்யாணம் பொம்மைக் கல்யாணம் மாதிரிதான்னாலும் பின்னால் எந்தப் பிரச்சனையும் யாராலயும் வந்துடப்படாதுன்னு ரெண்டு பேருக்கும் ஒரு சம்பிரதாய விவாகரத்தும் வாங்கிக் கொடுத்துட்டேன். இப்பொ ஆனந்தி சட்டப்படியும் அவன் மனைவியில்ல. உன் புருஷனுக்காக இப்பொ ரெண்டு பேரும் போடறது புருஷன் பொண்டாட்டி வேஷம்தான். அரவிந்தன் வந்ததும் அவன் கட்டற தாலி அவ கழுத்துல ஏறிடும்.

சூர்யா கட்டின அந்த ராக்கிக் கயிறைக் கழட்டி பூஜைல வெச்சு தினமும் அதுக்கு பூஜை செய்வா உன் பொண்ணு. இதெல்லாம் எதுவும் ராகவனுக்கு தெரியப்படாதுன்னுதான் சூர்யாவையும் அவாளோடேயே லண்டன்க்கு அனுப்பறேன். தன் சிநேகிதனோடயே அவனும் கடசீ வரை இருக்கட்டும். அவாளுக்குள்ள இனி பிரிவே வேண்டாம்னு தான் இந்த ஏற்பாடு. இதையெல்லாம் உங்கிட்டயும் மறைக்க என் மனசு இடம் கொடுக்கல. குழந்தைகள் சந்தோஷத்தைவிட நம்ப சடங்கும் சம்பிரதாயமும், தேவையில்லாத பண்பாடுமா பெரிசு? உன்னால இதைத் தாங்கிக்க முடியும். நீ அவாளை நிச்சயம் வாழ்த்தி அனுப்புவன்னுதான் உங்கிட்ட மட்டும் சொல்றேன். நியாயங்களும் தர்மங்களும் யுகத்துக்கு யுகம் மாறும் ஜானகி. அதன்படி நம்ம தர்மத்தையும் கொஞ்சம் மாத்திக்கறதுதான் எல்லார்க்குமே நல்லது."

அவர் நிறுத்த ஜானகி சற்றுநேரம் சிலையாய் அமர்ந்திருந்தாள். பிறகு மெல்லிய குரலில் பேசினாள்.

"உங்களை அடிக்கடி தக்ஷிணாமூர்த்தின்னுவான் அரவிந்தன். அவன் சொல்றது நிஜம்தான். குருவா இருந்து நீங்களே உபதேசம் பண்ணினப்பறம் மறுபேச்சு பேச யாரால முடியும்? உங்களுக்கு முன்னாடி நா அற்ப பிராணி. நீங்க காட்ற வழில நடக்க கடமைப்பட்டவ. என் சத்தியத்தை நா கடசீ வரை காப்பாத்துவேன்."

மூர்த்தி அவளைப் பார்த்து கண்கள் பளபளக்க கை கூப்பினார்.

அன்றிரவு வண்டியில் ராகவனும் ஜானகியும் ஊருக்குக் கிளம்பிச் சென்றார்கள்.

அதற்கடுத்த இரண்டாம் நாள் கற்பகம், கிட்டும். மீனாட்சி, வைத்தி நால்வரும் வந்தனர். அதற்கடுத்த மூன்றாம் நாள் திடுதிப்பென்று வந்து நின்றான் அரவிந்தன். அவன் வந்த நேரம் எல்லோரும் கோயிலுக்குப் போயிருக்க மாமா மட்டும்தான் வீட்டில் இருந்தார்.

வந்தவன் நேராக மாமாவின் காலில் விழுந்து வணங்கினான். மாமா அவனை வாரி அணைத்துக் கொண்டார். அவன் நெற்றியில் பாசத்தோடு முத்தமிட்டார். ஆயிரம் விஷயங்களை அவர் கண்கள் பேசியது.

''சூர்யா எங்க மாமா...?''

''எல்லாரையும் கூட்டிண்டு கோவிலுக்குப் போயிருக்கான். உங்கம்மா அப்பா, சூர்யாவோட அம்மா அப்பா எல்லாரும் வந்திருக்கா.''

''அம்மா வந்திருக்காளா...?'' அரவிந்தனின் முகம் தாமரையாய் மலர்ந்தது.

''எந்தக் கோவிலுக்கு? நா அங்கயே போய் அவாளை அசத்தட்டுமா?''

''இரு தோழா. உங்கிட்ட எவ்ளோ பேச வேண்டியிருக்கு. உட்காரு முதல்ல. அது சரி என் காலுக்கென்னாச்சுன்னு கேட்கவே மாட்டயா?''

அப்போதுதான் அவரது காலை கவனித்தவன் பதறிப் போனான்.

''உங்களுக்கென்ன மாமா ஆச்சு...?''

''உன் கல்யாணத்துல ஏதோ அசம்பாவிதம் நடக்கப்போறதுன்னு அதுக்கு முந்தியே இது அறிகுறியாய்டுத்து.''

"அதானே பார்த்தேன்..... நீங்க போகாததாலதான் எல்லா குழப்பமுமா? என்னடா... மாமா போயுமா அப்பா மனசை மாத்த முடியலன்னு யோசிச்சேன். இப்பதான் புரியறது. நல்ல காலம் மாமா நீங்க பார்க்க முடியாம போனதுனால தான் கல்யாணம் நின்னு போய் ஏதேதோ ஆய்டுத்து. சப்போஸ் நா ஒழுங்கா வந்திருந்தாகூட நீங்க வரலன்னு தெரிஞ்சதும் நிச்சயம் நானே கல்யாணத்தை தள்ளிப்போட்ருப்பேன்."

அவன் பாசம் கண்டு மாமா நெகிழ்ந்து போனார். "அதனால என்னடா... நா பார்க்க, உனக்கு கல்யாணம் நடக்கும். நானே நடத்தி வெக்கறேன் போதுமா...?"

அரவிந்தன் மாமாவை புருவம் சுருங்கப் பார்த்தான்.

"இதுக்குத்தான் என்னை வரச்சொன்னேளா மாமா?"

"பின்ன வேற எதுக்கு...?"

"என் குழப்பம் இன்னும் தீரல மாமா."

"என்னடா உன் குழப்பம்?"

"நா ஆனந்தியோட அப்பாக்கு சத்தியம் பண்ணிக் கொடுத்திருக்கேன்."

"இருக்கட்டுமே."

"சத்தியத்தை மீறது தப்பில்லையா?"

"உன் சத்தியத்தை காப்பாத்தினா அவர் ஒருத்தர் மட்டும் தான் நிம்மதியா உசிரோட இருப்பார். உன் சத்தியத்தை நீ மீறினா நீங்க மூணு பேர் நல்லபடியா இருப்பேள் உங்களைப் பார்த்து நாங்களும் நல்லபடியா இருப்போம். இப்போ சொல்லு எது உத்தமம் சத்தியத்தை காப்பாத்தறதா இல்ல மீர்றதா...?"

"இருந்தாலும் சத்தியம்ங்கறது பெரிய விஷயமில்லையா மாமா?"

"பெரிய விஷயம்தாண்டா. இப்டி நீ அதுக்கு முக்கியத்துவம் கொடுப்பன்ற நம்பிக்கையிலதான் ராகவன் கொஞ்சம்கூட

யோசிக்காம உங்கிட்ட சத்தியம் வாங்கிண்டுருக்கான். குழந்தையிலேர்ந்தே நீங்க ரெண்டு பேரும் உயிருக்குயிரா நேசிக்கறது தெரிஞ்சும் தன் கௌரவம் பாழாப்போய்டக் கூடாதுன்னு சத்தியம் வாங்கிண்டானே தவிர உங்களைப்பத்தி துளியாவது அவன் நினைச்சுப் பார்த்தானா...? என்ன பொல்லாத கௌரவம்...? இந்த உலகம் வெறும் வெளித் தோற்றத்துக்குத்தாண்டா கௌரவம் கொடுக்கும். உன் படிப்புக்கும் புத்திசாலித்தனத்துக்கும் கொடுக்கற கௌரவத்தைவிட அது நீ உடுத்தற உடைக்குத்தாண்டா நிறைய கௌரவம் குடுக்கும்.

இத்தனை உடையும் கழட்டி போட்டுட்டு அம்மணமா போய் நின்னு பாரு. உலகம் ஒரு நிமிஷத்துல உன்னைப் பார்த்து முகம் சுளிக்கும். காறித்துப்பும். கல்லால் கூட அடிக்கும். அப்டின்னா மனுஷனுக்கு உடை மட்டும்தான் முக்கியம்னு ஆயிடறதில்லையா? அப்புறம் எதுக்கு படிப்பு பண்பாடு எல்லாம்...? ஸோ... இந்த உலகம் கௌரவம் கொடுக்கணும்னா உடையும் இருக்கணும். உள்ளமும் இருக்கணும். ஒண்ணு உலகத்துக்கு இன்னொண்ணு நமக்கு, நம்ம சந்தோஷத்துக்கு ஒரு மரத்துல பழுத்த இலையும் இருக்கும், துளிர் இலையும் இருக்கும். எது உதிர்ந்தா நீ அதிக துக்கப்படுவ சொல்லு?'' மாமா கேட்டுவிட்டு நிறுத்தினார்.

''துளிர் இலை தான்'' என்றான் அரவிந்தன்.

''அப்புறம் என்ன...? ராகவன் பழுத்த இலை. சூர்யாவும் ஆனந்தியும் துளிர் இலைகள். சத்தியம் தான் பெரிசுன்னு நீ நினைச்சா துளிர் இலைகள் வாடி விழும். ஆனா சத்தியத்தை நீ மீறினாலும் பழுத்த இலை தானா விழாம இருக்க நா வழி பண்றேன் போதுமா? ஆக மூணு இலைகளையும் உன்னால காப்பாத்த முடியும்.''

அரவிந்தன் திகைப்போடு அவரையே பார்த்தான்.

''சூர்யாவுக்கும் லண்டன்லயே வேலைக்கு ஏற்பாடு பண்ணிட்டேன். பாஸ்போர்ட் விசா எல்லா ரெடி. டிக்கெட் மட்டும் நீ வந்ததும் கன்ஃபர்ம் பண்ணலாம்னு இருந்தேன்.''

“இஸ் இட்!” அரவிந்தனின் முகத்தில் கோடி சூரிய பிரகாசம் தெரிந்தது.

“ஆனந்திக்கும் டூரிஸ்ட் விசா வாங்கியாச்சு. நீங்க மூணு பேருமே லண்டன்க்கு திரும்பிப் போறேள். ராகவனுக்கு நீ வந்திருக்கறது தெரியாது. அவனைப் பொறுத்தவரை மட்டும் சூர்யாதான் அவன் மாப்பிள்ளை. மத்தவா எல்லார்க்கும் உண்மையைச் சொல்லியாச்சு. ஜானகிகிட்ட கூட மறைக்கல. ராகவன்கிட்டயும் சொல்லலாம். ஆனா அவனோட சின்ன வட்டத்தைவிட்டு அவனால வர முடியலையே, என்ன செய்ய? அவன் சந்தோஷத்தை எதுக்கு கெடுக்கணும்? அவன் சாகற வரை இந்த ரகசியம் ரகசியமாகவே இருந்துட்டு போகட்டும். ஆனந்தி எழுதப்போற லெட்டர்தான் அவனுக்கு டானிக். லெட்டர்ல மொட்டையா எம்புருஷன்னு அவ எழுதட்டும் பேரைக் குறிப்பிட வேண்டாம். ராகவனைப் பொறுத்தவரை அவ புருஷன் சூர்யா. மத்தவாளுக்கு அவ புருஷன் நீ! வேறு வழியேல்ல! எல்லாரோட சௌக்யத்துக்காகவும் இந்த நாடகத்தை நாம் நடத்தியே ஆகணும்.”

அரவிந்தன் ஒன்றும் பேசமுடியாமல் தலை குனிந்து அமர்ந்திருந்தான்.

“என்னடா... இன்னும் தெளியலயா...? சரி போ... போய் கோயில்ல அந்த தக்ஷிணாமூர்த்தி முன்னால போய் நில்லு. நீ எடுக்க வேண்டிய முடிவை அந்த குருவே உனக்கு சொல்லுவார். அப்படியே அவாளையும் அசத்திட்டு வா.”

மாமா அவன் தோளைத் தட்டி உற்சாகப்படுத்த அரவிந்தன் கோயிலுக்குப் புறப்பட்டான். பிரதோஷ நேரம் என்பதால் கோயிலில் கூட்டம் அலை மோதியது. ரிஷபத்தின் மேல் ஸ்வாமி பிரதோஷ வலம் வந்து கொண்டிருந்தார். கூட்டம் முழுக்க சுற்று பிரகாரத்தில் இருந்ததால் சந்நிதிகளில் அவ்வளவாக கூட்டம் இல்லை. கூட்டத்தில் எல்லோரும் எங்கிருக்கிறார்கள் என்று தெரியவில்லை. அரவிந்தன் தக்ஷிணாமூர்த்தியின் எதிரில் வந்து நின்றான்.

கல்லாலின் புடையமர்ந்து நான்மறை யாறங்கே
முதற்கற்ற கேள்வி வல்லார்கள் யாவருக்கும்
வாக்கிறந்த பூரணமாய் மறைக்கப்பாலாய்
எல்லாமாயல்லதுமாய் இருந்தவனையிருந்தபடி
இருந்து காட்டி சொல்லாமற் சொன்னவனை
நினையாம நினைந்து பவத் தொடக்கை வெல்வாம்.

மனசுக்குள் அழுத்தமாய் ஜெபித்தபடி குருவை உற்றுப் பார்த்தான். எந்த வேண்டுதலுமின்றி அந்தச் சாந்தஸ்வரூப் மூர்த்தியை உற்றுப் பார்த்தான். கோயிலில் யாருமே இல்லாதது போல் அவனும் குருவும் மட்டுமே தனித்திருப்பது போன்ற உணர்வு ஏற்பட்டது. ஒவ்வொரு விளக்காய் அணைந்தது. சுற்றிலும் இருட்டு, குரு மட்டுமே பிரகாசமாய்த் தெரிய அரவிந்தன் இமைக்காமல் அவரையே நிலைத்துப் பார்த்தான். குரு மெல்ல இதழ் விரியச் சிரித்தார். எதுவும் பேசவில்லை. என்ன சிரிப்பு இது...? இந்த சிரிப்பை எங்கோ கண்டது போல்... பரிச்சயமான சிரிப்பல்லவா இது...? அரவிந்தன் இன்னும் ஆழமாய் குருவைப் பார்த்தான்.

ஏதோ ஒன்று வெகு பரிச்சயமாய்... என்ன அது... பளீரென்று மின்னலடித்தது. கண்ணிமைக்கும் நேரத்தில் அரவிந்தன் அந்தக் காட்சியைக் கண்டான். குருவின் முகம் மறுபடியும் சிரித்தது. சாட்சாத் மாமாவின் சிரிப்புதான். சின்முத்திரையோடு சின்ன வடிவில் மாமாவேதான்... வினாடி நேரம்தான் மின்னல் மறைந்துவிட்டது. அரவிந்தன் மூச்சை உள்ளுக்கு இழுத்துக் கொண்டான். உடம்பு தள்ளாடியது. "உன் மாமா சொன்னால் என்ன? நான் சொன்னால் என்ன...? இரண்டிற்கும் என்ன வித்யாசம் என்று என்னிடம் வந்து விட்டாய்?"

கண் இருட்டியது. உடம்பு காற்றில் மிதப்பது போலிருந்துதது. "குரு உபதேசம் இதுதானா...? கட்டுப்படுகிறேன் குருவே! உனக்குக் கட்டுப்பட்டவன் நான்."

மெல்ல முணுமுணுத்தவன் உடம்பு தள்ளாடியது. குரு மறைந்தார். அரவிந்தன் உடம்பு பின்னால் சாய்ந்த அதே நேரம் சூர்யா அவனை அழைப்பது கிணற்றிலிருந்து கேட்பது போலிருந்தது.

மீண்டும் அவன் கண் விழித்தபோது சூர்யாவின் மடியிலிருந்தான் அவன். சூர்யாவின் கண்களில் ஆனந்தக் கண்ணீர். சுற்றிலும் அம்மா அப்பா வைத்தி மாமா மீனாட்சி மாமி ஆனந்தி என்று எல்லார் கண்களிலும் பரவசக்கண்ணீர்.

“என்னாச்சு அரவிந்தா... நீ எப்போ வந்த? இங்க எப்டி வந்த...?”

அரவிந்தன் மெல்ல எழுந்து உட்கார்ந்தான். எதிரில் தக்ஷிணாமூர்த்தி ஒன்றுமே தெரியாதது போல் சாத்வீகமாய் சின்முத்திரை காட்டிக் கொண்டிருந்தார்.

❋❋❋

அத்தியாயம் 33

"என்னமோ பிரதோஷத்துல என் மனசு ஒட்டவேல்ல. உள்ள போ உள்ள போன்னு உள்ளுக்குள்ள ஏதோ தொல்லை பண்ணிண்டே இருந்துது. சரின்னு எல்லாரையும் அழச்சுண்டு சந்நிதிக்குள்ள நுழைஞ்சுட்டேன். சிவதரிசனம் பண்ணிட்டு சுத்தி வந்தா நீ தள்ளாடிண்டு நிக்கற. நா கத்திண்டே வந்தது உனக்கு கேக்கலையா...? என்னாச்சு அரவிந்தா? உடம்புக்கொண்ணுமில்லையே."

அரவிந்தன் தலையாட்டினான்.

"குருவோட பேசிட்ருந்தேன் சூர்யா. அன்னிக்கு மாதிரியே அதிசயம் நடந்துது. குருவோட உபதேசம் கிடைச்சுது. என்னால தாங்க முடியல. மயங்கி விழுந்துட்டேன். உன் குரல் கேட்டதுகூட கனவா நிஜமான்னு புரியாத நிலை!"

"சரி எழுந்திருடா மாமா தனியார்ப்பார் வா போகலாம். அவர் தான் உன்னை அனுப்பினாரா...?"

"ம் உங்க எல்லாரையும் அசத்தணும்னு நினைச்சுதான் இங்கயே வந்தேன்."

"நன்னா அசத்தின போ. வயறெல்லாம் கலங்கிடுத்து அப்டியே...!" கற்பகம் அவன் நெற்றியில் விபூதி குங்குமம் இட்டு விட்டாள். அரவிந்தன் அம்மாவை விழுங்கி விடுவது போல் பார்த்தான். சற்று நேரம்தான் பிறகு வெடுக்கென்று

கண்ணடித்து சிரித்தான். கற்பகம் பொய்க்கோபத்தோடு கையை ஓங்கினாள். மற்றவர்கள் வாய்விட்டு சிரித்தார்கள்.

"தெய்வம் எல்லாரையும் என்ன அழகா கோயில்ல வெச்சு ஒண்ணு சேர்த்துடுத்து பார். ஸ்வாமிக்கு ஒரு அர்ச்சனை பண்ணிட்டே புறப்படுவோம்" ராஜேஸ்வரி சொல்ல அனைவரும் ஆமோதித்தனர்.

சூர்யா அரவிந்தனை சற்று நிறுத்திவிட்டு ஆனந்தியை அழைத்தான். அவள் கையைப் பிடித்து அரவிந்தனிடம் ஒப்படைத்தான் அரவிந்தன் மறுப்பேதும் சொல்லாமல் அந்தக் கையை இறுகப் பற்றிக்கொள்ள, ஆனந்தி அழுகையை அடக்க முடியாமல் அவன் காலடியில் சரிந்தாள்.

"யப்பா... எவ்ளோ பெரிய பொறுப்புடாப்பா. அம்பாளோட அத்தனை ஆபரணத்தையும் கட்டிக் காப்பாத்தி மறுநாள் அவளுக்கு சார்த்தி அழகு பார்க்கறாப்பல இருக்கு! மனசு ரொம்ப லேசா ஆய்டுத்து. இனிமே நிம்மதியா தூங்குவேன்" சூர்யா இழுத்து மூச்சு விட்டான்.

"போலாமா...?" மீனாட்சி சொல்ல அனைவரும் புறப்பட்டனர். அர்ச்சனை பிரசாதத்தோடு வீட்டுக்கு வந்தனர்

மாமா டைனிங் டேபிளில் அவர்களுக்காகக் காத்திருந்தார். அரவிந்தன் அவரருகில் வந்து அமர்ந்தான். "என்ன அரவிந்தா குரு உபதேசம் கிடைச்சுதா...?" என்று கேட்டு சிரித்தவரை பிரம்மிப்போடு பார்த்தான் அரவிந்தன்.

"என்னடா...?"

"இதே சிரிப்புதான் மாமா அங்கயும் தெரிஞ்சுது."

"அட பைத்தாரா..."

"இருந்துட்டு போறேன். பைத்தாரனாவே இருந்துட்டு போறேன்! பைத்தாரனா இருந்தாதானே குரு உபதேசம் கிடைக்கறது...!"

"என்ன சொல்றான் அவன்...?"

"அது உங்களுக்கெல்லாம் புரியாது. எங்க பாஷை அது...!"

"நல்ல பாஷை...! சரி உட்காருங்கோ எல்லாரும் சேர்ந்து சாப்டுவோம்."

"நீயும் உட்கார்ந்துடு செல்ஃப் சர்வீஸ் பண்ணிப்போம்."

சாப்பாட்டுக்குப் பிறகு மாமா அரவிந்தன் சூர்யா இருவரோடும் பேசினார்.

"வர புதன் கிழமை முகூர்த்த நாள் அரவிந்தா. நம்பாத்து பூஜை ரூம்ல வெச்சு தாலி கட்டற. அப்பறம் ரிஜிஸ்டர் மாரேஜ். சூர்யா எல்லா ஏற்பாடும் பண்ணிட்டான். அதுக்கப்பறம் சரியா ஒரு வாரம் கழிச்சு டிக்கட் கன்ஃபர்ம் ஆகியிருக்கு. அதுக்குள்ள ராகவன் வாரம இருக்கணும். அவன் கண்லபடாம நீங்க மூணு பேரும் விமானம் ஏறியாகணும்."

"அதை நினைச்சாதான் எனக்கு ரொம்ப கஷ்டமார்க்கு மாமா. ராகவ மாமா பொல்லாதவர் இல்ல. அவர்கிட்ட எல்லாத்தையும் சொல்லித்தான் பார்ப்போமே."

"இப்பொ வேண்டாம் அரவிந்தா காலப்போக்குல எப்டியாவது சொல்ல முயற்சிப்போம். இப்பொ முயற்சித்தா அது விஷப்பரிட்சை. ஊர்ல ஒரு ஈ எறும்புக்கு கூட இந்த விஷயம் தெரிய வேண்டாம். மத்தவா உணர்ச்சிகளை புரிஞ்சுக்க முடியாது அவாளால். வாய்க்கு வந்தபடி பேசறதுதான் அவர் வழக்கம். ரொம்ப சாதாரண மனுஷாளுக்கு மத்தில உங்களால் வாழ முடியாதுடா அரவிந்தா. நீங்க ரெண்டு பேரும் ரொம்ப தெய்வீகமானவா உனக்கு ஒண்ணு தெரியுமோ? வானத்துல நம்ம கண்ணுக்கு எட்டாத வெகு தொலைவுல வசிக்கற, ஒரு பறவை இனம் இருக்குன்னு உனக்கு தெரியுமா...?"

"வானத்துல வசிக்கற பறவையா...? ஆச்சர்யமார்க்கே...!"

"ஆமா தெய்வப்பறவைகள்னு சொல்லுவா அதை! ஹோமோ பறவைகள்னு பேரு. மனுஷா கண்ணுக்கு

புலப்படாது, வானத்துலயே வசிக்கும். பூமிக்கு வரவே வராது. வானத்லயே பறந்தபடிதான் உணவு உறக்கம், கலவி எல்லாமே. பறந்தபடியே தாய்ப்பறவை முட்டையிடுமாம். பூமியை நோக்கி விழற வேகத்துலயே இறக்கை வலுவடைஞ்சு, இறகு விரிச்சு, கண் திறந்து மறுபடியும் விர்ருனு மேல் நோக்கி பறந்து தாய்ப்பறவையோட சேர்ந்து பறக்க ஆரம்பிச்சுருமாம். ஆச்சர்யமார்க்குல்ல? ஆனால் நிஜம்.''

“நீங்களும் அந்த பறவைகள் மாதிரிதாண்டா, உயரப் பறக்கறவா! நீங்க ஒருநாளும் கீழ இறங்கவேபடாது. சாதாரண மனுஷா கண்ணுக்கு நீங்க தெரியவே வேண்டாம். அதான் உங்களை கடல் கடந்து அனுப்பறேன். உங்க வாழ்க்கை உங்களோடது. அதை நீங்க சந்தோஷமா வாழணும். உயர உயரப் பறங்கோ. அங்கயே சுமந்து குஞ்சு பொறிச்சு... எதுவும் பூமிக்கு வர வேண்டாம். வசதிப்பட்டா உங்க அப்பா அம்மாவையும் அங்கயே கூப்பிட்டுக்கோங்கோ. அவா வரதுக்கு தயங்கினா விட்டுடுங்கோ வற்புறுத்த வேண்டாம். ஏன்னா அவா வேர் இந்த மண்ணுலதான் ஆழ ஓடியிருக்கும். அதைப் பிடுங்கறதும் கஷ்டம்தான்... எங்க இருந்தாலும் உங்க பிரிவு வேதனை அவாளுக்கு ஏற்படாம பார்த்துக்கோங்கோ. வேறென்ன சொல்ல...?'' மாமா நிறுத்த, இருவரும் ஆளுக்கொரு பக்கமாய் அவர் தோளில் சாய்ந்து கொண்டார்கள். இருவரையும் பரிவோடு அணைத்துக் கொண்டார்.

“அப்பா அம்மாவைக்கூட பிரிஞ்சு இருந்துடுவோம் போலருக்கு ஆனா உங்களைப் பிரியறதுதான் ரொம்ப கஷ்டம்னு தோண்றது'' சூர்யா கண் கலங்கினான்.

“சரிதான். இன்னிக்கு கம்யூனிகேஷன் இருக்கற இருப்புல நிலாவுலேர்ந்து கூட பேசிக்கலாம். நேருக்கு நேர் நின்னு பேசிண்டாதானா? போன்ல அருவமா பேசி மகிழ்வோமே... சரி ரொம்ப நேரமாயாச்சு. போய்த் தூங்குங்கோ. அப்பறம்

அரவிந்தா ஆனந்திக்கு ஆறு மாசம்தான் விசா. அதுக்கப்பறம் அவ அங்க இருக்கறதுக்கு என்ன வழிமுறையோ அதை மறக்காம செய்துடு.''

''நா பார்த்துக்கறேன் மாமா.''

அரவிந்தனும் சூர்யாவும் எழுந்தார்கள். மாடிப்பக்கம் சென்றவர்களை மாமா கேள்வியோடு பார்த்தார்.

''ராத்திரி முழுக்க நாங்க பேசப் போறோம் மாமா. தூக்கம் வராது எங்களுக்கு.''

அரவிந்தன் சிரித்தான்.

கல்யாணம் மிக எளிமையாய் நடந்தது. சட்டப்படி ரிஜிஸ்தரும் செய்தார்கள். அரவிந்தனும் ஆனந்தியும் எல்லார் காலிலும் விழுந்து எழுந்தார்கள். ஆனந்தி சூர்யாவிடம் வந்தாள். அவனைப் பார்த்து கை கூப்பினாள். கண்களில் நீர் வழிய அவனைப் பார்த்தாள். ''உனக்குத்தான் நா முதல் நமஸ்காரம் பண்ணியிருக்கணும் சூர்யா'' என்றபடி அவன் காலில் விழுந்தாள்.

சூர்யா பதறியபடி அவளை எழுப்பி நிறுத்தி அவள் கண்ணீரைத் துடைத்து விட்டான். ''இனிமே நீ அழவேபடாதுன்னுதானே இத்தனை பாடும்?'' என்றான் சிரித்தபடி.

''இன்னும் ரெண்டு நாள்ள நீங்கள்ளாம் ஊருக்கு புறப்பட்டுடுங்கோ. இவாளை நா. பத்திரமா வழியனுப்பி வைக்கறேன். ராகவன் கேட்டா திடுதிப்புனு டிக்கெட் கிடைச்சு போய்ட்டா, சொல்ல நேரமில்லைன்னு சொல்லிக்கோங்கோ.'' மாமா கற்பகம், கிட்டு, வைத்தி எல்லோரிடமும் சொன்னார். அவர்களுக்கும் அது சரி என்றுபட்டது... அவர்கள் புறப்பட்டுப் போனதும்,

அரவிந்தன் மாமாவிடம் வந்தான். ''நீங்க செய்யறது நியாயமா மாமா? எனக்கு மட்டும் ஜோடி சேர்த்தா போதுமா.

சூர்யாவை அம்போன்னு விட்டுட்டேளே. ஆர்த்தி குழந்தை மாதிரி ஏதோ பேசினா அதை பொருட்படுத்தலாமா...?''

''இல்லடா அரவிந்தா. அவ குழந்தையில்ல வளர்ந்துட்டா. ஆனா தெய்வப் பறவையா வளரல. ரொம்ப சாதாரண அண்டங்காக்கையாதான் வளர்ந்திருக்கா. உங்க அளவுக்கு அவளால உயரப்பறக்க முடியாது. சூர்யா தப்பான ஆளைக் காதலிச்சுட்டான். உலகத்துல தெய்வப் பறவைகள் இன்னும் இருக்கும். அப்டி ஏதாவது ஒரு பறவையைப் பார்த்து அவனுக்கு கட்டி வைக்க வேண்டியது இனி உன் பொறுப்பு. அவன் இனி யாராலயும் கஷ்டப்படவே கூடாது...''

''அப்பொ ஆர்த்தி.....?''

''அவளுக்கேத்த ஒரு அண்டங்காக்கைக்கா இந்த உலகத்துல பஞ்சம்...? வைரத்தோட மதிப்பு காகத்துக்குத் தெரியலன்னா நஷ்டம் காகத்துக்கா வைரத்துக்கா... அவளைப் பற்றி இனி வருத்தப்பட ஏதுமில்ல. அவளைப் பொறுத்த வரை என் கடமைகளை நா எந்த குறையும் வைக்கல... இனியும் வைக்க மாட்டேன்.''

''இதுக்கு சூர்யா ஒத்துப்பானா மாமா...?''

''ஒத்துப்பான். ஏன்னா அந்த அளவுக்கு ஆர்த்திகிட்ட அவன் அவதிப்பட்டுட்டான். உண்மையா இவன் மட்டும் காதலிச்சா போதுமா? எதிர்ப்பக்கமும் அந்த காதல் இருக்க வேண்டாமா? அவ என் பெண்தான். அதனாலயே அவ தப்பையெல்லாம் சரின்னு சொல்லி பூசி மழுப்ப என்னால முடியாது. சூர்யாக்கு ஏத்தவ அவ இல்லன்னா இல்லதான்!''

அதற்குமேல் அரவிந்தன் எதுவும் பேசவில்லை. மாமாவே துலாக்கோலின் முள்ளாக இருந்து தீர்ப்பு சொன்ன பிறகு கேட்க என்ன இருக்கிறது! அவர் சொல்வது போல் சூர்யாவுக்கும் 'ச்சீ' என்றுதான் ஆகியிருக்க வேண்டும். அதனால் தான் ஆர்த்தியைப் பற்றி அவனும் எதுவும் பேசவில்லை.

இருந்தாலும் நண்பனின் காதல் இப்படி அர்த்தமற்றுப் போய் விட்டது அரவிந்தனுக்கு வேதனையாகத்தான் இருந்தது.

மாமா ஓரளவுக்கு ஊன்றுகோலின் உதவியோடு நடக்க ஆரம்பித்துவிட்டதால் ஏர்போர்ட் வரை அவரும் உடன் வந்தார். கிளியரன்ஸ் முடிந்து மூவரும் விமானத்தை நோக்கி நடக்க ஆரம்பித்ததும் கண்ணில் நீர்த்திரை மறைக்க கையாட்டினார்.

சூர்யா பாதி வழியில் திரும்பவும் அவரிடம் ஓடி வந்தான். மூச்சு வாங்க அவரருகில் நின்றான்.

''என்ன டா...''

''ஒருவேளை ஆர்த்தியும் தெய்வப் பறவையா மாறிட்டான்னு உங்களுக்குத் தோணித்துன்னா உடனே எனக்கு சொல்லிடுங்கோ மாமா. நா காத்துருப்பேன். மனுஷா எல்லாருமே நல்லவர்தான். நல்லது பொல்லாதது எல்லாம் குணங்கள்தானே. குணம் மாறாமயா போய்டும்...?'' என்றவனை தக்ஷிணாமூர்த்தி கண்ணீரோடு தழுவிக் கொண்டது. அவன் நெற்றியில் முத்தமிட்டது. ''மாறினா அதைவிட சந்தோஷம் வேறென்ன எனக்கு...? உங்கிட்ட சொல்லாமயா இருப்பேன்? போய்ட்டு வா தோழா. அதுவரை... நிம்மதியா இரு... சந்தோஷமா இரு...'' தக்ஷிணாமூர்த்தி ஆசீர்வதித்து அவனை வழியனுப்பியது. விமானம் பறக்கும் வரை நின்று கையாட்டியது விமானத்திலிருந்து பார்க்கும்போது கீழே நின்று கையாட்டிய மாமாவின் ரூபம் இருவர் கண்களுக்கும் சின் முத்திரை காட்டும் தக்ஷிணாமூர்த்தியாகவே தோன்றியது. அரவிந்தன் கண்மூடி குரு மந்திரம் சொன்னான்.

''கல்லாலின் புடையமர்ந்து...''

— முற்றும் —

www.ingramcontent.com/pod-product-compliance
Lightning Source LLC
LaVergne TN
LVHW060229051026
849517LV00005B/1565
* 9 7 8 9 3 9 4 5 0 5 0 7 0 *